बायकांविषयी बरेच काही

दिलीपराज प्रकाशन प्रा.लि.^{TM}

२५१ क, शनिवार पेठ, पुणे - ४११०३०

दिलीपराज प्रकाशनाची सर्व पुस्तके आता आपण **Online** खरेदी करू शकता.

आमच्या Website ला कृपया अवश्य भेट द्या.

www.diliprajprakashan.in

दूरध्वनी क्रमांक (फॅक्ससहित) - २४४७१७२३, २४४८३९९५, २४४९५३१४

Email : - info@diliprajprakashan.in

बायकांविषयी बरेच काही

डॉ. अश्विनी धोंगडे

 **दिलीपराज प्रकाशन प्रा. लि.**^{TM}
२५१ क, शनिवार पेठ, पुणे - ४११ ०३०.

बायकांविषयी बरेच काही

Baykanvishyee Barech Kahi

ISBN - 978 - 93 - 82988 - 65 - 6

प्रकाशक

राजीव दत्तात्रय बर्वे । मॅनेजिंग डायरेक्टर ।
दिलीपराज प्रकाशन प्रा. लि. ।
२५१ क, शनिवार पेठ, पुणे ४११०३०
दूरध्वनी : २४४८३९९५, २४४७१७२३,
२४४९५३१४ (सर्व फॅक्ससहित)

©डॉ. अश्विनी धोंगडे
'शरण्य' ४७, स्वेदगंगा सोसायटी । वारजे, पुणे ४११०५२.

प्रथमावृत्ती : २५ डिसेंबर २०१३

प्रकाशन क्रमांक : २०८६

टाईपसेटिंग

सौ. मधुमिता राजीव बर्वे । पितृछाया मुद्रणालय
९०९ रविवार पेठ, पुणे ४११००२

मुखपृष्ठ - अनिल उपळेकर

बायकांविषयी बरेच काही सहृदयतेने
समजावून घेऊन आपल्यात वैचारिक परिवर्तन
घडवून आणणाऱ्या सर्व पुरुषांना अर्पण!

बायकांविषयी बरेच काही जाणून घेण्यापूर्वी...

बाई हा माझ्या सततच्या चिंतनाचा आणि त्याचबरोबर स्वत:च्या जगण्याचाही विषय आहे. 'स्त्रीसूक्त' या माझ्या पहिल्या कवितासंग्रहापासून हा प्रवास सुरू झाला. त्यानंतर 'स्त्रीवादी समीक्षा,' 'संदर्भ स्त्री-पुरुष' हे दोन समीक्षाग्रंथ मी लिहिले. या पुस्तकामधून तात्त्विक अंगाने स्त्रीवादाच्या आणि लिंगभावाच्या बैठकीचा विचार केला आहे. पुढे 'अन्वय', 'अपौरुषेय', 'बाई डॉट कॉम' या तीन कविता संग्रहांतून बायकांचं जगणं, त्यातले पेच, दुय्यमपणा आणि सामर्थ्याची जाणीव यातील खाचाखोचांसह बाईपणाचा शोध घेण्याचा मी प्रामाणिक प्रयत्न केला आहे. बाई हा एक सतत न संपणारा शोध आहे. बाईच्या जगण्याला अक्षरश: हजारो आयाम आहेत. त्यातले काही उत्कटपणे जाणवणारे आयाम मी या लिखाणातून पकडण्याचा प्रयत्न केला आहे.

बायकांच्या शिक्षणाचा प्रश्न तर दीडशे वर्षांपासून सुरू झाला; पण आजही टक्केवारी पाहिली, तर या क्षेत्रातल्या भयाण वास्तवाची जाणीव होईल. जागतिकीकरणाच्या रेट्यात स्त्रियांचं झालेलं वस्तूकरण आणि रासायनिकीकरण, शरीरसौंदर्याच्या विकृत कल्पनांमुळे नैसर्गिक सौंदर्य गमावून बसलेल्या स्त्रिया या तर माझ्या काळजीचा विषय आहेतच; पण त्याचबरोबर स्त्रियांवर होणारे पाशवी बलात्कार, त्यामागची लिंगश्रेष्ठत्वाची मानसिकता, माध्यमातून दिसणारे स्त्रियांचे शरीरप्रदर्शन, कौटुंबिक हिंसाचाराला बळी पडणाऱ्या स्त्रिया, पुरुषांच्या विवाहबाह्य संबंधामुळे उद्ध्वस्त झालेली कुटुंबे, सतत भयाच्या दडपणाखाली खुरटून गेलेले

स्त्रियांचे भावविश्व इत्यादी अनेक विषयांवरची विचारांची घुसळण मी
वेगवेगळ्या लेखांमधून केली आहे. किशोरी वयातली अल्लड मुलगी,
पिढ्यान्पिढ्यांमधून बदलत गेलेली आईची रूपं, करिअर की आदर्श
माता या प्रश्नाने गोंधळून गेलेल्या बायका, आजी या रूपातली
परिपक्व बाई... बायकांच्या आयुष्यातल्या विविध टप्प्यांवर दिसणारे
बाईपणाचे विविध मनोहारी पैलू मला भावतील तितके मी आविष्कृत
केलेले आहेत. योनी बोलायला लागली तर... हादेखील अनवट
विषय, विवाहाविना सहजीवन हा आणखी एक संवेदनशील पण
सावध विषय– या दोन्ही विषयांवरची चर्चाही सुजाण वाचक सहानुभूतीने
समजावून घेईल, असा विश्वास वाटतो.

आपल्याला आपली ओळख पटली की, आपल्या जगण्या-
वागण्यात आत्मविश्वास येतो. आयुष्याकडे पाहण्याची आपली वृत्तीच
बदलते. स्त्रीचं असं माणूस म्हणून जगणं कसं सुरू होईल, तिचं
मानसिक दैन्य-दौर्बल्य केव्हा संपेल, दुरित स्त्रीचे तिमिर कधी जाईल
आणि सक्षम व्यक्तींच्या प्रवासात हातात हात घालून ती कधी मान
ताठ ठेवून चालेल— याचा डोक्यात सतत चालू असलेला विचार
हीच या लेखनामागची प्रेरणा आहे. स्त्रीजीवनात जगभर होत असलेल्या
उलथापालथींमधून निरामय आयुष्याचं नवनीत कधी ना कधी बाहेर
पडेल, या विश्वासाने केलेले हे लेखन या वैचारिक परिवर्तनात
आपला खारीचा वाटा ठरेल, अशी आशा आहे. या सर्व लिखाणातून
कोणाचे मतपरिवर्तन झाले, स्त्रीकडे पाहण्याचा दृष्टिकोन बदलला
आणि स्त्रीला सन्मानाने वागवण्याची प्रेरणा त्याला मिळाली; तर या
सर्व धडपडीचे सार्थक होईल.

यातील लेख वेळोवेळी विपुलश्री, माहेर, सत्याग्रही, केसरी,
व्यासपीठ, तनिष्का, आकांक्षा इत्यादी मासिकांतून पूर्वी प्रसिद्ध झाले
आहेत. त्यांना इतक्या सुंदर स्वरूपात पुस्तकरूपाने एकत्र आणणारे
राजीव बर्वे व मधुमिता बर्वे यांची मी ऋणी आहे.

- अश्विनी धोंगडे

अनुक्रमणिका

१. आम्हाला चांगले जगायचे आहे

वर्ष २०१२ संपता-संपता दिल्लीत बलात्काराची जी नृशंस घटना घडली, तिचे पडसाद देशभर उमटले. लोकांनी आपल्या मनातला क्षोभ वेगवेगळ्या मार्गांनी व्यक्त केला. दिल्लीत झालेली निदर्शने आणि पोलिसांनी केलेला गोळीबार यांच्या बातम्या जगभरातल्या माध्यमातून प्रसिद्ध झाल्या. दिल्ली पोलीस यंत्रणा किती ढिसाळ आहे, मंत्री किती बधिर आहेत, जलद न्यायालयेसुद्धा किती काळकाढू आहेत याची चर्चा जगातल्या वृत्तपत्रातून आणि टीव्हीवरून झाली. बलात्काराचे कायदे अधिक कडक व्हायला पाहिजेत, याची गरज राजकारण्यांनाही वाटू लागली. खरं म्हणजे, सामूहिक बलात्कार करणे आणि त्या स्त्रीला मारून टाकणे— ही घटना काही नवी नाही. पुण्यातच नयना पुजारीवर झालेला बलात्कार आणि तिची झालेली हत्या पुणेकर विसरलेले नाहीत.

खरे तर प्रत्येक शहराच्या, गावाच्या सांस्कृतिक पर्यावरणावर झालेल्या जखमा काळाच्या ओघात विसरल्यासारख्या वाटतात; पण पुन्हा नव्याने अशा घटना घडल्या की, लोकांची मनं अस्वस्थ होतात. चर्चा झडतात, लेख लिहिले जातात, निदर्शने होतात, श्रद्धांजली वाहिली जाते. पण तरी एक असहायता प्रत्येकाला वाटते की, आपण याबाबतीत काही करू शकत नाही. संवेदनशील पुरुषांना आपल्या मुलीची, बायकोची, बहिणीची काळजी वाटते आणि सर्वच वयाच्या बायकांना आत कुठे तरी धास्तावल्यासारखे वाटते. बलात्कारित स्त्रीची काय अवस्था झाली असेल याची कल्पना करता-करता उद्या आपल्यावर असा प्रसंग न येवो, अशी भीतीची भावनाही रुजून राहते. सर्व क्षेत्रात पुढे जाणाऱ्या स्त्रीला नामोहरम करण्याचं बलात्कार हे एक सहज उपलब्ध हत्यार आहे की काय, अशी आशंका तिला ग्रासून टाकते.

स्त्रियांवर केले जाणारे बलात्कार हे जगात सर्वत्र घडतात, पण अनेक अविकसनशील देशांप्रमाणे भारतातही अशा तक्रारी पोलिसांपर्यंत येण्याचे प्रमाण कमी आहे. अगदी सुशिक्षित घरांमधूनसुद्धा अशी घटना घडली, तर तिचा गवगवा न करता चूप बसणेच पसंत केले जाते. एक तर आपल्या प्रतिष्ठेला धक्का पोचेल, समाजात नाचक्की होईल, मुलीचे लग्न होणार नाही– ही भीती असते. कोर्टात

गेल्यास बलात्कार करणारा, त्याचे मित्र, कुटुंबीय धमक्या वा अन्य त्रास देऊन जगणे कठीण करून टाकतील— ही भीती असते. न्यायालयात केसेस अनेक वर्षं रेंगाळत राहतात. गुन्हेगाराला कडक शिक्षा होईल, न्याय मिळेल याची खात्री नसते. आता बलात्कारित स्त्रीची साक्ष 'इन कॅमेरा' होत असली, तरी न्यायालयात आरोपीच्या वकिलांनी विचारलेले प्रश्न इतके लाज आणणारे व क्लेशकारक असतात की, जी घटना ती बाई विसरू पाहत असेल, तिचीच चिरफाड पुन्हा चार लोकांसमोर होते. शिवाय 'एका हाताने टाळी वाजत नाही' असे आसारामबापूंप्रमाणे वक्तव्य करणारे महाभागही असतात; त्यामुळे त्या स्त्रीवर दोषारोपांचा चिखल विनाकारण उडवला जाण्याची भीती असते. या आणि अशांसारख्या अनेक कारणांमुळे प्रत्यक्ष होणारे बलात्कार आणि पोलिसांकडे नोंदवले जाणारे गुन्हे यांत फार मोठी तफावत असते.

वाचून आश्चर्य वाटेल, पण ७५% बलात्कार हे ओळखीच्या व्यक्तींकडून होतात. बॉस, नातेवाईक, ड्रायव्हर, शिक्षक, पुढारी, गल्लीतले दादालोक अशांच्या ओळखीमुळे दिशाभूल करून स्त्रीचा फायदा घेतला जातो. प्रत्यक्ष बलात्कार करणाऱ्यांपेक्षा संभाव्य बलात्कारी (पोटेन्शिअल रेपिस्ट) संख्येने कितीतरी पट असतात. असे लोक संधीची वाट पाहत असतात आणि संधी मिळाली रे मिळाली की, ते स्त्रीचा फायदा घ्यायला मागे-पुढे पाहत नाहीत.

सर्वच पुरुष बलात्कारी मनोवृत्तीचे नसतात; मग काही लोकांमध्येच ही प्रवृत्ती का आढळून येते, याचा अभ्यास आजवर अनेक मानसशास्त्रज्ञांनी केला आहे. पण या प्रश्नाचे समाधानकारक उत्तर मिळाले आहे, असे कोणालाच वाटत नाही. बलात्कार शब्दातूनच दुसऱ्यावर बळाने ताबा मिळवणे, हा अर्थ आहे. स्त्रीपेक्षा आपण बळाने जास्त आहोत आणि तिला नामोहरम करू शकतो, हे दाखवण्याचा हा एक मार्ग आहे. स्त्रीपेक्षा पुरुष श्रेष्ठ आहे. स्त्रीच्या भावनांची पर्वा करण्याची गरज नाही, ती दुर्बल आहे, पुरुषांच्या आनंदासाठी निर्माण केलेली एक उपभोग्य वस्तू आहे आणि जशी दारू तशी बाई; शिवाय ती जिवंत वस्तू म्हणून तिच्या विरोधाला न जुमानता प्रसंगी तिला शारीरिक यातना देत बलात्कार करणे, ही एक विकृत मनोवृत्ती आहे. अशा व्यक्तींची क्रौर्यात आनंद घेण्याची वृत्ती असते. बाई एकटी दिसली, तिने आव्हानात्मक कपडे घातलेले असले, तिचे हावभाव किंवा भाषा सूचक असली की काही पुरुष बलात्कार करायला उद्दीपित होतात. काही पुरुष आपल्या खासगी जीवनात लैंगिक सुखाला पारखे असतात किंवा त्यात संतुष्ट नसतात किंवा याबद्दल त्यांना भयंकर उत्सुकता असते. काहींना बायकांबद्दल राग असतो, त्यांचा स्त्रीद्वेष्टेपणा अशा कृत्यातून दिसतो म्हणतात— असे लोक जास्त धोकादायक

असतात, कारण ते बलात्कारित स्त्रीला मारून टाकण्याची शक्यता असते. स्त्रीचा नकार किंवा विरोध हा लटका असतो; वास्तवात त्यांनाही ही गोष्ट हवी असते, अशीही काहींची समजूत असते. मराठीतील एका अत्यंत गाजलेल्या कादंबरीत एक घाणेरडे वाक्य आहे. बळजबरीने साखर तोंडात कोंबली तरी ती गोडच लागते. काही बलात्कारी पुरुषांचे हेच तत्त्वज्ञान असते आणि ते अतिशय फसवे व खोट्या समजुतीवर आधारित आहे. बलात्कारी व्यक्तींवर लहानपणी चांगले संस्कार झालेले नसतात, म्हणून ते असे वागतात, असेही काहींना वाटते; पण तरीही वर दिलेली कुठलीही कारणे लागू नसणाऱ्या व्यक्तीही बलात्कार करतात. श्रीमंत, गरीब, सुशिक्षित, अशिक्षित, गावंढळ, शहरी, पांढरपेशे, कोणत्याही जाती, धर्म वा वंशाचे, वयाचे पुरुष बलात्कारी असतात.

अनेक सिनेमांतून बलात्काराची तीव्र दृश्ये दाखवली जातात. त्यातून कित्येकदा बलात्काराबाबत संताप निर्माण होण्याऐवजी लोकांच्या भावना चाळवण्याचे काम केले जाते. हीरोगिरीच्या खोट्या कल्पना लोकांच्या मनात रुजतात. स्त्री-शरीराबद्दल विकृत ओढ निर्माण करणारी शेकडो गाणी आणि हिडीस हावभाव दाखविणारे नाच हे दोन्ही अशा घटनांना जबाबदार आहेत, हे विसरून चालणार नाही. त्याविरुद्ध आवाज उठवणं व त्यावर बंदी आणणं, ही मागणी मात्र कोणीही करत नाही. प्रेक्षक बायकाही पुरुषांसमवेत असली नाचगाणी 'एन्जॉय' करतात का?

युनोच्या मानवी हक्क समितीच्या प्रमुखांनी दिल्लीतल्या बलात्काराच्या घटनेचं वर्णन 'राष्ट्रीय समस्या' असं केलं आहे. दिल्लीच काय, भारतातील अनेक गावे आणि शहरे स्त्रियांसाठी— विशेषत: गरीब आणि खालच्या जातीतल्या स्त्रियांसाठी— असुरक्षित बनल्याचे त्यांनी नोंदवले आहे. खेड्यांतील अत्याचारांची नोंद होत नाही. संध्याकाळपासून मुली व बायकांना दारे लावून घरात बसावे लागते. खेड्यातील तरुण मुले मोठ्या शहरातल्या दाट वस्तीच्या झोपडपट्ट्यात भटकतात आणि मुलींची शिकार करतात. बलात्काराबद्दल अटक होण्याचे प्रमाण अतिशय कमी आहे आणि शिक्षा होण्याचे तर त्याहीपेक्षा कमी आहे. याबाबत अनेक संख्याशास्त्रीय अभ्यास झाले आहेत. पण स्त्रियांच्या वाईट परिस्थितीच्या बाबतीत भारत जवळजवळ तळाशी आहे. सन २०११च्या युनोच्या पाहणीनुसार स्त्रियांचे शिक्षण, नोकरी, राजकारणातील सहभाग, लैंगिक आणि गर्भारपणातील तब्येत, आर्थिक स्थिती इत्यादी अनेक बाबतींत भारतीय स्त्रियांचा क्रमांक १८७ देशांमध्ये १३४वा लागतो. आपण सौदी अरेबिया, इराक, चीन यांच्या किती तरी खाली आहोत. लाखो मुली

गर्भातच मारल्या गेल्याने भारतातील २०११ च्या शिरगणतीत स्त्री-पुरुषांच्या जन्मदरात विकृत तफावत दिसत आहे. जीवनाच्या प्रत्येक क्षेत्रात स्त्री-पुरुष भेद केला जातो. खेड्यातल्या मुलांना अजूनही मुलींपेक्षा सकस जेवण व चांगले शिक्षण दिले जाते. बसेस आणि आगगाड्यांमधून मुलींच्या छेडछाडीचे प्रकार सर्रास घडतात. अनेक भारतीय वधूंना लग्नात मोठा हुंडा अजून द्यावा लागतो. 'सासरी होणारा सुनांचा छळ' हा गुन्हा मोठ्या प्रमाणात घडत असतो.

युनोत मांडलं गेलेलं हे भारताचं चित्र देशातील प्रत्येकाला लाज आणणारं आहे. पण त्यात काहीही खोटं नाही, असलीच तर बायकांची परिस्थिती यापेक्षाही वाईट असेल. दिल्लीत जी अभूतपूर्व निदर्शने झाली, त्यांतून मोठ्या प्रमाणात उदयाला येणाऱ्या मध्यमवर्गाच्या मनातला राजकारण्यांबद्दलचा खदखदता असंतोष दिसला. तो असाच त्सुनामीसारखा येणार आणि जाणार का? कित्येक तरुण मुलींची बलिदाने अशीच व्यर्थ जाणार का? कित्येक ८ मार्च येतील आणि जातील— बायकांच्या परिस्थितीत काही फरक पडणार, की ती आणखीच बिघडत राहणार?

खरे तर उत्तरे शेवटी बायकांच्याच हाती आहेत. अर्धे आकाश बायकांचे आहे, असे आम्ही म्हणतो. पण त्या अर्ध्या आकाशावर तरी काय सत्ता गाजवतो? जगात कोणत्याही देशात नाही एवढे राजकीय सत्तेत आरक्षण मिळाले, त्याचा फायदा बायका काय करून घेताहेत? का बायका खरंच हातांत बांगड्या भरून घेण्यात गर्क आहेत? गल्लोगल्ली, रस्तोरस्ती बायकांचे दबावगट निर्माण झाले, तर कुणाची छाती आहे मुलींची छेड काढण्याची? अशा वाघिणीसारख्या छातीच्या बायका खेड्यात आणि शहरात कमी आहेत का? अजिबात नाही. फक्त त्यांची एकजूट हवी. भगिनीभाव आज स्त्रीवादात परवलीचा शब्द आहे. एकमेकी एकमेकींसाठी उभ्या राहिल्या, तर किती तरी प्रश्न निकालात निघतील. थोडं मोठं मन करून सुनेकडे पाहिलं, तर तिच्याकडून मुलीची माया मिळेल आणि सासवांना थोडा गोड शब्दांचा आधार दिला, तर त्यांच्याकडून दसपट मदत मिळेल. खरे तर बाईच बाईचं दुःख चांगलं समजू शकते. एखादीवर वस्तीत बलात्कार झाला, तर दुसरी बाईच तिला पुन्हा माणसात आणू शकते. मोटार अपघातात पाय मोडला, हात तुटला; तर तो दुरुस्त होऊ शकतोच ना? मग बलात्कार हा अपघात का नाही समजायचा? त्यात तर त्या बाईचा काहीच अपराध नसतो. मग तिच्या शरीरावरची आणि मनाची जखम भरून काढणं, ही जबाबदारी समाजाचीच आहे. तिचं बाईपण तिला पुन्हा मिळवून देणं आणि माणसात आणणं, हे काम बाईच करू शकेल.

शिक्षण, बेकारी, अज्ञान, मुलांची संख्या, स्त्रीलिंगी भ्रूणाची हत्या, हुंडा, छळ, लैंगिक अत्याचार, बलात्कार... आज समाजातले जास्तीत जास्त प्रश्न बायकांचेच आहेत. त्यांना कडक कायद्यांनी आळा घालावाच लागेल. पण कायद्याचे हात नेहमीच तळागाळापर्यंत पोचू शकत नाहीत, त्यांना पैशाचेही पाठबळ लागते. अशा परिस्थितीत बायकांची सद्यःस्थिती बदलण्यासाठी बायकांची एकजूट अपरिहार्य ठरते. आपला लढा आपणच लढायला हवा. उद्याच्या काळात कोणी फुले, कर्वे, आगरकर, आंबेडकर तुमचे प्रश्न सोडवायला येणार नाहीत आणि जगाच्या इतिहासातले बायकांचे लढे सर्वत्र बायकांनीच लढले आहेत. एकजुटीने लढले आहेत. मतदानाचा हक्क मिळविण्यासाठीसुद्धा १००- १५० वर्षांचे लढे दिले आहेत. भारतात या क्रांतीची गरज आहे. भारतातल्या महिला तेवढ्या सामर्थ्यशाली नक्की आहेत. खेड्यातून, शहरातून शिकलेल्या, अडाणी, गरीब, श्रीमंत, हिंदू, मुसलमान सर्व स्त्रियांनो, २०१३ मार्चपासून सुरुवात होऊ द्या. काली, चंडी, दुर्गा नव्याने जन्मू द्यात. एकमेकींचा हात धरा, आश्वासने द्या. म्हणा— आम्ही आहोत, तुमच्याबरोबर आहोत. आम्हाला चांगले आयुष्य जगायचे आहे आणि सगळ्यांना बरोबर घेतल्यावरच ते अधिक चांगले होते, यावर आमचा विश्वास आहे.

० - ० - ०

२. माझी पटू दे ओळख मजला

सन १९७५ हे स्त्री-वर्ष जाहीर झाले, तेव्हापासून स्त्रीविषयक अनेक प्रश्नांना नव्याने जाग आली. त्यावर चर्चा झडू लागल्या. महिला आयोगाची स्थापना झाली. स्त्री-धनाचा कायदा, कौटुंबिक हिंसाचारविरुद्धचा कायदा, हुंडाबंदी, अश्लील चित्रणबंदी, वडिलोपार्जित संपत्तीत स्त्रियांना समान हिस्सा इत्यादींमुळे स्त्रीजीवनाची प्रत सुधारली. कुटुंब न्यायालये, महिला संघटना, महिला चळवळी, स्थानिक स्वराज्य संस्थांत स्त्रियांना ५०% आरक्षण इत्यादी तरतुदींमुळे महिलांवरच्या अन्यायाला दाद मिळाली. राजकीय क्षेत्रात संधी प्राप्त झाल्या. आपले कर्तृत्व सार्वजनिक जीवनात सिद्ध करण्यासाठी अवकाश प्राप्त झाला. स्त्रीशिक्षणाच्या सार्वत्रिक प्रसाराने शिक्षणाने उघडणारी सर्व कार्यक्षेत्रे स्त्रियांना खुली झाली. अगदी निम्न स्तरातील गरीब, अशिक्षित स्त्रियांमध्ये आपल्याला शिक्षण मिळाले नाही तरी मुलीला शिकवले पाहिजे, अशी उर्मी हळूहळू निर्माण होऊ लागली. स्त्रीची नोकरी, सार्वजनिक जीवनातील वावर, एकटी-दुकटीने जगातल्या कुठल्याही देशात प्रवास करणे, शिक्षणासाठी कुटुंबापासून दूर राहणे, हॉटेलमध्ये बायका-बायकांनी जाणे, खाणे, स्वत:चा सहचर स्वत: निवडणे, मुलांची संख्या मर्यादित ठेवणे, कुटुंबनियोजनाची साधने वापरणे, स्वत:चे वाचन व छंद जोपासणे, स्वत:च्या तब्येतीची व सौंदर्याची जोपासना करणे, वाहन चालवणे, मुले पाळणाघरात ठेवणे, मुलांच्या लग्नकार्यात वा घरगुती समारंभात पुढाकार घेणे, व्यवसायानिमित्ताने परपुरुषांच्या सहवासात राहणे— इत्यादी गोष्टी आज नवलाईच्या राहिलेल्या नाहीत. बऱ्याच पुरुषांनी स्त्रियांबाबतच्या या परिवर्तनाला खुषी वा नाखुषीने का होईना, पण संमती दिली आहे. स्त्रीवाद, स्त्रीमुक्ती, स्त्री-स्वातंत्र्य या शब्दांचे भय फक्त पुरुषांनाच वाटत नाही, तर स्त्रियांनाही वाटते. 'आम्ही नाही बाई त्यातल्या' अशा उद्‌गारातूनही त्या वेगळ्या आणि आम्ही वेगळ्या, अशी एक विभागणी स्त्रीच्याही मनात असते. असं का होतं?

उत्तर सांगायचं तर— या शब्दांचे नेमके अर्थ काय, त्यातून काय अभिप्रेत आहे, याचीच अनेकींना कल्पना नसते. स्त्रीवादी म्हणजे कुटुंब मोडणाऱ्या बायका, घटस्फोट घेऊन स्वतंत्र राहायला सांगणाऱ्या बायका. स्वत:च्या खासगी आयुष्यात नैराश्य असलेल्या

बायका, स्वातंत्र्य म्हणजे स्वैराचार मान्य असणाऱ्या बायका, पुरुषांचा राग-राग करणाऱ्या बायका— असं तुम्हाला वाटतं का? वाटत असेल, तर तुम्ही ही संकल्पना मुळापासून समजून घेतली पाहिजे. असं समजणं हा नुसता गैरसमज नाही, तर अपप्रचार आहे आणि तसा तो घडविण्यात पुरुषांचा मोठा सहभाग आहे. कारण या नव्या कल्पनांमुळे कुटुंबातील आपल्या वर्चस्वाला धक्का बसेल, बायकोचा प्रत्येक गोष्टीत सहभाग घ्यावा लागेल, त्यामुळे घरातले आपले महत्त्व कमी होईल, बायको डोईजड होईल, आपल्याला घरकाम व मुले सांभाळणे अशी बायकांची कामे करावी लागतील इत्यादी अनेक प्रकारची भीती पुरुषांच्या मनात आहे. त्यामुळे स्त्रीमुक्तिदिन वगैरे कल्पना आपल्या घरापासून जितक्या दूर असतील तेवढे आपले घर सुरक्षित, अशी बहुसंख्य पुरुषांची खात्री आहे. त्यामुळे या कल्पनांचा संसर्ग आपल्या बायकोला न व्हावा, अशा प्रबळ इच्छेने स्त्रीमुक्तीवाल्यांबद्दल अनेक गैरसमज समाजात पसरवले जातात. बायकाही फारशा खोलात जाऊन या संकल्पना समजून घेण्याच्या भानगडीत न पडता आपण आपल्या संसारात सुखी आहोत, अशी स्वतःची समजूत घालून आपल्या पारंपरिक कोशात आणि गोषात राहणे पसंत करतात. खरंच सर्वसामान्य स्त्री-पुरुषांना यापासून लांब राहावंसं वाटावं, असं दाहक या संकल्पनेत आहे तरी काय? खरं म्हणजे, काहीही नाही. पण त्यासाठी मनाची कवाडं उघडी ठेवून विचार करायला पाहिजे. डोळे उघडे ठेवून भोवतालचं वास्तव बघायला शिकलं पाहिजे. शब्दांच्या पलीकडल्या कथा कानांना ऐकता आल्या पाहिजेत आणि जे पटतं, ते बोलण्याचं धाडस असलं पाहिजे.

'मी बाई आहे म्हणून' अशा प्रकारची गोष्ट स्वतःला ऐकवून आपण स्वतःची समजूत काढतो का? बाई असल्यामुळे कुठल्या गोष्टी कराव्या लागतात? घरातले स्वयंपाकपाणी— त्यासाठी भाजीपाला, संपलेले सामान आणणे, मुलांना व नवऱ्याला वेळेवर, चांगलेचुंगले जेवायला घालणे, कोणी आजारी पडू नये म्हणून काळजी घेणे, पडले तर उपचार-औषधे-सेवा करणे, घराची स्वच्छता करणे, आवराआवर करणे, पसारा आवरणे, सणवार, हळदी-कुंकू, व्रतवैकल्ये, वाढदिवस, लग्न समारंभ यासाठी साग्रसंगीत तयारी करणे. ज्या स्त्रिया नोकरी करत नाहीत, त्यांना घरात पूर्ण वेळ काम असतेच. स्वतःचा असा वेळ मिळत नाही, अशी त्यांची तक्रार असते. 'तुम्ही काय करता?' असे कोणी विचारले; तर 'काही नाही, घरीच असते' असं थोड्या शरमेनं त्या सांगतात. खरं म्हणजे घरची मॅनेजमेंट बघणे आणि स्वयंपाकपाणी, खाणी-जेवण बनवणे हा चार माणसांच्या घरातही आयुष्यभर न संपणारा 'जॉब' असतो. पण आपण पैसे मिळवत नाही, अशी थोडी रुखरुखही या स्त्रियांच्या मनात

असते. पैशांसाठी एक तर नवऱ्याकडे मागणी करावी लागते किंवा त्याने दिलेले पैसे महिनाभर पुरवावे लागतात. कधी वाटलंच माहेरी द्यावेत किंवा आणखी कोणाला द्यावेत, तर स्वातंत्र्य असतेच असे नाही. अर्थात ते नोकरी करून पैसे मिळविणाऱ्या स्त्रीलाही असतेच, असे नाही. कुठलेच स्वातंत्र्य असे न मागता कुणी हातावर आणून देत नाही.

घरात येणारा पैसा दोघांच्या हक्काचा आहे, असं आपण ठणकावून सांगू शकतो का? मुळूमुळू रडत बसलो किंवा सगळे मनात ठेवून गप्प बसलो, तर आयुष्यभर आपल्यालाच त्रास होतो. परिस्थितीत काहीच फरक पडत नाही. मग प्रथम आपली व्यथा आपल्या सहचराकडे बोलून दाखवावी लागते. समजून सांगून प्रश्न सुटला, तर असे छोटे प्रश्न संवादातून हळूहळू सुटू शकतात. पण इतका समंजसपणा बहुतेक नवऱ्यांकडे नसतोच. मग भांडाभांडी, विरोध, नकार, संघर्ष अशा पायऱ्या चढाव्या लागल्या; तर दमछाक न होता त्या चढण्याची तयारी ठेवावी लागते. कोणती गोष्ट संसारात किती ताणायची, याला मर्यादा असली तरी प्रत्येक वेळी आपलंच मन मारून, 'बाई' म्हणून असंच आपलं नशीब असणार, असं समजून घेण्याची गरज नसते. अहंमन्य आणि आडमुठ्या नवऱ्यांच्या एकाधिकारशाहीत किती तरी बायकांची आयुष्यं पिढ्यान्‌पिढ्या आणि आजही घुसमटलेली असतात. मग घटस्फोट घेऊन संसार मोडायचा का? अगदीच वेळ आली आणि जगणं असह्य झालं, तर तेही करावं लागतं. पण ते अंतिम उत्तर असतेच, असे नाही.

विशेषत: मुलं झाल्यावर, ती मोठी झाल्यावर आणि परस्परांतील लैंगिक आकर्षण कमी होऊ लागल्यावर अनेकींच्या आयुष्यातले ताणतणाव वाढतात. भांडणे करून किंवा दिवसच्या दिवस अबोला धरून मानसिक अत्याचार करणे, आर्थिक नाड्या आवळून आर्थिक शोषण करणे, शारीरिक बळाचा वापर करून लैंगिक शोषण करणे, कुठेच सहभागी करून न घेता एकाकी पाडणे— अशा क्लृप्त्या काढून मग घरातील स्त्रीचा छळ सुरू होतो. आयुष्याला विटलेल्या अशा स्त्रिया नैराश्याच्या गर्तेत जातात. बाहेर खूप बडबड करू लागतात किंवा एकदम घुम्म होतात. मग महिला मंडळे, भजनी मंडळे, तीर्थयात्रेच्या सहली— असा त्यांचा उत्तर आयुष्याचा प्रवास सुरू होतो.

तरुणपणापासून नोकरी करून पैसे मिळविणारी स्त्रीसुद्धा आपल्या आयुष्यात फार सुखी असतेच, असं नाही. घरातील स्त्रीच्या म्हणून असलेल्या सर्व जबाबदाऱ्या तिला पार पाडाव्या लागतात. त्यात थोडीफार ढिलाई झालेली खपवून न घेणारी माणसेही भेटतात. परंपरा, रीतिरिवाज, सण-समारंभ यांना फाटा देण्याचे वा

कालानुरूप त्यांत बदल करण्याचे स्वातंत्र्य तिला नसते. बऱ्याचदा भीतीपोटीही त्यात कमी-जास्त करण्याची स्त्रियांची मानसिकता नसते. बुद्धीच्या निकषांवर घासूनही काही गोष्टी न करण्याचे धाडस सर्वसामान्य स्त्री-पुरुषांमध्ये नसते. मुलांचे अभ्यास, स्पर्धांमधून सहभाग, त्यांचे छंद, खेळ हे सांभाळण्यात मुले लहानाची मोठी होईपर्यंत जास्तीत जास्त वेळ आणि शक्ती घरातल्या स्त्रीचीच खर्च होते. जणू मुलांना मोठे करणे, ही सर्वस्वी तिचीच जबाबदारी आहे! बहुसंख्य स्त्रिया याच चाकोरीतून आयुष्य जगत असतात. त्यांना संसाराव्यतिरिक्त बाहेरचे जगही नसते. नोकरी असली तरी तेवढ्यापुरतं बाहेर जाणं आणि आपल्या जाण्यानं घराची व्यवस्था बिघडू नये याची तिथे बसून काळजी करणं!

हे जगणं प्रामुख्यानं शारीरपातळीवरचं आहे. आई, बहीण, मुलगी, बायको म्हणून विविध नातेसंबंधांत आलेल्या आपल्या भूमिका बजावण्याचे आहे. यात व्यक्ती म्हणून आपण कोठे स्वत:चा विचार केलेला नाही.

मी कोण बाई?

मी इकडची जाई

मी कोण बाई?

मी दोन मुलांची आई

मी कोण बाई?

मी सासू-सासऱ्यांची दाई

मी कोण बाई?

माझं मलाच ठाऊक नाही.

हे स्वत:ला हरवणं आपल्या आयुष्याचं सगळं सत्त्व शोषून घेतं आणि आपलं जगणं यांत्रिक, चाकोरीबद्ध करून टाकतं. यातून सुटका काय? सुटका होते, जेव्हा आपण स्वत:चे स्वत:ला सापडतो. आपल्या कुटुंबानं, आपल्या समाजानं बाईला लहानपणापासून शिकवलेलं असतं— दुसऱ्यांसाठी जगायचं, नेहमीच नमतं घ्यायचं, पटलं नाही तरी चूप बसायचं. याचमुळे कुटुंब टिकून राहतं, अशी आपली दृढ कल्पना असते. पण ज्या कुटुंबात एक व्यक्ती सतत दबावाखाली असेल, तिला सतत दुय्यम स्थान असेल; तर ते कुटुंब खऱ्या अर्थाने सुखी पायावर उभे असते का? ते डुगडुगू नये म्हणून त्याला आपल्या खांबांचा सतत आधार देत उभी असते ती बाई. तिचे दुखरे खांदे आणि अश्रु- भरले डोळे कुणाला दिसत नाहीत, कारण ती स्वत:चा खरा चेहरा सगळ्यांपासून लपवते. मुखवट्याचा गोड चेहरा, हसरा चेहरा एवढाच सगळ्यांना हवा असतो. तोच ती नेहमी पुढे करते आणि मग स्वत:ला

एक खरा चेहरा होता, हेच हळूहळू विसरत जाते. आपणच निर्माण केलेल्या एका 'सुपर वुमन'च्या पिंजऱ्यात अडकत जाते.

तिथे ती एक सुंदर, तरुण पत्नी असते— नवऱ्याला रिझविणारी, खूष ठेवणारी. त्यासाठी सुंदर साड्या-दागिने घालून स्वत:ला कायम आकर्षक बनविणारी, एक आदर्श माता मुलांसाठी... कधी शिक्षिका, नोकर, स्वयंपाकीणबाई, ड्रायव्हर, अटेंडंट, नर्स— ज्याची मागणी असेल त्याप्रमाणे कुठलीही रूपे धारण करणारी जन्मोजन्मीची माता, एक आदर्श गृहिणी, अंतर्गत सजावटकार, कुक, स्वागतिका, टापटीप मॅनेजर, घराच्या सर्व मागण्या पुरविणारी एक कल्पतरू. दिवसाच्या पंधरा तासांत इतक्या असंख्य भूमिका— त्याही आधुनिक राहणीमानाला शोभेशा— वठवायला हव्यात, या ताणाखाली तिच्या दिवसाचे असंख्य तुकडे पडतात. पण त्यातला एक तुकडाही तिच्यासाठी नसतो. परिणामी; तिला आपण माणूस आहोत, माणूस म्हणून आपली काही वेगळी भूक आहे, हेही विसरायला होते.

रोजची वृत्तपत्र वाचणे, आवडीच्या विषयावरची पुस्तके विकत घेऊन वा ग्रंथालयातून आणून वाचणे, सभोवताली घडणाऱ्या घटना समजून घेणे, त्यावर विचार करणे, चारचौघांत त्यावर मत व्यक्त करणे, आपल्या आसपास एखाद्या घरात एखाद्या स्त्रीवर अन्याय होत असेल तर तिच्या मदतीला धावून जाणे, आपल्यासारख्या सजग स्त्रियांनी एकत्र येऊन त्यावर उपाययोजना शोधणे, रोजच्या बातम्या ऐकणे, राजकारण समजावून घेणे, आवड असेल तर समाजकार्यासाठी वेळ देणे... आपल्याला गाणे, नाचणे, चित्रे काढणे वगैरेंसारखा छंद असेल तर त्यासाठी वेळ आणि पैसा खर्च करणे— एवढेसुद्धा आपण आपल्यासाठी करू नये का? स्वत:च्या घरात एक खोली स्त्रीने स्वत:साठी का मागू नये? निदान एक कोपरा, एक कपाट, एक टेबल-खुर्ची? स्वयंपाकघर आणि बेडरूम एवढ्याचीच तिला फक्त गरज आहे का? माणूस म्हणून माणसासारखं जगणं आपल्यालाच अपराधीपणाचं वाटतं का? प्रत्येक लहानसहान गोष्टीसाठी दुसऱ्यावर अवलंबून राहण्यात आपल्याला स्वत:चं कौतुक वाटत का? साडी कोणती नेसू? जेवायला काय करू? सवाष्ण म्हणून कुणाला बोलावू? एवढ्या बारीक-बारीक गोष्टीही आपल्याला विचारून कराव्या लागतात का? त्यांनी आपल्याला मानसिक पंगूपण येते, हे आपल्याला कधी टोचत नाही का?

सहवास, सहजीवन या काव्यात्म कल्पनांमध्ये स्त्रीच्या वाट्याला फक्त रोजच्या व्यवहारातील तोच तोपणा आणि कंटाळवाणेपणा येतो. आयुष्यातला संवाद हरवतो, ते एकसुरी होते. गंमत म्हणजे, स्त्रीला बांधून ठेवणाऱ्या या

साखळ्या सहज दिसण्यासारख्या आणि सहज मोडून काढण्यासारख्या नसतात. त्या स्वत:त डोकावून स्वत:च सोडवाव्या लागतात. कायदेशीर, राजकीय, शैक्षणिक असे अनेक अडथळे पूर्वी स्त्रीच्या मार्गावर होते; तेही आता राहिलेले नाहीत. आता फक्त स्त्रीच्या मार्गावर ती स्वत:च एक अडथळा बनू शकते. आपल्याला आहे त्या आयुष्याबद्दलचे असमाधान, आपल्याभोवतीच्या पिंजऱ्याची जाणीव ही स्व-भानाकडे नेणारी पहिली पायरी आहे. मानसशास्त्र सांगते की, जोपर्यंत स्त्री आपल्या सर्व सामर्थ्यानिशी माणूस म्हणून विकसित होत नाही, तोपर्यंत लैंगिक समाधानातील सर्वोच्च आनंद तिला देता वा घेता येणार नाही. व्यक्तीला स्वत्वाची ओळख पटल्याने उच्चतम लैंगिक समाधानात अडचण तर येतच नाही; उलट या दोन्ही गोष्टींचा फार जवळचा संबंध असतो. सृजनातील अनुभवांप्रमाणेच लैंगिक समागमात स्व-भाव विसरून दुसऱ्या व्यक्तीशी एकजीव व्हावे लागते. ज्याला/जिला 'स्व'ची ओळख पटलेली आहे आणि ज्याचा/जिचा 'स्व' पूर्ण विकसित झालेला आहे, तो/ तीच दुसऱ्यामध्ये एकरूप होऊ शकते. म्हणूनच पुरुषांइतकीच स्त्रीलाही 'स्व'तंत्रता याची जरुरी आहे. खुरटलेली, घुसमटलेली आणि दुय्यम स्थान लाभलेली स्त्री तिचे लैंगिक आयुष्यही पूर्ण बहरवू शकणार नाही. पुरुषांप्रमाणेच स्त्रीसुद्धा केवळ लैंगिक आयुष्य जगून राहू शकत नाही. स्व-त्वाची ओळख, स्वायत्तता, सर्व कार्यांतील सक्रिय सहभाग, स्वावलंबन, निर्णय घेण्याची क्षमता या गोष्टी तिला परिपक्व करतात व या परिपक्वतेचा शारीरिक सुख-समाधानाशी जवळचा संबंध आहे, याची जाणीव स्त्री-पुरुष दोघांनाही असायला हवी.

स्व-ची ओळख म्हणजे काय? मनुष्याने केलेले काम त्याची ओळख पटवते. अन्न, वस्त्र, निवारा या गरजांपोटी केलेली नोकरी वा अर्थार्जन म्हणजे स्व-त्वाची ओळख नव्हे. पैसा हा कामाचा एक व्यावहारिक परिणाम आहे. ज्या क्षेत्रात व्यक्तीच्या सर्व क्षमतांची कसोटी लागते व त्याला स्वत:च्या सुप्त सामर्थ्याची ओळख पटते, ते काम. अशा कामातूनच मनुष्यजातीचा विकास होत असतो. समाजातील एक जबाबदार व्यक्ती म्हणून पुरुषांच्या बरोबरीने मध्य प्रवाहात येऊन, शरीरापलीकडचे मानवी कार्य, अरुंदी भिंतीपलीकडे असलेले जग आणि भविष्याला आकार देण्यात असलेला क्रियाशील सहभाग स्त्रीला सामर्थ्यवान बनवतो. 'मी कोण?' या भयानक प्रश्नाला स्वत:कडे उत्तर नसणे, यापासून 'मला हवे ते मी होऊ शकते' या उंच उडीकडे नेणारा हा प्रवास आहे.

स्वत:वरचा विश्वास, काम करण्याची तयारी, स्पर्धात्मक जगात स्वत:ला सिद्ध करण्यासाठी लागणारी खंबीरता, वाटेतले अडथळे सर्व सामर्थ्यानिशी दूर

करण्याची कुशलता आणि जिद्द, झोकून देऊन काम करण्याची वृत्ती या सर्व गोष्टी व्यक्तीला स्वत:च्या क्षमतेची साक्ष पटवून देतात. कामाशी पूर्णवेळ बांधिलकी न ठेवणे, पैशासाठी कोणतीही हलकी-फुलकी नोकरी स्वीकारणे, नेतृत्व वा पुढाकार न घेणे, जबाबदाऱ्या पत्करण्यास नाखूष असणे, स्पर्धेमध्ये मागे राहण्याची वृत्ती असणे, बदलीसाठी बढती न स्वीकारणे वगैरे गोष्टी स्त्रियांमधील बाईपणाच्या भूमिकेला जास्त महत्त्व देण्याने येतात. घर-मुले, नवरा यांना आपण पूर्ण न्याय देऊ शकत नाही— अशा अपराधी भावनेने करिअरमध्ये अडथळे निर्माण होतात. याचा अर्थ घर, संसार, मुले, नवरा यांना सोडणे असा नाही; तर लग्न की करिअर अशी फारकत करणे चुकीचे, हे समजून घेणे. घर, लग्न, संसार, मुले त्याचबरोबर करिअर या दोन्ही गोष्टी तितक्याच महत्त्वाच्या आहेत. त्यांचा योग्य समतोल साधून स्व-विकास साधता येऊ शकतो.

स्त्री आणि पुरुष समान आहेत. त्या दोघांनाही आयुष्यात आपापल्या क्षेत्रात पुढे जाता आले पाहिजे. एकाच्या जिवावर दुसऱ्याने पुढे जाणे नव्हे, परस्परांच्या सहकार्याने दोघांनी मिळून पुढे जाणे. परस्परांवरील प्रेमात जर दुसऱ्याचा आत्मसन्मान सांभाळण्याची वृत्ती असेल, तर ही गोष्ट अवघड नाही. स्त्रीवाद हा शेवटी स्त्रीला या माणूस म्हणून जगण्याच्या आवश्यकतेवर आणून ठेवतो. म्हणून तो प्रत्येक स्त्रीचा अधिकार आहे. दि. ८ मार्च हा स्त्रीमुक्तिदिन साजरा करायचा तो स्त्रीच्या माणूसपणाकडे होणाऱ्या प्रवासाची जाणीव करून देण्यासाठी. 'लिव्ह अँड लेट लिव्ह'— आपण स्वत:ही तशा जगायला शिकू या आणि अन्य सखी साऱ्या जणींना शिकवू या.

०-०-०

हातात रिमोट घेऊन मी एक पासून शहाऐंशीपर्यंत चॅनेल पुन: पुन्हा खालीवर फिरवत राहते. बहुतेक चॅनल्सवर सामूहिक कसरतीचे नाच चालू असतात. अंगभर कपड्यात वावरणारी तरुण मुलं आणि टिचभर कपड्यात छातीचे आणि मांड्याचे प्रदर्शन करणाऱ्या तरुणींचे तांडे, सेक्सला आव्हान करणारे अंगविक्षेप करत, कंबर लचकवत त्या नृत्य नामक एका अतिसुंदर कलेचे विकृत रूप सादर करीत असतात. शब्द हवेत म्हणून इंग्रजी, हिंदी, पंजाबी शब्दांची सरमिसळ असलेल्या ओळी अत्यंत आक्रमक अशा संगीताच्या तालावर डोळ्यांबरोबर कानावर अत्याचार करत असतात. कॅमेऱ्याचा सगळा रोख त्यातल्या मुख्य अभिनेत्रीचे विविध अँगल्समधून टोकदार नखरे दाखवण्याकडे असतो आणि पार्श्वभागी तरुणींची अर्धीउघडी शरीरे बेधुंद नाचत असतात. कोणी ऐश्वर्या, सुश्मिता, राणी, करिना, प्रियंका वा मल्लिका, बिपाशा. कोणीही असोत, शरीर प्रदर्शनाशिवाय कोणाचीही या माध्यमातून सुटका नाही.

***

कोणताही हिंदी सिनेमा नायिकेला किती कमीत कमी कपड्यात सादर केले आहे, यावर बॉक्स ऑफिसवर हिट ठरतो. घेरदार पायघोळ कपड्यांमध्ये सुद्धा 'स्लिट' नामक एक खालून वरपर्यंत कापलेला भाग असतो. जेणे करून चालताना मांड्यापर्यंतच भाग उघडा पडतो. निपल्सपर्यंत अर्धे स्तन पुष्टपणे दिसावेत अशा प्रकारचे फॅशनचे कपडे डिझायनरने खास बनवलेले असतात. नायिका श्रीमंत आहे की गरीब, हा कपडे घालण्यामध्ये सवालच नसतो. ती तरुण बाई असते आणि प्रेक्षक खेचण्याचे एक महत्त्वाचे साधन असते. प्रेमदृश्ये किंवा बलात्काराची दृश्ये हाच मुख्य हेतू असल्याने कॅमेरा आणि ॲक्शन्स हेतूपूर्वक योजल्या जातात. अभिरुचीसंपन्न, कथाप्रधान चित्रपट म्हणून जाहिरात झालेल्या सिनेमांमधूनही 'आयटेम साँग' नावाचा प्रेक्षकांना चाळवणारा प्रकार कथानकाशी कोणताही संबंध नसताना घुसडला जातो. 'कुछ दर्द है मेरे सीनेमें', 'मुझे मस्त माहोलमें जीने दे', असे दुहेरी अर्थाचं गाणं म्हणत एखादी विश्वसुंदरी आपल्या अंगप्रत्यंगांचं दर्शन करत प्रेक्षकांना उल्लू बनवत असते.

***

पोलीस फंडासाठी चॅरिटी शो, अंध अपंगांसाठी एखादा मदत कार्यक्रम, वर्षारंभ, वर्षाचा शेवटचा दिवस म्हणून रस्त्यावर होणारी एखादी जंगी पार्टी, एखाद्या टीव्ही चॅनेल्सतर्फे दिला जाणारा पुरस्काराचा शो, एखाद्या उद्योजकाची वा अभिनेत्याची बर्थ डे पार्टी-कार्यक्रम कोणत्याही जागी, कोणत्याही गावी असो, एखाद्या राखीच्या उत्तेजक अंगविक्षेपांविना प्रेक्षकांचे समाधान होत नाही, त्यात थोडी कमतरता दिसली तरी हजारो लोक आरडाओरडा, मारामाऱ्या करून मांडवाला आग, खुर्च्यांची मोडतोड, शंभर सव्वाशे लोकांची डोकेफोड असले उद्योग चालू करतात.

जाहिरात ब्लेडची, जाहिरात सिग्रेटची, जाहिरात दारूची, जाहिरात शर्टपॅन्ट वा बुटाची...बाईच्या प्रदर्शनाशिवाय पुरी होत नाही. साबण, पावडरी, शॅम्पू, क्रीम्स, साफसफाई, धुलाई, खरेदी, स्लिम बनवणारी औषधे, वजनावर नियंत्रण ठेवणारी खाद्यतेले, साड्या, सोने, चांदी, हिऱ्यांचे दागिने या पलीकडे बाईला जगण्याचे कुठलेही विषय नाहीत. उजळपणाच्या क्रीम्स लावून ती आठ दिवसात 'काळे'ची 'गोरे' होते आणि हवाईसुंदरीपासून कुठलीही नोकरी आपल्या नव्या रूपावर हस्तगत करते. पावडर लावून वर्गात शिरल्यावर सारे सुगंधाने वेडे होऊन तिच्या मागे येतात. लांबसडक काळेभोर शॅम्पू केलेले केस तिला हवा तो पुरुष मिळवून देतात. साबण पावडरीवर एक रुपयाची सूट मिळाली म्हणून तिला जग जिंकल्याचा आनंद होतो. सुंदर, सदा आनंदी, ताजी टवटवीत तरुण बाई 'मी अंघोळीला चालले' म्हणून जाहीर करताच सारे घर तिच्यामागे आनंदाने येते. सासू तिला ओवाळते. मग ती अर्धे अंग उघडे टाकून साबण फासते.

या सर्व कुठल्या जगातल्या बायका? जाहिरातीतल्या वस्तू वापरून जीवन एकदम आनंदमय बनवून टाकणारी एक तरी बाई कोणी मला आणून दाखवेल काय?

किमान ५॥ फूट उंची, बारीक अंगकाठी, नाकीडोळी नीटस असलेल्या तरुण मुलींना तेरा, चौदा वयापासून मिस इंडिया बनल्याची स्वप्ने पडू लागतात. डाएट करून बारीक होणे, मेकप करून सुंदर दिसणे, हजारो रुपये खर्च करून तर तऱ्हेच्या फॅशनचे कपडे तयार करून घेणे, त्यानंतर वेगवेगळ्या पोझेसमध्ये पुन्हा हजारो रुपये खर्च करून आपला फोटो अल्बम तयार करून घेणे, एवढे करून एखादीची वर्णी पात्रता फेरीत लागली की मग त्यासाठी ट्रेनिंग, खाण्यापिण्यावरची बंधने, कॅटवॉक नामक चालण्याची कृत्रिम कसरत, तंग कपड्यात शरीराला बसवण्यासाठी करावी लागणारी कुतरओढ, टीचभर तळ असलेल्या

हायहिल्स घालून सहजपणे वावरण्याची सवय, हजारो प्रेक्षकांपुढे स्वत:ला सुंदर सिद्ध करण्याच्या अखंड प्रयत्नांचा मनावर येणारा प्रचंड ताण-एका मिस् इंडिया झालेल्या सुंदरीने नुकत्याच दिलेल्या मुलाखतीत हे सगळं किती प्रचंड त्रासाचं आहे हे नमूद केले आहे. कारण नुकत्याच झालेल्या विश्वसुंदरी स्पर्धेच्या वेळी प्रथम क्रमांक पटकावलेली पोर्टोरिकाची विश्वसुंदरी चाळीसाव्या मिनिटाला बेशुद्ध पडली. फॅशन म्हणून तिने घातलेल्या धातूच्या पोशाखाची ही किमया होती. या तंग पोशाखात स्वत:ला बसवण्यासाठी तिने गेले कित्येक दिवस शरीराची उपासमार केली होती. त्यामुळे हा धातूचा जड पोशाख तिचे शरीर पेलू शकले नाही. आपला माल खपविण्यासाठी भांडवलशाही अर्थव्यवस्थेने निर्माण केलेले हे स्त्रियांच्या सौंदर्याचे स्पर्धारूप शरीरप्रदर्शनाचे लोण आता शहरे, जिल्ह्याची गावे, इथपासून ते खुर्द, बुद्रुक अशा चारपाचशे उंबरठ्यांच्या गावांपर्यंत आणि शहरात तर गल्लोगल्ली पसरले आहे. गावात संडास नसतील, ड्रेनेज नसेल, पाणी मिळत नसेल, पक्की घरे नसतील, शाळा नसेल पण ब्युटी पार्लर असतेच आणि घरोघरीच्या तरुण सुंदऱ्या- अगदी दारिद्र्यापोटी आत्महत्या करणाऱ्या शेतकऱ्यांच्या कुटुंबातल्यासुद्धा– केस कापून आणि भुवया कोरून स्वत:चे सौंदर्य राखत असतात, संधी मिळाली की त्या पण गावसुंदरी स्पर्धेत उतरतात.

***

आजूबाजूला ठळकपणे दिसणारी ही काही उदाहरणे. याशिवाय स्त्रीचे अवमूल्यन अनेक अंगांनी अनेक क्षेत्रात सतत होत असतेच. मॉडेलिंग करण्यासाठी धडपडणाऱ्या बायका; सिनेमा, नाटके, टीव्ही सिरियल्समध्ये लहानमोठे रोल मिळण्यासाठी कोणतीही किंमत द्यायला तयार असणाऱ्या मुली आज, एरवी सनातन भारतीय संस्कृती सांभाळण्याचा ठेका मिरवणाऱ्या मध्यमवर्गीय घरातूनही येताना दिसत आहेत. बारबालांवर महाराष्ट्रात बंदी आली तरी वारुणी देणाऱ्या तरुण स्त्रियांचे छुपे अड्डे अजूनही जोरदार चालू आहेत. संभोगाची छुपी चित्रीकरणे करून बायकांना ब्लॅकमेल करण्याचे धंदे आणि अशा अश्लील फिल्मस् विकून पैसे कमवणारे पुरुष यांच्या बातम्या अधूनमधून वृत्तपत्रात येतात, काही काळ वादळे उठतात आणि वाचक मग सगळे विसरून जातात. बलात्काराच्या बातम्या तर आता इतक्या रोजच येतात की मनावर ओरखडाही उमटत नाही इतका बधिरपणा आलेला आहे. स्त्रीगर्भाची हत्या, लैंगिक छळ, हुंड्यासाठी मारहाण, खून, जाळणे, फसवून वेश्या व्यवसायात आणणे, एकतर्फी प्रेमाला प्रतिसाद न दिल्याने त्या बाईला संपवणे, अल्पवयात प्रौढांशी लग्न लावून देणे, स्त्रियांचा आंतरराष्ट्रीय व्यापार, दारू पिऊन मारहाण, लहानसहान

कारणांवरून संशयाने खून– अक्षरश: स्त्रियांच्या संबंधित बातम्या वेगवेगळ्या वृत्तपत्रातून जमा केल्या तरी रोजचे एक पुस्तक तयार होईल. 'बाई' हा जगातील अनेक आर्थिक उलाढालींचा, मोठमोठ्या व्यवसायांचा आणि सामाजिक व कौटुंबिक समस्यांचा एवढा प्रचंड मोठा विषय आहे याची जाणीव बायकांनाही नसेल आणि बायकांचे एवढ्या मोठ्या प्रमाणात अवमूल्यन आजवरही झाले नसेल.

जगात एका बाजूला बाईला पुरुषांप्रमाणे स्वातंत्र्य, समान हक्क, समान कामाला समान वेतन या चळवळींनी गेल्या पंचवीस वर्षांत सतत आंदोलने चालू असताना उपायांवरील 'अॅन्टीडोस' असावा त्याप्रमाणे बाईचे शोषण सर्व बाजूंनी जोरात सुरू आहे. एका बाजूला व्यक्ती म्हणून बायका स्वत:ला प्रस्थापित करू पाहात असताना बाजारपेठेने मात्र बाईला 'वस्तू'चे स्वरूप दिले आहे. पैसा मिळविण्याचे एक 'साधन' बनवले आहे. स्त्रीच्या सौंदर्याचा 'व्यापार' चालू केला आहे. पुरुषांचे मनोरंजन करण्यासाठी तर वर्षानुवर्षे स्त्रीचा वापर होत होताच, पण त्याला थोडे कलेचे तरी आवरण होते, आता उघडपणे स्त्रीचे शरीर हेच मनोरंजन बनले आहे. पुरुषप्रधान व्यवस्थेत पुरुषांच्या इच्छेला बाईला बळी पडावे लागते, एवढ्यापुरते हे वास्तव आता सीमित राहिलेले नाही. अस्वस्थ होण्याचे मुख्य कारण म्हणजे अपरिहार्यता म्हणून बाईचे शोषण नसून स्त्रियांनी आता स्वेच्छेने शरीरप्रदर्शनास सुरुवात केली आहे. प्रतिष्ठा, लोकप्रियता, कीर्ती, पैसा, पुरस्कार, मानसन्मान, पारितोषिके यांची एवढी मोठी प्रलोभने समोर असताना स्त्री सहजपणे स्खलनशील होताना दिसते. तारुण्य आणि शरीरसौंदर्य ह्या दोन हव्या त्या गोष्टी मिळविण्याच्या किल्ल्या आहेत आणि त्यांचा वापर करण्याने आपल्या 'स्त्रीत्वाला' काही धक्का लागत नाही, अशी सोयीस्कर समजूत करून स्त्रीनेच स्वत:ला माध्यमांच्या हातचे खेळणे बनवले आहे ही गोष्ट अधिक वेदना देणारी आहे. जिथे फक्त शरीराच्याच जोरावर आपल्याला सिद्ध करायचे आहे एवढीच जिद्द आहे, तिथे प्राणीपातळीवर उतरून व्यक्ती आपलेच माणूसपण गमावत असते. असे माणूसपण गमावलेल्या हजारो बायका आणि याच वाटेवर जाण्याची स्वप्ने बघणाऱ्या नव्या तरुण मुली स्त्री स्वातंत्र्याच्या लढ्यांना वर्षानुवर्षे मागे खेचत असतात हे पाहून मनावर मळभ दाटते. अंधार दाटून येतो, उमेद खचून जाते...

पण अंधारात कुठे प्रकाशाची तिरीप यावी अशा घटना भोवती घडत असल्या की, मनाला पुन्हा उभारी वाटू लागते. आज खेड्यापाड्यावरच्या बायकांनासुद्धा शिक्षण मिळण्यासाठी आईवडील धडपडताना दिसतात. आमच्या आयुष्याची माती झाली, आता पोरीच्या आयुष्याचे तरी सोने व्हावे अशी उमेद धरणारी एखादी

कॉलगर्ल, शरीर विकून पोरीला ऑस्ट्रेलियात शिक्षणाला पाठवते. पोलिसात भरती होण्यासाठी हजारो मुलींचे अर्ज येतात. एखाद्या आडगावात राहाणारी मुलगी पायलट होण्याची स्वप्ने बघते. एखादी मीरा बोरवणकर मुंबई-पुण्यासारख्या शहरातल्या गुन्हेगारांवर आपला वचक निर्माण करते. वाड्यावस्तीवरच्या कालच्या अशिक्षित मुली आज ग्रामपंचायतीच्या निवडणुका लढवून सरपंच होताना दिसतात. बचतगटाच्या माध्यमातून कित्येक बायका आज घरादाराचा खर्च निभावताना दिसतात. गावात बायकांनी सामूहिकपणे गावठी दारूची पिंपेच्या पिंपे ओतून गाव दारूमुक्त केल्याच्या बातम्या येतात. शिक्षण घेण्याच्या लहान वयात आईवडील बळजबरीने लग्न लावून देऊ लागले तर त्याला विरोध करून पळून पोलीस चौकीवर खबर देणारी एखादी ग्रामकन्या लक्ष वेधून घेते. पुरुषांच्या बरोबरीने बायका सॉफ्टवेअर क्षेत्रात मोठ्या प्रमाणात आज इंजिनिअर बनून नोकऱ्या मिळवू लागल्या आहेत. उच्च शिक्षणासाठी एकट्या दुकट्या परदेशी जाऊ लागल्या आहेत. एखादी किरण बेदी, कल्पना चावला, आजच्या तरुण स्त्रियांमधून निर्माण होईल. शासनानेही काही विधायक पावले उचलली आहेत. स्थानिक स्वराज्य संस्थांमधील ३० टक्के महिला आरक्षणामुळे आज तळगाळातल्या बायकांनाही सत्तास्थाने मिळू लागली आहेत. स्त्रीधनाचा कायदा, वारसा हक्क, बलात्काराची इन कॅमेरा चौकशी होत आहे, बलात्काराच्या केसेस फक्त स्त्री न्यायाधीशांपुढे चालवण्याची घोषणा– ह्या काही चांगल्या बाबी आहेत. हुंडाबंदीचा कायदा करूनही हुंड्यासाठी बाईचा जीव जातो ही गोष्ट खरी असली कायद्यामुळे दहापैकी पाच लोक तरी टरकून वागतात, ही गोष्टही तितकीच खरी आहे. गर्भलिंग चिकित्सेला पायबंद घालण्यामागे किती मुलींना जीवदान मिळाले हा प्रश्न असला तरी निदान भ्रूणहत्या करणाऱ्यांना जरब बसते. बारबालांवर बंदी आल्यामुळे निदान काही अंशी विकृत शरीरप्रदर्शनाला आळा बसतो.

समाजातला कुठलाही प्रश्न हा सुटासुटा नसतो. प्रत्येक प्रश्नाची एक सामूहिक गुंतागुंतीची साखळी असते. स्त्रियांच्या बाजारीकरणाचा प्रश्न हा असाच अनेक महत्त्वाच्या प्रश्नांशी जोडलेला आहे. एड्सग्रस्तांची वाढती संख्या हे याच प्रश्नाचे एक भयानक रूप आहे. प्रचंड प्रमाणात अस्ताव्यस्त वाढणारी लोकसंख्या, जिथे तिथे काँग्रेस गवतासारखी उगवणारी. एका बाजूला प्रचंड श्रीमंती, दुसऱ्या बाजूला दारुण दारिद्र्यावस्था, सुशिक्षित तरुणांमधली बेकारी, समाजात फोफावलेली अंधश्रद्धा, बुवाबाजी, दारूसारखी व्यसने, खोलवर रुजलेला भ्रष्टाचार, वशिलेबाजी, लाचखोर, चंगळवादी वृत्ती आणि संस्कृतीचे भूषण असणाऱ्या मूल्यव्यवस्थेची बेछूट पायमल्ली- - यासारख्या सर्व समस्या या स्त्रियांच्या अवमूल्यनाशी या ना त्या प्रकाराने जोडलेल्याच

आहेत. जिने समाजाच्या अधोगतीपासून समाजाला वर आणण्यासाठी काही दिशा दाखविल्या अशी स्त्रीच समाजाला खोल गर्तेत नेऊ लागली, तर असे समाज वर येणे कठीण, म्हणून स्त्रीचा वापर करण्याची वृत्ती फार भयावह वाटते.

समर्थ स्त्रियांची संख्या आणि त्यांचे सामर्थ्य वाढले तरच आमचा समाज आणि आमची कुटुंबव्यवस्था भविष्यात स्थिर पायावर उभी राहू शकेल.

० - ० - ०

४. जीवो जीवस्य जीवनम्

काही वेळा अचानक कित्येक असंबद्ध गोष्टी एकमेकांशी जुळून जातात. त्याची कल्पनाच करता येत नाही. विसंगतीतून जीवनविषयक काही बेचैन करणारी सत्ये कित्येक वेळा नकळत आपोआप आपल्यासमोर येत राहतात आणि आपण अवाक् होऊन जातो. गेले दोन-तीन महिने अमेरिकेत मुलीकडे गेले होते. समोर टीव्हीचा मोठा स्क्रीन. हाताशी रिमोट कंट्रोल आणि भरपूर रिकामा वेळ. त्यामुळे सतत चॅनल बदलत काहीतरी पाहत राहणे हे वेळ घालवण्याचं एक छान साधन होते. सी एन एन हा खरेतर बातम्यांचा चॅनेल. जागतिक बातम्या लगेचच्या लगेच देणे ही त्यांची खासीयत! पण बातम्या सतत पाहात राहिलं, तर त्याच त्याच बातम्या क्लिपिंगसकट पुन: पुन्हा दिल्या जातात हे लगेचच लक्षात यायचे. आपल्याकडच्या काही चॅनल्सप्रमाणे सी. एन. एन. वर बातम्या कमी वेळा आणि जाहिरातींचे ब्रेक अधिक! एक बातमी सांगितली की पाचसहा मिनिटं जाहिराती! पण त्याही फार लक्षवेधक आणि आकर्षक नसायच्या. तुलना करता आपल्याकडच्या जाहिराती खरोखरच खूपच कल्पक आणि चित्रमय असतात असे वाटायचे! पण या जाहिरातीतून चटकन नजरेत भरायच्या त्या अमेरिकन बायका आणि पोरं! जाड्याजुड्या, गोऱ्यापान, 'ओबीज', भडक लिपस्टिक लावणाऱ्या, चरबी लोंबणाऱ्या, अर्धेपाऊण अंग उघडे टाकणाऱ्या, हाफ चड्ड्यांमधून मांड्या दाखवणाऱ्या आणि लोकट ब्रेसिअर्समधून छातीचं निम्मंअधिक वैभव प्रदर्शित करणाऱ्या! जणू काही सगळा देशच ओबीज असावा असे वाटायला लावणाऱ्या सगळ्या जाहिरातीतल्या बायका, खाऊनपिऊन फुगलेल्या, स्लिम होण्यासाठी गोळ्या किंवा काहीतरी पेयाची जाहिरात करणाऱ्या, लिपस्टिक, शाम्पू, डाय, मेकप्स, आरामदायी गाड्या, हॉटेल्स यांच्या जगात राहाणाऱ्या, चरबी कमी करण्यासाठी जिममध्ये घाम गाळणाऱ्या बायका आणि तशीच त्यांची टम्म् फुगलेली पोरं. गोरीपान, गुलाबी गालांची, अंगानं टमटमीत, चेहऱ्याने टवटवीत, हसरी, छान कपडे घातलेली, बार्बी नाहीतर सॉफ्ट टॉइजशी खेळणारी, बापाने उतरवलेल्या मोठमोठ्या विम्याच्या रकमेच्या सावलीत सुरक्षित जीवन जगणारी, चॉकलेट चघळणारी आणि लाडे लाडे बोलणारी...एक छान छान

जग असे जाहिरातीतून मध्ये मध्ये यायचे! एक 'पहा पहा' म्हणून खूप जाहिरात केलेला कार्यक्रम होता, म्हणून मुद्दाम लावला. कार्यक्रमाचे नाव होते. 'ड्राऊट इन नायजेर', कार्यक्रम आठवणीनं लावला-आफ्रिकेतल्या नायजेर देशातील दुष्काळ, कणाकणातून फाटलेली जमीन, झाडाझुडपांचा मागमूस नाही. इथं कुपोषणानं हजारो मुलं मेली आणि हजारो मरणाच्या दारात उभी ठाकलेली...उभी कुठली, त्यांच्या अंगात श्वास घेण्याचसुद्धा त्राण नाही...मध्येच जाहिरातीचा ब्रेक आणि गोरंपान जाडजूड अमेरिकन जग...नायजेरच्या दुष्काळाची चित्रं पाहावत नव्हती. डोळे खोल गेलेली. डोके मोठे झालेली, हातपाय काड्या, नगाऱ्यासारखी पोटे, काळीकुळकुळीत उघडी अंगं, अंगावर माशा घोंगावताहेत. दूध पिण्याचेसुद्धा त्राण ओठांना नाही. अर्धमेल्या अवस्थेतली हजारो पोरे बिछान्यावर नाहीतर फरशीवरच्या पटकुऱ्यावर हॉस्पिटल नामक लांबलचक कॉरिडॉरमध्ये इथून तिथून पसरलेली. चिटाची झंपरं आणि पायघोळ स्कर्ट घातल्यासारख्या त्यांच्या आया...निर्विकार चेहऱ्यावर हताशपणा घेऊन पोरांजवळ असाह्य बसलेल्या...पोर केव्हा मरतंय याची जणू वाट पाहणाऱ्या...डोळे त्यांच्याकडे पाहू देत नव्हते इतकं ते चित्र भयाण होतं, त्यांचे क्लोजअप्स तर मानवी आयुष्याच्या विटंबनेची चेष्टा केल्यासारखे वाटू लागले. सगळं जमिनीसारखं फाटलेलं जीवन अंगावर आल्यासारखं वाटलं, मी पटकन चॅनेल बदलला आणि माझ्या डोळ्यासमोर सुंदर सुंदर पदार्थांची मांडणी करून भरलेल्या डिशेस आल्या. पिझ्झा, कुकीज, डेझर्टस्, जॅम्स्, ज्युसेस, एक रंगीतसंगीत संपन्न जग! हा फूड चॅनेल, इथे दर क्षणी नवनवीन पदार्थांच्या कृती शिकवल्या जातात...पडद्यावर चीजचे ढीग घातलेली, स्ट्रॉबेरीनं सजवलेली, बटर, पिस्ते, बदाम, चॉकलेट भरभरून घालून कुकीज बनवणारी हसती खेळती एक जाडीजुडी गोरीपान अमेरिकन बाई...ती गोड गोड आवाजात पदार्थांची कृती सांगत होती, भराभरा पदार्थ तयार होत होते. शेजारच्या टेबलावर चारपाच माणसं त्या पदार्थांची लज्जत चाखत बसली होती. पदार्थ थोडा थोडा उष्टावून बाजूला सारत बसली होती. एक तृप्त, मस्तवाल संस्कृती...मरणाच्या दारातील आसन्न पोरं मी फार वेळ पाहू शकले नाही. पण त्या पार्श्वभूमीवर संपन्न अन्नाचं सुग्रास दर्शन तर मला अजिबात खिळवून ठेवू शकलं नाही. एक प्रकारचा नॉशिया आला आणि चॅनेल बदलत मी डिस्कव्हरीपाशी थबकले. हिरवंगार लांबलचक गवताळ रान...आणि त्यात दबून बसलेले वाघोबा. त्यांचे तीक्ष्ण डोळे भक्ष्यावर एकटक खिळलेले...हळूहळू पावलांचा किंचितही आवाज न करता वाघोबा पुढे पुढे येतात, गवताचं पातंही हलू देत नाहीत आणि मग एकदम विजेच्या वेगानं हरणाच्या मागे पळू लागतात, पाय जमिनीला खिळत नाहीत, विजेच्या वेगानं

मानगुटीवर बसतात आणि तोंडात हरणाची मान धरून हळूहळू शिकार घेऊन चालू लागतात. आपल्याच मस्तीत. बिचाऱ्या हरणाला ते कधी शिकार बनले ते कळतही नाही. ओरडायची, पळायची कसलीच संधी मिळत नाही. त्याचे लचके तोडायला एव्हाना वाघानं सुरुवात केलेली असते. ताज्या मांसाच्या तुकड्यांनी त्याचं तोंड रंगलेलं असतं आणि चेहऱ्यावर अपार सुख! मेलेल्या हरणाचे खोल गेलेले अश्राप डोळे अजून उघडेच असतात.

मी टीव्ही बंद करते आणि डोळे मिटून स्वत:शीच या प्रसंगांचे धागे एकमेकात गुंतवत राहते.

०-०-०

५. स्त्री आणि सौंदर्य

स्त्रिया आणि सौंदर्य यांचा संबंध सनातन आहे. संस्कृतीच्या विकासात पुरुषप्रधान संस्कृती स्त्रियांवर आपली पकड मजबूतपणे ठेवण्याच्या कालखंडात सौंदर्याचं भूत बहुधा स्त्रियांच्या मानेवर बसविण्यात आलं असावं. या भुताचं एवढं प्रचंड ओझं आजही स्त्रियांच्या डोक्यावर इतकं आहे, की जन्मापासून मृत्यूपर्यंत सौंदर्य टिकविण्याची विवंचना स्त्रियांना काही सुटत नाही. एका बाजूला हा कालखंड स्त्रियांच्या चळवळींचा, स्त्री स्वातंत्र्याचा, स्त्रियांच्या बाजूने कायदे करून घेण्याचा आहे. स्त्री शिक्षणाची निकड खेड्यापाड्यातील स्त्रियांनाही भासते आहे. स्त्रीची नोकरी, करिअर, अर्थार्जनासाठी घराबाहेर पडणं, प्रसंगी कुटुंबापासून दीर्घकाळ दूर राहावं लागणं या गोष्टी आता अपवादात्मक राहिलेल्या नाहीत. भारतीय स्त्री सैन्याची एक तुकडी नुकतीच लिबियाला रवाना झाल्याचे वृत्तपत्रातील फोटोही अनेकांनी पाहिले असतील. संशोधन, पोलीस खाते, सैनिक, राजकारण, कामगार क्षेत्र, उद्योगधंदे, सॉफ्टवेअर कोणतंही क्षेत्र आता असं उरलेलं नाही की जिथे स्त्रिया प्रवेश करू शकत नाहीत. परदेशात अनेक स्त्रिया जड वाहनांवर ड्रायव्हर म्हणून काम करतात, रेल्वेमध्ये इंजिन ड्रायव्हर असतात, बोटींवर कॅप्टन म्हणून किंवा विमानात पायलट म्हणून काम करताना दिसतात. आपल्याकडे या क्षेत्रात स्त्रिया आज फारशा दिसत नाहीत, पण काही वर्षांत भारतीय स्त्री या थोड्या दुर्लक्षित क्षेत्रातही चमकताना दिसेल. भारतीय वंशाची सुनीता विल्यम्स सध्या सहा महिने एकटी अंतराळात वास्तव्याला आहे. स्वप्नवत वाटावं असं हे अंतराळातलं एकाकी जीवन एक स्त्री मानसिकदृष्ट्या खंबीरपणे कसं व्यतीत करत असेल ही कल्पनेच्या पलीकडची घटना आहे.

गेल्या दीड-दोनशे वर्षांतला हा सारा प्रवास स्त्रीला तिच्या माणूसपणाकडे घेऊन जाणारा आहे. मी फक्त बाई, मादी, आई नाही; मी एक पुरुषाइतकीच विचार करण्याची ताकद असलेली व्यक्ती आहे. बुद्धिमत्ता आणि शारीरिक क्षमता यांच्या बाबतीतही माझ्यात काही कमतरता नाही हे सिद्ध करण्याची धडपड करण्याकडे या सगळ्या प्रवासाची दिशा आहे. भारतात स्त्रीला घटनात्मक स्वातंत्र्य

न झगडता मिळालं तरी पाश्चात्त्य स्त्रीनं गेली तीन शतके सतत चळवळी, निदर्शने, तुरुंगवास, जाहीरनामे, प्रचंड विरोध हे सगळं करत करत आपलं माणूसपण मिळवलं आहे. स्वातंत्र्य, समता, बंधुता ही लोकशाहीची मूल्यं आमच्यासाठीही आहेत हे मोठमोठ्या विचारवंतांच्या गळी उतरवताना स्त्रियांची पिढ्यान्‌पिढ्या किती दमछाक झाली हा इतिहास अजून ताजा आहे. एका बाजूने हा प्रवाह जोरकसपणे वाहण्याचा प्रयत्न करीत असताना, या प्रवाहाच्या विरुद्ध दिशेने आलेल्या स्त्रीसौंदर्यस्पर्धानामक प्रचंड वादळानं स्त्रियांनी मिळविलेल्या थोड्याफार यशाला पार धुवून काढायला सुरुवात केलेली आहे आणि पुन्हा पुन्हा बजावून सांगितलं की, शेवटी तुम्ही बायकाच आहात. तसं बायकी राहण्यातच तुमचं खरंखुरं हित आहे. सुंदर व्हा, सुंदर दिसा, पुरुषांना खूश करा आणि आनंदानं जगा. कशाला हव्या आहेत तुम्हाला पुरुषांच्या जगातल्या नोकऱ्या, जीवघेण्या कटकटी, स्पर्धा? दुसऱ्यांचं मन मोहून घेण्याचा, दुसऱ्यांना आकर्षून घेण्याचा व्यवसाय तुम्ही करा. त्यासाठी डोकं लागत नाही, शिक्षण लागत नाही, फक्त चांगलं शरीर लागतं, सुंदर दिसावं लागतं, तरुण असावं लागतं. या तीनही गोष्टी तुमच्याकडे नसतील तरीही हरकत नाही, आम्ही त्या तुम्हाला देऊ शकतो.

स्त्रिया सुंदर दिसाव्यात म्हणून जगाच्या बाजारात कोट्यवधी डॉलर्सची रोजची उलाढाल असलेला एक प्रचंड मॉल बघता बघता उभा राहिला. हा मॉल एवढा सर्वव्यापी आहे की त्याचं आकर्षण फक्त पाश्चात्त्य बायकांनाच आहे असं नाही, ते पौर्वात्यांनाही तितकंच आहे. गोऱ्या बायकांना आहे, काळ्यांना आहे. तरुण मुलींना आहे, म्हाताऱ्या बायकांना आहे. नट्यांना आहे, वेश्यांना आहे, तसंच अगदी सात्त्विक व्यवसाय करणाऱ्या मास्तरणींना आणि पौरोहित्य करणाऱ्या बायकांनाही आहे. फॅशनचं माहेरघर असणाऱ्या प्रचंड मोठ्या शहरातल्या श्रीमंत बायकांना आहे तसंच शंभर सव्वाशे वस्तीच्या खेड्यावाड्यांवर राहाणाऱ्या गरीब पोरींनाही आहे. सुंदर दिसण्याचं हे वेड भांडवलशाही बाजारपेठेनं अशा खुबीनं तुमच्या-माझ्यामध्ये पसरून दिलं आहे की स्त्री आणि सौंदर्य याचं पाहाता पाहाता आम्ही एक घट्ट समीकरण बनवून टाकलं आणि जी स्त्री या समीकरणाला चिकटली नाही तिला बहिष्कृतही करून टाकलं.

छोट्या बाळीचा जन्म झाल्याबरोबर तिच्यासाठी बेबी शांपू, बेबी लोशन, बाथ सोप, बेबी ऑईल, बेबी पावडर, सूदिंग नॅचरल्स, बेबी सेंट, नर्सरी जेल, बेबी क्रीम, बॉटम बटर, हिलिंग ऑईंटमेंटस्...बाजारात चक्कर टाकलीत तर ही यादी आणखी कितीतरी लांबवता येईल. बायकांसाठी असलेल्या सौंदर्यप्रसाधनांची

तर यादीच करता येणे कठीण. किती कंपन्या आणि किती प्रकारची सौंदर्यवर्धके? नुसते शांपू पाहिलेत तर शांपू वेगळे, कंडिशनर्स वेगळे, काळ्या केसांसाठी वेगळे, कुरळ्यांसाठी वेगळे, सरळ केसांचे वेगळे, लहान केसांचे वेगळे, मोठ्या केसांसाठी वेगळे, बायकांचे वेगळे, पुरुषांचे वेगळे, लहान मुलांचे वेगळे, कोंड्यासाठी वेगळे, तुटक्या केसांसाठी वेगळे, केस वाढण्यासाठी वेगळे, जाड होण्यासाठी वेगळे, रासायनिक वेगळे, हर्बल वेगळे, आयुर्वेदिक वेगळे-- छप्पन तऱ्हा. केसांचे डाय या प्रकारात किमान शंभर वेगवेगळ्या रंगछटांचे डाय जगाच्या बाजारात उपलब्ध आहेत. केस हा एक अभ्यासाचा विषय ठरविलात तर केस वाढविणारी तेले, सुगंधी, आयुर्वेदिक औषधी, हरतऱ्हेची जेली, मेंदी, पोटात घेण्याच्या गोळ्या आणि प्रचंड खर्चिक अशी केसांवर ग्राफ्टिंग करणारी ट्रीटमेंट. एका बाजूला डोक्यावरचे केस वाढविण्यासाठी प्रयत्न करताना दुसऱ्या बाजूला अंगावरचे केस काढण्यासाठी प्रचंड संख्येने अस्तित्वात असलेली साधने. दाढी-मिशांचे केस रेझर वा कात्रीनं कापले की पुरुषांचा प्रश्न संपला, पण बायकांचा प्रश्न नेहमीच जटिल आणि खर्चिक असतो, त्यामुळे केस काढून टाकण्याच्या शेकडो तऱ्हा बाजारात उपलब्ध आहेत. त्यातही चेहऱ्यासाठी वेगळ्या, अंगासाठी वेगळ्या. रेझर हा पुरुषी प्रकार - त्यामुळे कातडी खडबडीत होणार, त्यासाठी तो बायकांना वर्ज्य. बाईचं सर्व शरीर केसविरहित, मऊ, पॉलिश्ड कांतीचं हवं म्हणून मग वॅक्सिंग, थ्रेडिंग, हेअर रिमूव्हर्स, इलेक्ट्रोलिसिस, लेझर ट्रिटमेंटस, दिवसेंदिवस नवनवे शोध आणि नवनवी उपकरणे बाजारात येत असतात.

नितळ, सुंदर, पारदर्शी, तेजस्वी कांती हा तर सौंदर्य-प्रसाधनांच्या बाजारातला मूलमंत्र. यासाठी किती तऱ्हेची क्रीम्स, मॉइश्चरायझर्स, जेलीज्, साबण, कॅलॅमाईन्स, फेस पावडर्स बाजारात उपलब्ध आहेत याची गणनाच करता येणार नाही. एखाद्या मोठ्या डिपार्टमेंटल स्टोअरमध्ये एखादी पूर्ण बाजू सुंदर सुंदर आकाराच्या, आकर्षक रंगाच्या डब्यांनी आणि बाटल्यांनी तुम्हाला भरलेली दिसेल. नुसत्या सुंदर सतेज कांतीनं भागत नाही, त्यावरच्या मुलाम्यासाठी कित्येक शेडच्या लिपस्टिक्स, आय लायनर्स, आय शॅडोज, मस्कारा, खोट्या पापण्या, नेलपॉलिश, सुगंधासाठी अत्तरं, सेंटस्, डिओड्रंटस्, हातापायांच्या नखांसाठी मॅनिक्युअर्स, पेडिक्युअर्स. नववधूंचा शृंगार आणखी वेगळा. हे सगळं करण्यासाठी ब्युटी पार्लर्स. त्यांची एका वेळची एखाद्या ट्रिटमेंटची फी कमीतकमी शंभर रुपयांपासून पन्नास हजार रुपयांपर्यंत. तसेच स्पा, मसाज सेंटर्स, हेअर स्टायलर्स अलग. प्रचंड खर्चिक आणि वेदनाकारक

कॉस्मेटिक सर्जरी. तुम्हाला स्वत:ला तुमचा चेहरा ओळखू येणार नाही इतका बदल तुमच्यात करून देणारी. स्पेशलाईज्ड मेडिकल ब्रांच म्हणून दरदिवशी नव्यानं विकसित होणारी.

तरुणपण तिशी पस्तीशीनंतर ओसरू लागण्याची भीती तुमच्या मनातून हद्दपार करण्यासाठीसुद्धा हा उद्योग व्यवसाय सज्ज आहेच. अंगावरच्या सुरकुत्या नाहीशा करणारी मलमे, क्रीम्स, औषधांच्या गोळ्या, हार्मोन्सची ट्रिटमेंट, शस्त्रक्रिया वगैरे अनेक उपाय मौजूद आहेत. तुम्ही फक्त पर्सचं तोंड सतत उघडं ठेवायला हवं. बाळंतपणात पोटावरचा ताण सैल पडल्यावर उठणारे व्रण बुजवणारी मलमे, खेळात भाग घेणाऱ्यांसाठी तोकड्या कपड्यातून उठून दिसणाऱ्या शरीरासाठी स्पेशल क्रीम्स...किती प्रकारांनी या वस्तूंच्या निर्मात्यांनी स्त्री शरीराचा अभ्यास केला आहे पहा!

गेल्या पन्नास-साठ वर्षांमध्ये या सौंदर्य प्रसाधक उद्योगांची प्रचंड वाढ झाली आणि हाच काळ स्त्रीमुक्तीच्या आंदोलनाचाही होता ही गोष्ट लक्षात घ्यायला हवी. जागतिकीकरणामुळे संपूर्ण जगाची बाजारपेठ मोठमोठ्या कंपन्यांना खुली झाली आणि वाहतुकीच्या सोयीमुळे या वस्तू जगाच्या कानाकोपऱ्यातल्या बायकांपर्यंत जाऊन पोहोचल्या. या वस्तूंचं आकर्षण बायकांमध्ये निर्माण करणारा सर्वांत मोठा घटक म्हणजे प्रसारमाध्यमं! सिनेमातल्या नटनट्यांचे सुंदर चेहरे हे कोणत्याही तरुण स्त्रीचे आदर्श बनले आहे. तुम्हीही माधुरी, ऐश्वर्या, करीना यांच्यासारख्या सुंदर बनू शकता अशी आभासी वचने या वस्तूंनी दिली. सौंदर्य आणि यशस्वी जीवन यांची बेमालूम सांगड घालण्यात सिनेमा, दूरदर्शन, जाहिराती, सीरियल्स यांनी भरपूर हातभार लावला. सुंदर स्त्रीला सौंदर्य स्पर्धांमधून मिळणारी प्रचंड प्रसिद्धी, तिच्याभोवती असलेल्या झगमगाटाचे वलय, तिचा सिनेमा-नाटकातून होणारा शिरकाव, तिला मिळणारा अमाप पैसा, सार्वजनिक जीवनात मिळणारी प्रतिष्ठा, तिच्या सौंदर्याचे कौतुक करणारे लेख, तिच्यामागे जाणारे पुरुष फॅन्स, तिच्यासाठी भराभर उघडणारी लैंगिक जीवनाची दारं. सौंदर्यवती स्त्रीला जगातील कुठल्याही- अगदी बौद्धिक, शैक्षणिक क्षेत्रातही मिळणारा बहुमान आणि कुठल्याही विषयावर तिचे मत बहुमूल्य मानण्याची प्रसारमाध्यमांची मनोवृत्ती, हे सगळं पाहताना प्रत्येक मुलीला सुंदर कसं बनता येईल याची स्वप्ने पडू लागतात आणि सुंदर मॉडेल्स ज्या वस्तूंची जाहिरातीतून भलावण करतात त्या वस्तूंची मागणी प्रचंड प्रमाणात वाढते. या सौंदर्यवर्धक वस्तूंनी जाहिरातीतून केलेले दावे अतिशयोक्तीपूर्ण, क्षणिक आणि अनेकदा फसवे असतात. हे माहीत असूनसुद्धा वर्षानुवर्षे आपण

वेगवेगळी प्रसाधने वापरत असतो. आपण एखादे क्रीम वापरले आहे एवढीही गोष्ट समाजात वावरताना आत्मविश्वास निर्माण करायला पुरेशी होते. जाहिरातीतून, गोरेपणाचं क्रीम लावून सात दिवसात रंग उजळल्यावर प्रत्येक ठिकाणी नाकारल्या गेलेल्या मुलीच्या मागे मुलं लागतात, नोकरीच्या इंटरव्ह्यूत तिचीच निवड होते. नकळतपणे अनेक काळ्या मुली अशा क्रीमकडे खेचल्या जातात. अशी जादू खरंच झाली असती तर काळ्या रंगाच्या मुली दिसल्याच नसत्या. सगळीकडे गोऱ्या गोऱ्या मुलीच दिसल्या असत्या. गिऱ्हाईक म्हणून जगभर झालेला बाईचा उदय आणि अशा गोष्टींसाठी पैसा खर्च करण्याइतका पैसा बायकांच्या हाती आला आणि पैसा खर्च करण्यासाठी जरूर असलेली सत्ता बायकांच्या हाती आली म्हणून हा व्यवसाय अधिकाधिक वाढत गेला. लठ्ठपणा कमी करणे हा तर अनेक बायकांच्या आयुष्यभराचा चिंतेचा विषय आणि त्यासाठी हजारो रुपये खर्च करण्याची तयारी. तरीही एखादी लठ्ठ बाई अशा उपायांनी चवळीच्या शेंगेसारखी सडपातळ झाली असं पाहिलं, ऐकलं नाही. म्हातारपणात येणाऱ्या सुरकुत्या क्रीमनं फिक्क्या झाल्यासारख्या वाटल्या तरी तास-दोन तास त्यांचा परिणाम टिकणारा. नैसर्गिकरित्या होणारे बदल कायमस्वरूपी थोपविण्याची प्रसाधनं आज तरी उपलब्ध नाहीत आणि सतत मेकअप करून कोणी माधुरी, ऐश्वर्या होऊ शकत नाही. खोटे केस, खोटी नखं, खोटे स्तन, खोटे दात लावून फारतर काही काळ सौंदर्याचा मुखवटा चढवता येईल, पण त्यामुळे मुळातलं रंगरूप बदलत नाही.

हे मनातून माहीत असूनही आपण आपला नैसर्गिक चेहरा घेऊन समाजात वावरू शकत नाही, कारण मुळामध्ये बाई ही नैसर्गिक अवस्थेत सुंदर नसतेच असे म्हणण्यापेक्षा आपण नैसर्गिक सुंदर आहोत हा आत्मविश्वास बाईला नाहीच, त्यामुळे कृत्रिम साधनांनी स्वत:ला सतत सुंदर ठेवणं बाईला भाग पडतं. प्राण्यांमध्ये आणि पक्ष्यांमध्ये नर हा मादीपेक्षा अधिक सुंदर असतो. मोराच्या पिसाऱ्याचा दिमाख लांडोरीला नाही. कोंबड्याच्या तुर्रेबाज चालीपुढे कोंबडीचं चालणं म्हणजे फेंगडे पाय टाकणं. सिंहाचा रुबाब सिंहिणीला नाही. माणसांच्या जगातही प्रमाणबद्धपणात नर हा मादीपेक्षा अधिक आकर्षक आहे, म्हणूनच कदाचित मादीला नराला आकर्षून घेण्यासाठी कृत्रिम साधनांची गरज लागत असावी. मुख्य महत्त्वाचे म्हणजे प्राण्यांमध्ये मादी निवडण्यात सौंदर्य हा निकष नसतोच. ती मादी आहे एवढी गोष्ट तिच्याशी संबंध ठेवायला पुरेशी असते. माणसांमध्ये मात्र नैसर्गिक निवड नसून सेक्शुअल निवड असते. जुन्या काळातल्या जोडप्यांचे फोटो पाहिले तर दिसायला चांगल्या असणाऱ्या पुरुषांच्या विजोड बायका अनेक ठिकाणी दिसतात, पण काळातील

बदलानुसार 'सुंदर बायको हवी' अशी मागणी कुरूप पुरुषही करताना दिसू लागले, कारण पैसा असेल तर काळ्या पुरुषालाही गोरी बायको मिळू शकते हे त्यांना अनुभवाअंती कळलं आहे. 'पराक्रम हे पुरुषाचं सौंदर्य आहे, तर सौंदर्य हा स्त्रीचा पराक्रम आहे' अशी काही फसवी चमकदार वाक्यं साहित्यात अनेकदा सापडतात आणि ती बायकांच्या मनात स्वत:बद्दल चुकीच्या कल्पना निर्माण करतात आणि त्यांना शारीरिक पातळीवर जगायला आणून ठेवतात. सुंदर बाईमुळे मीलनाची ओढ वाढते, अधिक सुखकारक अनुभव मिळतो, सुंदर बाई अधिक निर्मितीक्षम असते वगैरे गैरसमज समाजमनावर पक्के कोरलेले असतात. त्यातून बाहेर पडून त्यातलं सत्य स्वीकारण्याची माणसांची तयारी नसते. त्यामुळे मनुष्यप्राण्यात बायका-बायका परस्परांशी स्पर्धा करू लागतात. आपण इतरांपेक्षा चांगले दिसलो तर आपले नवरा मिळण्याचे चान्सेस अधिक वाढतात असे बायकांना वाटते, त्यातूनच सौंदर्यप्रसाधने आणि इतर उपचारपद्धती यांचा आश्रय बायका मोठ्या प्रमाणात घेऊ लागतात.

विवाहानंतरही नवऱ्याचे लक्ष आपल्यावरून उडून दुसऱ्या बाईकडे जाईल याची प्रचंड धास्ती बायकांच्या मनात असते, त्यामुळे कोणत्याही कृत्रिम साधनांनी स्वत:ला तरुण, सुंदर, आकर्षक ठेवणे हा विवाहित स्त्रीच्या आयुष्याचा एक महत्त्वाचा भाग बनतो. पार्लमेंटमध्ये बसणारी बाई असो, विद्यार्थ्यांपुढे शिकवणारी बाई असो, पोलीस बाई असो...कोणतीही बाई आपण बाई आहोत हे कधीही विसरत नाही, म्हणूनच आपण सुंदर दिसलं पाहिजे ही गोष्ट कोणत्याही व्यवसायातील स्त्रीला कधीच सोडता येत नाही. या मनोवृत्तीचा नेमका फायदा सौंदर्योत्पादकांना होतो. एखादी वस्तू आपण सतत विकत घेतो, तेव्हा हळूहळू आपण त्या वस्तूला विकले जात असतो. पूर्वी जेव्हा शांपू अस्तित्वात नव्हते तेव्हा बायका शिकेकाईने नहात होत्या, आता शांपू वापरायची इतकी सवय आपल्याला झालेली आहे की शांपूविना आपण महिनाभरसुद्धा काढू शकत नाही. एखाद्या कायद्यानं अथवा जादूनं जगातली यच्चयावत सौंदर्यप्रसाधनं व साधनं नाहीशी झाली अशी घटकाभर कल्पना केली तर बाईचं जीवन किती पंगू होईल? कदाचित हीच स्थिती अधिक काळ टिकली तर बाईला आपल्या नैसर्गिक व आंतरिक सौंदर्याची जाणीव होईल.

या सर्वात अधिक वाईट गोष्ट म्हणजे सौंदर्याचे निकष ठरविण्याचे अधिकार बाजारू कंपन्यांच्या हातात गेले आहेत. स्त्रीचं सौंदर्य कसं हवं ते स्त्री ठरवू शकत नाही. सौंदर्य स्पर्धा भरवून वैश्विक आणि जागतिक सुंदरी ठरवितात मोठमोठाल्या व्यापारी कंपन्या. कारण या स्पर्धांसाठी होणारा प्रचंड खर्च त्यांच्याच पाकिटातून होतो

आणि विजेत्यांना त्यांच्या उत्पादनाची जाहिरात करण्याच्या करारावर सही करावी लागते. बाईनं कसं दिसावं, कसं चालावं, कोणता पेहराव करावा याचे नियम ठरविले जातात. विवाहित स्त्रीला या स्पर्धांमध्ये प्रवेश नाही हा एकप्रकारे स्त्रीच्या लैंगिक स्वातंत्र्यावरचा आघात आहे, पण तो निमूटपणे सहन केला जातो. या स्पर्धांमध्ये 'ब्युटी आयडॉल' निर्माण केले जातात आणि त्यांचं अनुकरण करण्याची गरज तरुण स्त्रियांना वाटते. साठ-सत्तरच्या सुमारास अंगापिडानं भरलेली बाई सौंदर्यवती समजली जाई. आपल्याकडच्या नर्गिस, मालासिन्हा, नलिनी जयवंत आणि मराठी पडद्यावरच्या सुलोचना, जयश्री गडकर वगैरे अभिनेत्री सौंदर्यवती समजल्या जात. आता हे निकष बदलून अतिशय सडपातळ, बारीक, उंच स्त्री सौंदर्यवती मानली जाऊ लागली. गतवर्षीच्या सौंदर्यस्पर्धेत बारीक होण्यासाठी अत्यंत कमी आहार घेतलेल्या स्पर्धक बाईला स्पर्धा संपताच चक्कर येऊन बेशुद्ध पडण्याची वेळ आली. सौंदर्य नामक भुलाव्याला आपण किती अंतिम टोकापर्यंत बळी पडतो त्याचेच हे जिवंत उदाहरण आहे.

गोरा रंग हे सौंदर्याचे प्रतीक म्हणून काळ्या रंगाला नकार हे कुणी ठरवलं? आणि बाईनं ते का मानलं? 'ब्लॅक इज ब्युटिफुल' हा नारा फक्त काळ्या लोकांपुरताच मर्यादित का राहिला? छत्तीस, चोवीस, छत्तीस अशी मापं कोणीतरी कधीतरी ठरवली, मग या मापात न बसणारांचं काय? त्यांच्या शरीरयष्टीत सौंदर्य नसेलच का?

समाजाला स्त्रीचं खरं रूप, खरा चेहरा, खरं शरीर नकोच आहे. स्त्रीनं सुंदर दिसणं ही आर्थिक जगाची आज गरज आहे. बाईनं सौंदर्याचा गुलाम असण्यावर अर्थसत्ता पूर्णपणे अवलंबून आहे, म्हणून सौंदर्याचे समर्थन करणारी व्यवस्था जाणीवपूर्वक उभी करण्यासाठी आणि शाबूत ठेवण्यासाठी हे निकष निर्माण केले गेले आहेत. हे उद्योगधंदे किती शक्तिशाली आहेत हे दाखविणारी ही आकडेवारी बघा (वार्षिक उलाढाल) –

१) वजन कमी करणारा अन्न उद्योग : ३३ अब्ज डॉलर्स.

२) सौंदर्यप्रसाधन उद्योग : २० अब्ज डॉलर्स.

३) कॉस्मेटिक सर्जरी उद्योग : ३ अब्ज डॉलर्स.

या कंपन्या स्त्रियांना सुंदर बनविण्याच्या उद्योगावरच अवलंबून आहेत, त्यामुळे सुंदर या चौकटीत बाईला बसविण्याच्या नाना क्लृप्त्या सतत शोधल्या जातात. यातूनच बाईला जाणिवेच्या पातळीवर 'आपण सुंदर नसू तर समाजात स्वीकारले जाणार नाही' अशी भीती निर्माण करण्यात या कंपन्या यशस्वी झालेल्या

आहेत. सध्या चालू असलेल्या अनेक संशोधनांनी सिद्ध केलं आहे की, जगातील बहुसंख्य बायकांच्या मनात मग त्या आकर्षक, यशस्वी, नोकरदार वा व्यावसायिक क्षेत्रात वरच्या स्थानावरच्या स्त्रिया असल्या तरी त्यांच्या स्वातंत्र्यामध्ये विष कालवणारं असं एक गुप्त आंतरिक जीवन असतं, सौंदर्याच्या कल्पनांनी ते भारलेलं असतं, त्यातून स्त्रियांमध्ये स्वत:बद्दलचा तिरस्कार, शरीराची तीव्र जाणीव, वृद्धत्वाचं भय आणि आपला स्वत:वरचा ताबा सुटण्याची भीती सतत स्त्रियांच्या मनात असते.

सुरुवातीला उल्लेख केलेलं सौंदर्याचं भूत बायकांच्या फक्त मानगुटीवर बसलेलं आहे असं नाही, तर त्यानं स्त्रीच्या अंतर्मनावरही कब्जा केला आहे. कोणाचीच आता त्यापासून सुटका होणं कठीण. अशा परिस्थितीत स्त्रीचं स्वातंत्र्य आणि सौंदर्य यांचा परस्पर अन्वयार्थ कसा लावायचा?

० - ० - ०

६. कशाला हवा महिलादिन?

'नेमेची येतो मग पावसाळा' या सुरात मार्च महिना जवळ आला की दरवर्षी महिलादिनाचे वेध लागू लागतात. ८ मार्च स्त्रीमुक्तीदिन. १९७५ साल हे आंतरराष्ट्रीय स्त्रीवर्ष घोषित झाल्यापासून गेल्या पस्तीस वर्षांत स्त्रीमुक्तीदिन साजरा करण्याची परंपरा सुरू झाली. आपल्या एकूणएक सणात स्त्रीच्या वाट्याला फक्त कष्ट येण्याची आपली वर्षानुवर्षाची परंपरा. सण म्हटला म्हणजे गोडाधोडाचं जेवण, पाहुणेरावळे, घरसजावट,– म्हणजे एकूण घरातल्या बाईच्या कामात दुपटीने वाढ. अशा सांस्कृतिक वातावरणाच्या पार्श्वभूमीवर ८ मार्च हा एक दिवस 'स्त्रियांचा दिवस' म्हणून नव्याने उगवला. सुरुवातीच्या काही वर्षात स्त्रीविषयक प्रश्नांवर चर्चा, स्त्रियांच्या मागण्यांविषयी मोर्चे, काही कर्तृत्ववान स्त्रियांचे सत्कार अशा प्रकारचे काही विधायक उपक्रम या निमित्ताने होऊ लागले आणि पाहता पाहता आपल्याही नकळत या दिवसाचा आपण एक सण-समारंभ करून टाकला. आपली संस्कृती या बाबतीत फार चटपटीत आहे. कोणत्याही सणाचा मुख्य हेतू बाजूला टाकून त्याला दिखाव्याचं स्वरूप आपल्याला फार पटकन देता येतं. चंगळवादाला खतपाणी घालणारी व्यापक संस्कृती त्यात 'मोलाची' भर घालते. महिलादिन म्हणून माझ्या एका मैत्रिणीला तिच्या नवऱ्याने हिऱ्यांच्या दागिन्यांचा सेट भेट दिला, एकीला मंगळसूत्र मिळालं. सराफांच्या दुकानात ह्या दिवशी प्रचंड गर्दी उसळते, कारण महिलादिनानिमित्त आपल्या प्रिय पतीकडून काही 'विशेष भेट' मिळवण्याची खटपट काही बायकांनी केलेली असते. साड्यांच्या दुकानात महिलादिन सेल लागू लागतात. महिलादिन स्पेशल ग्रीटिंग कार्ड्सने दुकानांच्या मांडण्या सजू लागतात. गिफ्टस्, प्रेझेंटेशन आर्टिकल्स इत्यादी महिला स्पेशल गोष्टींची लयलूट होऊ लागते. फुलं आणि मिठायांच्या भेटींची लगबग सुरू होते. बायकोला स्वयंपाकाला सुट्टी म्हणून कुठे कुठे संध्याकाळचं जेवण बाहेर; तर कुठे कुठे महिलांची मैत्रिणी-मैत्रिणींची खास पार्टी. काही संस्थांकडून महिलांचे सत्कार- त्यात अभिनेत्री- सिनेमा, नाटकं, सीरियल्समधून चमकणाऱ्या तारकांची संख्या अधिक. एवढ्या सगळ्या गदारोळात कुणी स्त्रीमुक्ती वगैरे विषयावर व्याख्यान ठेवलं तर त्यासाठी कुणाकडे वेळ आहे? आणि कुणाला अशा व्याख्यानात रस आहे? मदर्स डे

आणि व्हॅलेंटाईन डे हे फक्त आई आणि प्रिय स्त्री यासाठी राखून ठेवलेले दिवस; तर 'वुमेन्स डे' हा सर्व स्त्रियांसाठीचा दिवस- इतकं आम्ही या दिवसाला स्वस्त बनवून टाकलं आणि खरं तर या दिवसाची हवाच काढून घेतली. स्त्रियांचीही त्याबद्दल काही तक्रार नाही, उलट असं कौतुक करवून घेणं हा आपला 'स्त्री' म्हणून हक्कच आहे अशी दिवसेंदिवस घट्ट होत चाललेली भावना.

खरंच, महिलादिन आपण कशासाठी साजरा करतोय? कितीजणींना याची जाणीव आहे? कितीजणींना ही जाणीव करून घेण्याची इच्छा आहे? देशादेशातील सीमारेषा, लढाया, वांशिक भेदभाव, भाषिक विभिन्नता, राजकीय मतभेद, सांस्कृतिक भिन्नता, आर्थिक स्तर यांच्या पलीकडे जगातील सर्व स्त्रियांचं असं एक जग आहे आणि 'स्त्री' म्हणून असलेले त्यांचे काही समान प्रश्न आहेत. स्त्री म्हणून जन्मलेल्या प्रत्येक स्त्रीकडे एक 'बाई' म्हणून पाहिलं जातं आणि तिला दुय्यम स्थानावर ठेवलं जातं हे जगात सगळीकडे सार्वत्रिक आहे. या वृत्तीविरुद्ध गेली शंभर-दीडशे वर्ष स्त्रिया लढा देत आहेत, जवळजवळ सर्वच देशांतल्या स्त्रियांनी आजपर्यंत समानता, न्याय, शांतता, विकास आणि पर्यावरण रक्षण यासाठी आवाज उठवला आहे.

ही परंपरा फार मोठी आहे. प्राचीन ग्रीसमधील लायसेस्ट्राने युद्ध संपवावं म्हणून लैंगिक संबंधाबाबत संप पुकारला. स्वातंत्र्य, समता, बंधुत्व यांची मागणी करणाऱ्या फ्रेंच क्रांतिकारकांमध्ये स्त्रियांची संख्या मोठी होती. लुईसा मे ॲलकॉट, मार्गारेट सँगर, एलिझाबेथ कॅडी स्टॅन्टन या अमेरिकन स्त्रियांनी बायकांना मतदानाचे आणि अन्य हक्क मिळावेत यासाठी मोठी चळवळ उभी केली. भारतातही लढाऊ स्त्रियांची कमतरता नव्हती. जिजाबाई, ताराबाई, राणी लक्ष्मीबाई, अहिल्याबाई, चांदबीबी या प्रत्यक्ष रणांगणावर लढलेल्या स्त्रिया आहेत. तर क्रांतीज्योती सावित्रीबाई फुले प्रत्यक्ष कर्मठ संस्कृतीशी दोन हात करणारी पराक्रमी स्त्री आहे. पंडिता रमाबाई, रमाबाई रानडे, मालतीबाई बेडेकर इथपासून ते आजच्या मेधा पाटकरपर्यंत आपापल्या क्षेत्रात राहून अन्यायाशी मुकाबला करणाऱ्या अनेक तेजस्विनींची आपली परंपरा आहे. या सर्व स्त्रियांचं एक वैशिष्ट्य म्हणजे त्या बायका असूनही त्यांनी तथाकथित बायकीपणा कधी दाखवला नाही. समाजाने निर्माण केलेल्या 'बायकीपणा'च्या पिंजऱ्यातून त्या निसटल्या आणि आपल्यातल्या स्त्रीशक्तीच्या जोरावर त्यांनी आपल्या भोवतालच्या परिस्थितीचा चेहरामोहरा बदलण्याचा प्रयत्न केला. स्वातंत्र्य कुणी सुखासुखी बहाल करत नाही, ते झगडून, संघर्ष करत हक्काने मिळवावं लागतं. या आणि यांच्यासारख्या हजारो स्त्रियांनी जाचक रूढी आणि परंपरा

नाकारल्या, आपल्यातल्या माणूसपणाला जागं केलं आणि सदसद्विवेकबुद्धीला स्मरून आपल्याला पटेल तीच गोष्ट केली. ती करताना 'लोक काय म्हणतील' असल्या क्षुल्लक गोष्टींची पर्वा केली नाही. जे बुद्धीला पटलं नाही त्याला नकार देण्याचं धाडस त्यांनी दाखवलं. जगाच्या इतिहासातल्या अशा शंभर एक प्रातिनिधिक स्त्रियांमुळे आजची स्त्री समाजाच्या मध्यप्रवाहाकडे येऊ लागली आहे. शिक्षण आणि आर्थिक स्वातंत्र्य या बळावर आपली 'केवळ बायकी भूमिका' सोडून देऊन ती व्यक्ती म्हणून आपल्या पंखात उडण्याचं बळ भरू लागली आहे. समाजाची अर्धी लोकसंख्या आमची आहे, अर्ध आकाश आम्हाला हवं आहे अशी मागणी करू लागली आहे.

अशा परिवर्तनाच्या काळात महिलादिन ही एक आत्मपरीक्षणाची पर्वणी आहे. आपण कुठे आहोत हे स्वतःच स्वतःला तपासण्यासाठी हा दिवस ही एक संधी आहे. हा दिवस मिरवण्याचा, पार्ट्या करण्याचा, भेटी देण्याघेण्याचा दिवस नाही, हा दिवस आपल्या तेजस्वी परंपरेचे पाईक होण्याचा दिवस आहे. ज्यांनी आपल्यासाठी हे जग स्वतःचं बलिदान देऊन सुंदर केलं, त्यांचं स्मरण करण्याचा, त्यांना श्रद्धांजली वाहाण्याचा आणि त्यांच्यासारखं होण्यासाठी स्वतःच स्वतःला वचन देण्याचा दिवस आहे. पण त्यासाठी प्रथम स्वतःला ओळखावं लागेल. स्त्री म्हणून आपण काही वेगळ्या वाढलो का, वेगळ्या वागवलो गेलो का आणि मनाविरुद्धही ते सगळं मान्य करत गेलो का ह्याचा तपास करावा लागेल.

स्त्री म्हणून या जगात जगताना अनेक फायदे मिळवण्याची आपल्याला सवय होते. काही दिल्याशिवाय काही मिळत नाही असं एक भुलाव्याचं खोटं तत्त्वज्ञान हल्ली फार लोकप्रिय आहे. स्त्री म्हणून आपण काय द्यायला तयार होतो आणि त्यामुळे काय गमावतो हे समजता येणं महत्त्वाचं. यशाच्या पायऱ्या आपण आपल्या कर्तृत्वावर चढलो की कुणाची शिडी करून चढलो याला यशापेक्षा अधिक किंमत आहे. गांधीजी म्हणत त्याप्रमाणे साध्याइतकंच साधनशुचितेला मूल्य आहे. हे मूल्यभान स्त्री म्हणून आपण जपतो का- हा प्रश्न आपण स्वतःला विचारतो तेव्हा ताठ मानेने आपल्याला स्वतःला होकार देता येतो का?

सत्कार करून घेण्यात आणि भेटी स्वीकारण्यात काहीच वाईट नाही, पण वर्षभर जो नवरा शिव्या घालतो, दुर्लक्ष करतो, शाब्दिक अगर शारीरिक मारहाण करतो, घरात काही किंमत दिली जात नाही, स्त्रीच्या शब्दाला मान नसतो, नवऱ्याची बाहेरची प्रकरणं चालू असतात, आर्थिक बाबतीत त्याच्यावर अवलंबून राहावं लागतं, पदोपदी अपमान सहन करावा लागतो, आपलं घर हे

'आपलं' राहात नाही, अशा आयुष्यात पदोपदी ठेचा लागणाऱ्या असंख्य गोष्टी आपल्याबाबतीत घडत असताना 'महिलादिन' म्हणून साडी, दागिने, भेटवस्तू मिळाल्या तर त्यात आनंद मानण्याइतकं आपलं स्त्रीत्व लेचंपेचं झालं आहे का? त्यात हे सगळे अन्याय धुऊन निघतात का? महिलादिन म्हणजे ओवाळणी स्वीकारण्याचा दिवाळी पाडवा नव्हे. भेटींमुळे आपण कुणाचे मिंधे होतो का, आपला आवाज गमावतो का, कुणाच्या उपकाराच्या ओझ्याखाली दबून जातो का? हे समजून स्वीकार वा नकार द्यायला येणारी वैचारिक परिपक्वता येणं ही महिलादिनाची गरज आहे.

सामाजिक, आर्थिक, भावनिक वा वैचारिक परावलंबन ही गोष्ट अनेकींना सुखाची वाटते. 'माझ्यावर कोणतीही जबाबदारी नाही' असं सांगणं हा अपमान आहे. जबाबदारी नसली की निर्णय घ्यावे लागत नाहीत, कामातले धोके स्वीकारावे लागत नाहीत, परिस्थितीशी दोन हात करावे लागत नाहीत, हे सर्व नवऱ्यावर सोपवून काही स्त्रिया 'नंदनवनात' राहतात, त्यांच्याकडे सहजपणे येणारं दुय्यमत्वही त्यांच्या लक्षात येत नाही. आपली जागा त्यांनी जन्मतःच मान्य केलेली असते. अशा स्त्रियांना खडबडून जागं करण्याचा हा दिवस आहे.

स्त्री असलो तरी आपण माणूस आहोत, तर माणसासारखं आपल्याला जगता यायला पाहिजे. आपली बुद्धी, विचार, शहाणपणा व्यवहाराच्या कसावर घासून आपल्याला स्वतःला सिद्ध करता यायला हवं. जे पटेल ते करण्याचं, न पटेल ते नाकारण्याचं धाडस हवं, त्यासाठी द्यायला लागणारी किंमत सोसायची तयारी हवी. आपला आत्मसन्मान नेहमी जागरूक असायला हवा आणि त्याला धक्का पोहोचला तर संघर्ष करण्याची आपली तयारी हवी. हे केवळ कुटुंबापुरतं मर्यादित नाही. आपण पायलट असू, राजकीय पदावर असू, पोलीस अधिकारी असू वा प्राध्यापक, डॉक्टर, इंजिनिअर- कोणीही असू, समाजात कुठल्याही स्तरावर काम करताना आपण एक जबाबदार व्यक्ती म्हणून स्वतःचा आब ठेवणं आणि स्वतःची जागा स्वतःच निर्माण करणं, कुणाला किती दूर, जवळ करायचं याचं भान असणं हे सांभाळलं तरच आपलं स्त्री असणं हे अर्थपूर्ण असू शकतं. आत्मनिर्भरता, आत्मविश्वास आणि स्वावलंबन या त्रिसूत्रीच्या आधारे आपलं आकाश आपण शोधू शकतो आणि ते शोधलेल्या अनेक स्त्रिया आपल्याला या वाटेवर भेटतात. चंगळवादाच्या आजच्या युगात कधी नव्हे इतकं स्त्रीचं अवमूल्यन झालं आहे. स्त्रीच्या सौंदर्याचं आणि शरीराचं प्रदर्शन माध्यमांनी इतकं स्वस्त करून ठेवलं आहे की त्याविरुद्ध आता कुणी आवाजही उठवत नाही. स्त्रियांचा व्यापार, लैंगिक शोषण, अत्याचार,

बलात्कार या गोष्टी तर नित्याच्या झाल्यामुळे त्यांच्याबद्दल एक प्रकारची बधिरता आली आहे.

स्त्रियांचे प्रश्न इतके सार्वत्रिक आहेत, त्यात एक दिवसाच्या 'महिलादिना'ने काय होणार? कशाला हवा हा बैलपोळा? यामुळे काय साध्य होतं? स्त्रिया आता पुरुषांच्या बरोबरीने स्थान मिळवू लागल्या आहेत, त्यामुळे अशा दिवसाची गरज नाही वगैरे मतमतांतरे या दिवसाच्या आसपास नेहमी व्यक्त होतात, पण 'महिलादिन' या निमित्ताने जर स्त्रियांना काही स्वत:बद्दलचा विचार करायला प्रवृत्त करणार असेल, तर हा दिवस हवाच. अन्न, पाणी, निवारा, आरोग्य, शिक्षण यांना वंचित असणाऱ्या कोट्यवधी स्त्रिया आज जगात आहेत. त्यांच्यापर्यंत पोचण्यासाठी काही राजकीय, सामाजिक संघटनांना या दिवसामुळे स्फूर्ती मिळाली तर ते हवंच आहे. स्त्रियांच्या प्रश्नांकडे या निमित्ताने लक्ष वेधलं जाणं हे खरं तर असे दिवस साजरे करण्यामागचं उद्दिष्ट असतं. आपण त्यातलं बेगडी, उत्सवी स्वरूप थांबवण्याचं धाडस दाखवायला हवं. स्त्रियांच्या सर्व चळवळी आता मंदावल्यासारख्या आहेत. काही मागण्यांकरता मोर्चे, आंदोलने करणारे नेतृत्वही आता दुर्मिळ झाले आहे. अशा काळात प्रत्येक स्त्रीच आपल्यापुरती आपल्या हक्कांसाठी लढायला सिद्ध झाली तर हा एक दिवसाचा किरण उरलेल्या तीनशे चौसष्ट दिवसांना ऊर्जा देणारा ठरेल. यासाठी तरी आम्हाला महिलादिन हवाच आहे. तो कारणी लावण्याची जिद्द आपण या महिलादिनापासून आचरणात आणू या.

०-०-०

७. वादाकडून समानुभूतीकडे

जी. एच्. मीड या समाज-मानसशास्त्रज्ञाचं एक फार चांगलं निरीक्षण आहे. तो म्हणतो Each of us is like all others, like some others and like no others. ‘आपल्यापैकी प्रत्येक जण हा इतर सर्वांसारखा असतो, काहींसारखा असतो आणि कुणासारखाही नसतो.’ समाज आणि व्यक्ती यांचं नातं हे असं असतं. प्रत्येक व्यक्तीची काही वैशिष्ट्ये ही त्या समाजाशी सुसंगत असतात आणि तरीसुद्धा प्रत्येक व्यक्ती ही व्यक्ती म्हणून समाजापासून अलग असते. पण कोणत्याही व्यक्तीचा विचार समाजापासून अलगपणे करता येत नाही. समाजापासून तोडून घेऊन कुठलीही व्यक्ती जगू शकत नाही. कारण व्यक्तीची पाळेमुळे ही समाजातच रूजलेली असतात. व्यक्ती जी भाषा बोलते, ती समाजाची भाषा असते. जे अन्न खाते ते समाजातील लोकांनीच पिकवलेले असते. जे शिक्षण घेते ते समाजाकडूनच मिळवते; जे दृष्टिकोन स्वीकारते, ते त्या समाजाकडूनच येतात. व्यक्तीची संस्कृती, साहित्य, कला, व्यवसाय हे सर्व समाजाचेच योगदान असते. प्रत्येक व्यक्ती हा म्हणूनच समाजाचा एक अविभाज्य भाग आहे. हे सर्व खरे असले तरी कोणाचेही व्यक्तिमत्त्व त्या त्या विशिष्ट समाजाच्या चौकटीपुरते मर्यादित नसते. मी आणि मला यामधील फरक हा व्यक्ती आणि समाजातील फरक आहे. ‘मी’ ही पूर्णपणे व्यक्तिवाचक संकल्पना आहे. जिथे ‘मला काय हवे आहे’ हा विचार सुरू होतो तिथे व्यक्तीचा समाजाशी संबंध सुरू होतो. ‘समाज आणि व्यक्ती यांच्यातील संघर्ष हा जात्याच आहे’ असे फ्राईड मानतो. समाजाकडून सहजप्रेरणांचे समाधान करून घेताना व्यक्तीला अनेक संघर्षांशी सामना करावा लागतो. त्यातून व्यक्तिमत्त्वाची वैशिष्ट्ये घडत जातात. लैंगिक प्रेरणा ही त्याच्या दृष्टीने माणसाच्या व्यक्तित्वाचा गाभा आहे. या जैविक प्रेरणेमागील शक्ती एवढी प्रभावी असते की त्याच्या समाधानासाठी माणूस जास्त काळ समाजाचा दाब सहन करू शकत नाही. समाज अनेक प्रकाराने व्यक्तीचा ‘अहं’ दाबून टाकण्याचा प्रयत्न करतो, पण व्यक्तीचा ‘अहं’ मारून त्याचे पूर्णपणे सामाजिकीकरण करणे कोणत्याच समाजाला शक्य होत नाही. पूर्वीच्या रशियामधील घट्ट समाजवादी रचनेने माणसांमधील ‘व्यक्ती’ मारण्याचा जोरदार

वादाकडून समानुभूतीकडे / ४३

प्रयत्न केला, त्या काळात अनेक शास्त्रज्ञ, बुद्धिवादी, विचारवंत, साहित्यिक या घुसमटीतून अत्यंत शर्थीने चोरून निसटले आणि मोकळा श्वास घेण्यासाठी युरोप, अमेरिकेत जाऊन स्थिरावले हे सर्वश्रुत आहेच आणि जे बाहेर पडू शकले नाहीत, त्यांना प्रचंड नैराश्याने घेरले आणि त्यांचा विकासच खुंटला. म्हणजेच ज्यावेळी समाज व्यक्तीवर कुरघोडी करू लागतो त्यावेळी व्यक्ती समाजापासून स्वत:ला तोडून घेण्याचा प्रयत्न करते. प्रत्येक व्यक्तीमध्ये एका मर्यादेपर्यंत बंधने स्वीकारण्याची सहनशीलता असते, त्या पलीकडे व्यक्ती जेव्हा बंधने तोडून जाते तेव्हा व्यक्तिवादाचा जन्म होतो. प्रेमापोटी आणलेल्या मर्यादा, अधिकारी व्यक्तीचे आदेश, धर्मसंस्थेच्या आज्ञा, परंपरा, चालीरीती, रिवाज, संस्कृतीची बंधने, आपल्या सदसद्‌विवेक बुद्धीचा वापर करून, कार्यकारण- भाव शोधत, धोके टाळण्याचा प्रयत्न करत व्यक्ती काही अडसर स्वीकारत जाते, पण मनुष्य हा जन्मत:च स्वतंत्र विचाराचा प्राणी आहे, त्यामुळे तो सर्वकाळ वैचारिक गुलामगिरीत राहू शकत नाही. एक ना एक दिवस बंड करून तो समाजाच्या बेड्या पार करत जातो.

पण व्यक्तिवादाकडे जाणारा व्यक्तीचा प्रवास पाहाण्यापूर्वी ‘समाज’ म्हणजे नेमके कोण हे समजून घ्यायला हवे. समाज ही एक एकसंध संकल्पना नाही. अनेक पातळ्यांवर समाज या संकल्पनेचा विचार करावा लागतो, म्हणून समाजासंबंधी एकच एक असे सार्वत्रिक विधान करता येत नाही. सुप्रसिद्ध अर्थशास्त्रज्ञ आणि नोबेल पारितोषिक विजेते अमर्त्य सेन यांनी ‘आयडेंटिटि ॲन्ड व्हायोलन्स’ या आपल्या ग्रंथात व्यक्ती कोणकोणत्या पातळीवर समाजाची घटक असते याचा फार छान ऊहापोह केला आहे. त्यांच्या मते आपण कोणत्या समाजाचे घटक असावे यात व्यक्तीला फारशी निवड नसते, फार तर कोणाला महत्त्व द्यायचे एवढाच प्राधान्यक्रम व्यक्तीला ठरवता येतो. आपल्या निष्ठा ठरवता येणं हेच व्यक्तीचं स्वातंत्र्य असतं आणि ही निवडसुद्धा मर्यादित असते. दक्षिण आफ्रिकेतील काळ्या स्थानिक व्यक्तीचा विचार फक्त व्यक्ती म्हणून करता येणार नाही. वांशिक वर्णभेदाच्या पार्श्वभूमीवर त्या व्यक्तीच्या वैशिष्ट्यांचा विचार होईल. दुसऱ्याच्या दृष्टीने आपले स्वातंत्र्य अत्यंत संकुचित असते. आपण स्वत:ला कसे समजतो, त्यापेक्षा समाज आपल्याला कसे समजतो ते आपल्याला समजत नाही. प्रत्येक व्यक्ती ही एक बृहद्‌ मानवी समाजाची प्रथम सदस्य असते. तुम्ही स्त्री किंवा पुरुष आहात यावरूनही तुमचे सामाजिक स्थान ठरते. धर्म, जात, उपजात यातून पुन्हा समाजाचे कप्पे पडत जातात. पृथ्वीवरील पाच खंड, त्या त्या खंडामधील लोकांची मानसिकता अलग असते. समजा, मी अशिया खंडात, भारत देशात मग महाराष्ट्र राज्यात मग पुणे शहर, नदीपलीकडे की

अलीकडे, कोणत्या उपनगरात, कोणत्या सोसायटीत, कोणत्या कुटुंबात राहाते आहे, यावरून त्या त्या समाजाच्या काही वैशिष्ट्यांची मी आपोआप घटक ठरत जाते आणि ती वैशिष्ट्ये माझ्यामध्ये आहेत हे गृहीत धरले जाते. सदाशिवपेठी माणसे, साडेतीन टक्क्यांची संस्कृती, झोपडपट्टीतली माणसे अशा प्रकारचे वाक्प्रचार त्या त्या स्थानांची काही वैशिष्ट्ये गृहीत धरून व्यक्तीला त्या त्या चौकटीत ठेवून देतात. व्यक्तीचे वय, शिक्षण, भाषा, शाळा, व्यवसाय, ऑफीस, नोकरीचे ठिकाण, मित्रमंडळी, क्लब, वाचन, गरीब-श्रीमंत मंडळांचे सदस्यत्व, राजकीय पक्षांवरच्या निष्ठा इत्यादी शेकडो प्रकारच्या सामाजिक पातळ्यांवर प्रत्येक व्यक्ती कळत न कळत विभागली जात असते. यात जाणून -बुजून एखाद्या समाजाचे सदस्यत्व नाकारण्याची फारच थोडी संधी व्यक्तीला असते. उदाहरणार्थ - सिमॉन द बोव्हाने म्हटल्याप्रमाणे, One is not born a woman, one becomes one, 'कोणी बाई म्हणून जन्माला येत नाही, पण नंतर ती बाई बनवली जाते.' म्हणजे केवळ लिंग वैशिष्ट्यामुळे एखादी व्यक्ती बाईपणाच्या सामाजिक साच्यात बसवली जाते. जेव्हा एखादी व्यक्ती हे निर्बंध आपापल्या कुवतीनुसार झुगारत जाते, त्यावेळी ती त्या समाजापासून दूर पडते. अठराव्या आणि एकोणिसाव्या शतकातील हिंदू समाजावर धर्म, चालीरीती यांची पकड इतकी घट्ट होती की सामान्य माणूस त्यांच्या पिंजऱ्यातून बाहेर पडायला घाबरत असे. टिळकांसारख्या महनीय व्यक्तीलाही समुद्र ओलांडून परदेशी जाणाच्या कृत्यासाठी आणि पंचहौद मिशनच्या सभेत चहा घेण्यावरून उठलेल्या वादळात, समाजाच्या समाधानासाठी आपल्या कृत्याचे परिमार्जन करावे लागले. त्या काळात ज्या हजारो स्त्रिया सती गेल्या त्या सर्वांचे निर्णय त्यांचे स्वत:चे असतील असे थोडेच आहे? तरुण बाई जेव्हा जिवंतपणी नवऱ्याच्या चितेवर उडी मारत असेल, तेव्हा तिच्या मनात जगण्याची उर्मी नसेल का? पण समाजाच्या रेट्यापुढे अशी बाई तोंडसुद्धा उघडून शब्दानेही प्रतिकार करू शकत नव्हती. समाजाने आपल्या क्रूर इच्छांपुढे व्यक्तींना बळी देण्याचा मानवी इतिहास फार मोठा आहे. विशेषत: धर्मसंस्थांनी माणसाच्या मनाच्या शबल स्थानावर वारंवार प्रहार करून माणसाचा 'मी' पूर्णपणे नेस्तनाबूत करण्याचे काम हजारो वर्षे केले हा इतिहास आहे. यात मुळामध्ये माणसाच्या कल्याणासाठी निर्माण झालेला धर्म श्रेष्ठ होता, पण समाजाने त्याला विकृत वळण देऊन त्याचा उपयोग अनेकदा स्वार्थासाठी केला. सतीबंदी कायद्याने अस्तित्वात आली, तेव्हा विधवांचे केशवपन धर्माच्या नावावरून सुरू झाले. जातीव्यवस्थेमध्ये समाजाची झालेली विभागणी हे देखील एका समाजाने आपले वर्चस्व टिकवण्यासाठी अन्य व्यक्तींवर केलेल्या अन्यायाचेच जिवंत उदाहरण

आहे. समाजाची व्यक्तीवरील पकड जोपर्यंत घट्ट असते, तोपर्यंत त्या समाजाचा विकास होत नाही. समाजाच्या विकासासाठी शेवटी व्यक्तीच कारणीभूत असते आणि प्रभावी व्यक्तिमत्त्वाची व्यक्तीच समाजाला पुढे घेऊन जाते. समाज हा अतिशय स्थितिप्रिय असतो आणि त्यामधली स्थित्यंतरे अतिशय संथगतीने पुढे सरकतात. एखाद्या हॉलमध्ये बसलेल्या प्रेक्षकांची गर्दी झाली तर नवीन येणारांसाठी जागा व्हावी म्हणून संयोजक लोकांना पुढे सरकण्याचे आवाहन करतात त्यावेळी लोक पुढे सरकल्यासारखे करतात, वस्तुत: ते आपल्या जागेवरून फारसे हललेले दिसत नाहीत. समाजाच्या बाबतीतसुद्धा अशीच गोष्ट दिसते. सुधारक, विचारवंत, नेते, यांच्या प्रयत्नातून जुने, बुरसटलेले विचार बदलण्याचे आवाहन होते, लेख लिहिले जातात, भाषणे दिली जातात, प्रसारमाध्यमातून संदेश दिले जातात, कायदे केले जातात, शिक्षेची तरतूद होते; तरीसुद्धा समाजाची मानसिकता बदलल्याचे दिसत नाही. हुंडाविरोधी कायदा झाला, पण हुंड्याची चाल बदलली नाही. मुलगाच हवा या दबावापोटी गर्भलिंगचिकित्सा आणि मुलीचा गर्भ पाडून टाकणे या कृत्यासाठी कायद्याने गर्भलिंगचिकित्सेवर बंदी आणली, सर्व दवाखान्यातून पाट्या लागल्या. डॉक्टर्सना शिक्षेची भीती दाखवली गेली, पण महाराष्ट्रासकट अनेक राज्यातील दरहजारी मुलींच्या जन्माची संख्या मात्र घटत चालली आहे हे वास्तव आहे. एकविसावे शतक हे परिवर्तनाचे शतक आहे असे म्हटले जाते. विज्ञान, तंत्रज्ञानातील अचंबित करणारी प्रगती, शिक्षणाचा सार्वत्रिक प्रचार, शहरांची अतोनात वाढ, यामुळे पूर्वीची समाजाची बंधने व्यक्तींनी सैल करत आणली आणि हळूहळू लोकशाही समाजरचनेत व्यक्तिवादाचा प्रभाव जाणवू लागला. विधवा असून केस वाढवले, स्त्रीने पुनर्विवाह केला, लग्न झाल्यावरही स्त्रिया शिकू लागल्या, ब्राह्मण पुरुष शेंडी ठेवीनासे झाले, धोतराऐवजी पॅन्ट घालू लागले, एकत्र कुटुंबाकडून विभक्त कुटुंबाकडे समाजाची वाटचाल सुरू झाली. उंबरा देखील न ओलांडणारी बाई घराबाहेर पडून नोकरी करू लागली, पुरुषांच्या खांद्याला खांदा लावून प्रवास करू लागली, स्त्रिया चार दिवस बाजूला बसेनाशा झाल्या, सनातन परंपरागत हिंदू संस्कृतीला असे एकेक धक्के बसत हळूहळू समाजाची प्रगतीकडे जी वाटचाल झाली, ती त्या त्या काळातील द्रष्ट्या व्यक्तींमुळेच. ज्योतीराव फुल्यांनी रणशिंग फुंकले. जातीवादाविरुद्ध, कर्मठपणाविरुद्ध, अमानुष चालीरितींविरुद्ध; स्त्रियांच्या उद्धारासाठी शाळा काढून स्वत:च्या पत्नी सावित्रीबाईंना शिक्षिका केले. हे सगळे तत्कालीन समाजाच्या विरोधात उभे राहूनच केले. व्यक्ति विरुद्ध समाज असा संघर्ष ज्यावेळी उभा राहातो त्यावेळी व्यक्ती कणखर आणि जिद्दी नसेल तर समाज

व्यक्तीला कधीच नेस्तनाबूत करून टाकतो. अवेळीच खुडल्या गेलेल्या अशा व्यक्तींची नोंद इतिहासात होत नाही, पण त्यांनी एखादे तरी पाऊल पुढे टाकलेले असते, म्हणून त्यांच्यामागून काही अन्य माणसे पुढे पाऊल टाकू धजावतात. आण्णासाहेब कर्वे यांनी विधवाविवाह केला तेव्हा मुरुडला गेले असता लोकांनी त्यांना वाळीत टाकले, प्रत्यक्ष आईसुद्धा त्यांना घरात घेऊ शकली नाही. केस वाढविण्याचा आणि पुन: विवाह करण्याचा बाया कर्वे यांचा निर्णय हा त्या काळातल्या सनातन समाजाला दिलेला मोठाच धक्का होता. रघुनाथराव कर्व्यांनी केलेला कुटुंब नियोजनाचा प्रसार हा असाच एक व्यक्ती विरुद्ध समाजाचा संघर्ष होता. गोपाळराव जोशींनी आपल्या बायकोला डॉक्टर होण्यासाठी परदेशी पाठविणे ही गोष्ट समाजाविरोधात उभं राहाण्याची ताकद असेल तरच घडू शकते. जे रुचेल तेच करेन आणि पटेल तेच लिहीन हा बुद्धिवादी बाणा आयुष्यभर निखाऱ्यासारखा तळहातावर झेलणाऱ्या प्रिं. गोपाळ गणेश आगरकरांना आयुष्यभर अवहेलना आणि प्रत्यक्ष आपली प्रेतयात्रा पाहाण्याचे शोकनाट्य सहन करावे लागले. व्यक्तीला शून्य किंमत असणाऱ्या काळात व्यक्तीच्या स्वातंत्र्याचा झेंडा त्यांनी मिरवला. पशुवत् आयुष्य जगणाऱ्या स्त्रियांना स्वातंत्र्य, समानता मिळाली पाहिजे हा क्रांतिकारी विचार त्यांनी धीटपणे पुढे मांडला, म्हणून आजच्या काळात शंभर वर्षांनी का होईना, पण समाजाला त्यांच्या विचारांची दखल घ्यावीशी वाटली. दलित अस्मितेला खडबडून जागे करणाऱ्या डॉ. आंबेडकरांमुळे केवढी प्रचंड सामाजिक क्रांती घडून आली. महात्मा गांधींसारख्या एका व्यक्तीमुळे स्वातंत्र्य मिळविण्याच्या प्रयत्नांना एक नवी दिशा मिळाली आणि लाखो लोक त्यांचे अनुयायी बनले. व्यक्तिवाद विधायक स्वरूपात प्रकट झाला तर हळूहळू त्याच्या विचाराचे लोण समाजाच्या सर्व स्तरात पाझरू लागते आणि कूर्मगतीने का होईना पण काही बदल समाजाच्या मानसिकतेत घडू लागतात.

व्यक्तिवादाला ही जशी विधायक उर्ध्व दिशा आहे तशी विघातक अधोगतीही असते. अत्यंत महत्त्वाकांक्षी, स्वयंकेंद्री, स्वार्थी, बेजबाबदार, भांडकुदळ व्यक्ती समाजासाठी विनाशकारी कृत्ये करत असतात. वांशिक श्रेष्ठत्वाच्या टोकाच्या विकृत कल्पनांनी ग्रासलेला हिटलर सबंध ज्यू जमातीचा विनाश करण्याच्या महत्त्वाकांक्षेने लाखो निरपराध लोकांची हत्या करतो. हिरोशिमा- नागासाकीवर अमेरिकेने केलेल्या बॉंबस्फोटात लाखो निष्पाप जीव क्षणार्धात चिंधड्या होऊन जातात आणि पिढ्यान् पिढ्या कर्करोगाच्या बळी होतात, धर्माच्या नावाने जिहाद पुकारणारे धार्मिक कल्पना पणाला लावून बॉंबस्फोट घडवितात. दहशतवादाच्या

छायेखाली साऱ्या जगाला ओलीस ठेवले जाते. अशा राक्षसी महत्त्वाकांक्षा असलेल्या व्यक्तींना अपराधाची जाणीव कधीच होत नाही, केलेल्या कृत्याचा पश्चात्ताप होत नाही आणि भयानक मानवी संहार पाहूनही त्यांची सद्सद्विवेकबुद्धी त्यांना कधी टोचत नाही.

मोठ्या मानवी समूहासाठी यातूनच कायदे करण्याची गरज निर्माण होते. कायदा ही गोष्ट मानवाच्या मूलभूत स्वातंत्र्यावर खरे तर गदा आणणारी आहे, पण समाजातील सर्व लोकांच्या स्वास्थ्यासाठी अमर्याद व्यक्तिस्वातंत्र्याला मर्यादा घालणे गरजेचे ठरते. कायदेकानूंच्या चौकटीतच माणसाला आपले स्वातंत्र्य शोधावे लागते. पत्नीशी पटत नसेल तर घटस्फोट घेऊनच दुसरा विवाह करता येतो. लैंगिक स्वातंत्र्याच्या नावाखाली दुसऱ्या व्यक्तीवर अत्याचार किंवा बलात्कार करता येत नाही.

पण कायदे, धर्म-रूढींची बंधने, कुटुंबातील नैतिक मर्यादा- यातून पळवाटा काढून अथवा प्रसंगी त्यांचे उल्लंघन करून माणसे आपल्या मनाप्रमाणे वागताना दिसतात. 'हू केअर्स' किंवा 'दुसऱ्याची पर्वा कोण करतो?' अशा प्रकारची वृत्ती आता समाजात वाढीस लागलेली दिसते. एकमेकांच्या आयुष्यात नाक न खुपसण्याच्या जीवनशैलीमुळे एक प्रकारे माणसे हवी तशी वागू शकतात. विवाह न करता दुसरी बाई ठेवली की कायद्याच्या कचाट्यात न सापडता पळवाट मिळते, नैतिक पाया ढासळला की अनिर्बंध लैंगिक स्वातंत्र्य उपभोगता येते. पाश्चात्त्य देशात, विशेषत: अमेरिकेसारख्या संस्कृतीची सरमिसळ झालेल्या देशात, लोक आत्यंतिक व्यक्तिवादी बनलेले दिसतात. समाजवादी समाजरचनेने माणसाला कळपातला एक बनवणे आणि खुल्या भांडवलशाही रचनेने माणसाला अनिर्बंध स्वातंत्र्य देणे या दोन्ही टोकाच्या गोष्टी सारख्याच घातक आहेत. व्हिएतनामसारखा एखादा छोटा देश एकत्रित ताकदीनं अमेरिकेसारख्या बलाढ्य देशाला टक्कर देऊ शकतो कारण त्यांची राष्ट्रीय अस्मिता अमेरिकेपेक्षा प्रखर आहे. समाजाची बांधिलकी, एकसंधता, एकवाक्यता आत्यंतिक व्यक्तिवादी देशात सापडत नाही. व्यक्तिवादात व्यक्ती श्रेष्ठ असली तरी व्यक्ती एकटी पडते. कुटुंबाचा तुटलेपणा, सिंगल पेरंट फॅमिली, म्हाताऱ्या लोकांचे एकटेपणाचे प्रश्न, मुलांची हेळसांड, ऐहिकतावाद आणि चंगळवादी प्रवृत्ती यातून समाजाचा भंगलेपणा उठून दिसतो. प्रौढ वयातील पुनर्विवाह आणि लहान शाळकरी वयातले लैंगिक संबंधांचे अनुभव, गे आणि लेस्बियन समाजाची वाढती संख्या- हे सगळे अनिर्बंध व्यक्तिस्वातंत्र्यातून निर्माण झालेले प्रश्न आहेत.

समाजाची व्यक्तीवर जशी घट्ट पकड नको, तसेच हवे तसे वागण्याचे पूर्णपणे मोकळेपणही नको. समाजाची म्हणून एक प्रचंड समूहशक्ती असते तिला विधायक दिशा देण्याचे कार्य करणाऱ्या व्यक्ती समाजातूनच पुढे येण्याइतका समाज लवचीक असायला हवा. समाज हा प्रत्येक सामान्य घटकाला एक मानसिक आधार असतो. संरक्षक कवच असते. आपण समाजात सुरक्षित आहोत ही भावना व्यक्तीच्या मनात दृढ व्हायला हवी. सांगलीमध्ये पाचसहा वर्षापूर्वी अमृता देशपांडे नावाच्या तरुण मुलीवर एकतर्फी प्रेमातून भर बाजारातल्या चौकात हल्ला झाला. ती मुलगी वाचवा वाचवा म्हणून ओरडत असतानासुद्धा आसपासच्या शेकडो माणसांनी बघ्याची भूमिका स्वीकारली. दुकानदारांनी भयभीत होऊन आपापली दुकाने बंद केली, पण एवढ्या मोठ्या संख्येने आसपास असलेला समाज एका तरुण मुलीला एका मुलापासून वाचवू शकला नाही. अशा समाजात राहणं आणि अरण्यात एकटं राहणं यात काय फरक आहे? समाजाकडून संरक्षण मिळणं, कौतुकाची थाप पाठीवर मिळणं, वाईट कृत्याला धाक वाटणं, एकोप्याची भावना वाटणं, आपलेपणा वाटणं अशा गोष्टी वाढीला लागल्या तर व्यक्तीच्या अनैतिक कृत्यांना आळा बसू शकतो. म्हणून ज्या समाजात व्यक्ति विरुद्ध समाज अशा द्वंद्व समाजाचे रूपांतर व्यक्ति आणि समाज अशा सहजीवनात रूपांतरित होऊ शकते, त्या समाजातून वर आलेल्या व्यक्ती आपल्याबरोबर समाजाला घेऊन समाजाचा विकास घडवू शकतात. समाजाशी फटकून राहून आपली प्रगती घडविणाऱ्या माणसांपेक्षा समाजाला बरोबर घेऊन आपला विकास घडविणारी माणसं समाजाच्या दृष्टीनं अधिक महत्त्वाची असतात. अशी कितीतरी माणसं लहानमोठ्या गटांतून गाजावाजा न करता आपापली कामे करत असतात. समाजाच्या अंत:स्तरापर्यंत अशी माणसे जितकी खोलवर व अधिक प्रमाणात जातील तितका त्या समाजाचा भविष्यकाळ अधिक उज्ज्वल असेल.

० - ० - ०

८. जगा आणि जगू द्या

तुम्ही कधीच वळ उठवले नाहीत
आमच्या पाठीवर
किंवा जाळलेही नाहीत
रॉकेल ओतून पैशासाठी
कधीच हुंड्यासाठी दाखवली नाहीत
आम्हाला विहिरीची वाट
किंवा मारहाणीने खूनही केला नाहीत
गळा दाबून.
असंस्कृत माणसांच्या या छळाला
तुम्ही हसत होतात,
तेव्हा तुमच्या हातातली
गुप्त शस्त्रास्त्रे
तुम्ही कुठे लपवली होतीत?

जानेवारी २००७ पासून कौटुंबिक हिंसाचार विरोधी कायदा अस्तित्वात आला आणि कुठे तरी मनात वाटलं 'सुसंस्कृत' नावाच्या माझ्या वरच्या कवितेत चांगली सुसंस्कृत माणसं जो दबलेपणानं अत्याचार करत असतात तो आता नक्कीच चव्हाट्यावर येईल आणि कायद्यातील शिक्षेच्या तरतुदीमुळे बंद होईल. विचार तर आशावादी होता. इतके दिवस मुकाटपणे सहन करणाऱ्यांना कायद्याची दारं तर किलकिली झाली होती. पण खरंच ज्या हेतूनं हा कायदा केला गेला तो हेतू साध्य होणं इतकं साधं, सोपं, सरळ आहे का?

तरुण मुलांच्या गटात बोलताना जाणवलं की मुलांना वाटतं अत्याचार म्हणजे फक्त मारहाण, खून, हुंडाबळी वगैरे आणि अशा गोष्टी फक्त झोपडपट्टीत नाहीतर खेड्यात घडतात. शहरी महिलांशी बोलताना त्या म्हणाल्या, "आमचे नवरे कुठे मारतात आम्हाला? आमच्या घरात बिलकूल अत्याचार होत नाहीत." खेड्यातल्या भगिनींना बिचाऱ्यांना हा कायदा झाला आहे हेही ठाऊक नाही आणि नवरा हा बायकोला बदडणारच, प्रेम करण्याइतकीच ती त्यांची गरज आहे ही त्यांची ठाम समजूत. वास्तविक कौटुंबिक अत्याचार म्हणजे फक्त शारीरिक मारहाण वा इजा नाही. अशी वरवर इजा न करताही माणसं दुसऱ्यांवर मानसिक घाव घालत असतात, कधीही भरून न येणारे.

तशीच हिंसा आर्थिक पातळीवरही चालू असते आणि भाषा हे तर दुहेरी शस्त्र. भाषेनं माणसाला जसं प्रेमानं जिंकता येतं तसं क्रूरपणे मारताही येतं. शारीरिक हिंसा दिसते, पण मानसिक, आर्थिक, भाषिक हिंसा इतकी छुपी असते की ती तिसऱ्यालासुद्धा समजत नाही. हिंसा करणारा ती सतत करत राहतो आणि बळी पडणारा आयुष्यभर कणाकणानं मरत राहतो.

माधवरावांच्या मानानं उषाताई दिसायला बेताच्या, कामाला हळूबाई, थोड्याशा लाजऱ्या, पोशाखात तशा गबाळ्या. माधवराव स्मार्ट, कर्तबगार, टापटिपीचे, बोलण्या वागण्यात चतुर, दुसऱ्यावर छाप पाडणारे. लग्न झाल्यावर काही दिवसातच ही गोष्ट माधवरावांच्याही लक्षात आली आणि त्यांनी प्रत्येक गोष्टीत उषाताईंचा पाणउतारा करायला सुरुवात केली. पाहुण्यांदेखत त्यांना बोलायचं. सतत बावळट, हळूबाई म्हणायचं. हातातली वस्तू खसकन् ओढून घ्यायची, त्यांनी केलेल्या प्रत्येक पदार्थाला मुद्दाम नावं ठेवायची. खरंतर त्या अभ्यासात हुशार, लग्नानंतर एम. ए. झाल्या. वाचन अफाट. पण या गोष्टीचं माधवरावांनी कधी शब्दानंही कौतुक केलं नाही. हळव्या मनाच्या या बाईची अस्मिता दरदिवशी ठेचली गेली. कोणी आलं तर बाहेर यायला त्या घाबरायला लागल्या. हातातून कपबशी पडायची. हात थरथरायचे. नवऱ्यापुढे जायचीही भीती वाटायची. सारखं ते रागावताहेत, बोलताहेत अशी स्वप्नं पडायची. जसजशा त्या अधिकाधिक घाबरून राहिल्या तसतसे माधवराव अधिक आक्रमक झाले. उषाताईंना सतत फटकारण्यात त्यांना आनंद वाटू लागला. वयाच्या चाळीस, बेचाळीसाव्या वर्षापासून उषाताईंना विस्मरणाचा रोग जडला. आनंदी बालपणात त्या कल्पनेनं रमू लागल्या आणि डॉक्टरी इलाज सुरू झाले तेव्हा त्या दोन वर्षाच्या मुलीसारख्या वागतात म्हणून निदान झालं. त्यांना जेवणखाण, कपडेलत्ते कशाचंच भान नसायचं. आपल्याशीच हसायच्या, बोलायच्या. एवढंच काय, माधवराव गेले तेव्हा त्यांना काहीही वाटलं नाही. कारण त्यांना ते गेल्याचे काहीही समजले नाही, दोन वर्षाच्या मुलीसारख्या त्या आनंदानं बागडत होत्या.

ही कौटुंबिक हिंसा कोणत्या पातळीवरची? पोलिसात जाण्याची त्यांची हिंमत होती? आणि जाऊन त्या तक्रार काय करणार होत्या?

राजेशची तऱ्हा आणखी वेगळी. कल्याणी त्याच्यापेक्षा हुशार, दिसायला चांगली, बुद्धिमान, जास्त शिकलेली. ती नोकरीत भरभर वरच्या पोस्टवर चढत गेली, तसतशी राजेशनं तिच्या आर्थिक नाड्या आवळायला सुरुवात केली. प्रथमपासूनच पगार आपल्या हाती घेण्याची प्रथा त्यानं ठेवली होती. एका हाती

पैसा असला म्हणजे आर्थिक नियोजन नीट करता येतं, तुला लागेल तेवढे मी देत जाईन, असं सुरुवातीला तो म्हणायचा, नवीन नवीन लग्न झालेलं, म्हणून कल्याणीदेखील काही म्हणायची नाही, पण प्रत्येकवेळी तिला त्याच्याकडे पैसे मागायला लागायचे आणि मग तो, एवढे कशाला, किती खर्च करतेस, बसनं जावं, रिक्षानं कशाला– वगैरे फटकारायचा. हळूहळू तर तो बसपुरतेच पैसे तिच्या हातावर टिकवायला लागला. मधल्यावेळी चहा घेण्यापुरतेही पैसे कल्याणीच्या हाती नसायचे. बरं, बोलायला गेलं की भांडाभांडी. हात उगारण्यापर्यंत वेळ. मग तिला मानसिक त्रास व्हायचा. ऑफिसमध्ये कामात लक्ष लागायचं नाही. त्या कटकटीपेक्षा बोलणं, मागणं नको असं वाटायचं. ऑफीसची ट्रीप गेली, पण कल्याणी त्याला गेली नाही. सगळ्या जणींची भिशी होती, पण ती त्यात कधी सामील झाली नाही. मैत्रिणीचा निरोप समारंभ होता, म्हणून तिनं राजेशकडे १०० रुपये मागितले, तर राजेशनं आकाशपाताळ एक केलं. म्हणाला, पैसे काय झाडाला लागतात का? वास्तविक कल्याणीला दहा हजार रुपये पगार होता, पण त्यातल्या एक रुपयावरही तिची सत्ता नव्हती, 'घर घ्यायचंय, त्यासाठी मी पै पै साठवतोय आणि ही उधळी खर्च करतीय,' हे पालुपद ती लग्न झाल्यापासून दहा, पंधरा वर्ष ऐकत होती. स्वत:ला कधी आवडलेली साडी घ्यावी, मुलासाठी एखादं पुस्तक, खेळणं आणावं, त्याचा वाढदिवस करावा, फळं आणावी ही छोटी छोटी स्वप्नसुद्धा कल्याणी कधी पुरी करू शकली नाही. एवढं करूनही नवऱ्याला किती पगार आहे; तो कोणत्या बँकेत शिल्लक टाकतो, स्वत:साठी किती खर्च करतो, आजपर्यंत मिळवलेले पैसे कशात गुंतवले, या सगळ्याबद्दल कल्याणी पूर्ण अंधारात होती. कधी धीर करून विचारलंच तर 'तुला काय करायच्या आहेत नसत्या चौकशा? माझ्यावर विश्वास नाही? जरा चार पैसे मिळवायला लागली तर लागली शहाणपणा करायला!' असली शेलकी शालजोडीतली मिळाली की, कोणती बाई पुढे चौकशा करू धजावेल? बरं, बाहेरून पाहणाराला संसार इतका व्यवस्थित चाललाय असं वाटावं आणि कधी बाई कुणाकडे बोललीच, तर बाई कुरकुरी आणि नवरा मात्र आनंदी प्राणी! नवऱ्याचं हे जबरदस्त आर्थिक वर्चस्व आणि त्या दबावाखाली सतत मानसिक ताणात राहणारी बायको हे अपवादात्मक उदाहरण नाही. थोड्याफार फरकानं अनेक घरात दिसणारं हे चित्र आहे.

कदमांच्या घरात या पेक्षा निराळी तऱ्हा. खानदानी कुटुंब म्हणून त्यांचा आसपास दबदबा. त्यामुळे कदम बायकोला मारतात, अगदी नियमितपणे मारतात, ही गोष्ट शेजारीसुद्धा कधी कळली नाही, कारण मीना वहिनींनी मार खाताना कधी हूं की चू केलं नाही. रडायच्या पण आवाज न करता, अगदी आतल्या

आत. पण वयात आलेल्या सुनीताला परवा कदमांनी बडवलं, तिनं आरडाओरडा केला, घरातनं वडिलांच्या हातातून निसटून बाहेर येऊन ओरडत राहिली. वडिलांनी पुन्हा दंडाला धरून तरातरा आत नेलं आणि भरपूर बडवलं. 'नका, मारू नका, पुरे' असा तिचा आरडा-ओरडा कितीतरी वेळ शेजारीपाजारी ऐकू येत होता, पण आत जाऊन कदमांना थांबवण्याची कुणाची छाती झाली नाही. मारायचं कारण काय, तर कॉलेजचा तास बुडवून सुनीता मैत्रिणीबरोबर पिक्चरला गेली. बाबांच्या मित्रानं ते पाहिलं आणि बाबांना सांगितलं, घरी आल्या आल्या त्यांनी अक्षरश: तिला फोडून काढली.

''पण चूक तिचीच आहे. ती का न विचारता सिनेमाला गेली आणि तेही कॉलेज बुडवून?''

''पण म्हणून मारायचं?''

''नाही राग आवरत एखाद्याला.''

''पण म्हणून माराचं समर्थन होत नाही.''

''पण वडील इतकं करतात आपल्यासाठी, मग त्यांना मारायचा हक्क नाही? आणि तिच्या चांगल्यासाठीच मारलं ना त्यांनी? पुन्हा तिनं असं वागू नये म्हणून?''

पण म्हणून त्यांना दुसऱ्या व्यक्तीला शारीरिक इजा करण्याचा हक्क आहे का? त्यातून ती तरणीताठी, वयात आलेली मुलगी. यामुळे दोन गोष्टी होऊ शकतात. वडिलांबद्दल मनात कायमचा दुरावा निर्माण होतो. काही भावनाप्रधान मुलंमुली कोणी अशी शारीरिक इजा केली, तर एकदम टोकाच्या भूमिकेला जाऊन घर सोडतात, आत्महत्या करतात, नाहीतर वडिलांशी कायमचं वैर धरतात. म्हणून राग व्यक्त करताना मनाचा तोल ढळता कामा नये. मारणं हे काही राग व्यक्त करण्याचं एकमेव साधन नाही. रागावता येतं, नीट गोडी-गुलाबीत समजून सांगता येतं, थोडा वेळ अबोला धरता येतो, असहकार करता येतो आणि सुनीताच्या भल्यासाठी म्हणाल तर ती मार खाऊन लगेच सुधारेल याचा काय नेम? कदाचित रागाने पुन्हा अशी काही गोष्ट करेल.

कायद्याच्या दृष्टीनं हा कौटुंबिक हिंसाचारच आहे, अगदी एकदा मारलं असेल तरीही! पण म्हणून सुनीता पोलिसांकडे जाऊन वडिलांविरुद्ध तक्रार करेल का? तक्रार केली म्हणून कायदेशीरदृष्ट्या ते तिला घरातून हाकलून देऊ शकत नाहीत, पण वडिलांवर पूर्णपणे अवलंबून असलेली मुलगी, त्यांच्याविरुद्ध पोलिसात जाण्याचं धाडस करणार नाही, पण त्यामुळे वडिलांनी पुन्हापुन्हा

मारलं तर आईप्रमाणे गप्प बसून मार खाण्याची तिला सवय लागणार आणि लहानसहान गोष्टीत तिला मारण्याची वडिलांना सवय लागणार. हा तिढा कसा सोडवायचा?

एक जगावेगळं उदाहरण म्हणजे बायकोच्या ताटाखालचं मांजर बनून राहिलेले आप्पाकाका. पोस्टातली नोकरी, बेताचा पगार, साधा सरळ स्वभाव, तब्येतीची नेहमी कुरकुर आणि देवधर्माकडे भोळसटपणा वाटावा इतका ओढा. काकीनं आयुष्यभर या माणसाला इतकं छळलं की, त्यांच्या आयुष्याची अगदी लक्तरं झाली. सगळा पैसा काढून घ्यायचा, मोजून तिकिटाएवढे पैसे द्यायचे इथून सुरुवात झाली, पण राग राग करायचा आणि त्या माणसाला सुखानं जगू द्यायचं नाही, ही सूड घेतल्यासारखी सतत वागणूक. कधी भाचे, पुतणे आले म्हणून बुद्धीबळाचा डाव खेळायला बसले, तर डाव लाथेनं उडवून लावायचा. बाहेरून नळाचं पाणी भरायला लावायचं. त्यांना रामनामाचा जप कागदावर लिहून ठेवण्याची हौस, पानंच्या पानं भरून लिहायचे. बायकोची कटकट नको म्हणून, बहुधा वेळ काढण्यासाठी लिहीत बसत असावेत. काकी ते कागद उचलून बंबात टाकून जाळायची आणि फुकटचे शाई-कागद नासतात म्हणून त्यांच्यावर खेकसायची. बहुधा असमाधानी लैंगिक जीवनाचा हा उद्रेक असेल, पण आयुष्यातील चाळीस, पन्नास वर्ष एखाद्या व्यक्तीनं दुसऱ्या व्यक्तीला इतकं नामोहरम आणि चितपट करून टाकावं हा प्रचंड कौटुंबिक हिंसाचार आहे. पण हा माणूस इतका शेळपट, की बायकोशिवाय याला स्वत:ची कोणतीही एक गोष्ट स्वत:ची स्वत: करता यायची नाही. बायको दोन दिवस गावाला गेली तर या माणसाची दोन दिवसाची भाजी भाकरी करून जाणार. तीच यांनी खायची. तिला करू नको म्हणण्याचं यांचं धाडस नाही आणि तिनं केलं नाही तर यांना स्वत:ला काही करता येणार नाही. हिंसाचार विरोधी कायदा झाला म्हणून काय हा माणूस पोलिसात जाणार? तेवढं करायला तरी काही धीटपणा पाहिजे आणि तोच आयुष्यभर चेचला गेलेला.

एका छोट्या शहरात माझे एक स्नेही पतीपत्नी डॉक्टर होते. पुष्कळ पैसा कमावला. हॉस्पिटल बांधलं. प्रॅक्टिस उत्तम चालायची. पहिल्यापासून त्यांचा एकुलता एक मुलगा आशिष डॉक्टर होणार, त्यांचं हॉस्पिटल पुढे चालवणार, वाढवणार हे ठरलेलं. म्हणजे या दोघांनी ठरवलेलं. त्यात आशिषचा विचारच नाही. बारावीत कमी गुण पडले तर पंचवीस-तीस लाख डोनेशन देण्याची तयारी आधीपासूनच करून ठेवलेली. पण सातवी आठवीपासूनच मुलगा अभ्यासात

थोडा मागे पडतो आहे हे पाहून दोघांचं धाबंचं दणाणलं. आईनं तर त्याला सतत धारेवर धरलेलं. अभ्यास, अभ्यास. घरात दुसरी भाषा नाही. हा क्लास, ती शिकवणी, अभ्यासाच्या सीडीज, वृत्तपत्रे, मासिके. सतत अभ्यासाची गोष्ट. मुलगा डॉक्टर झाला पाहिजे ही आईवडिलांची महत्त्वाकांक्षा. लहान गावात त्यांच्या प्रतिष्ठेचा प्रश्न आणि त्या पायी मुलाचा अक्षरश: चालवलेला छळ. या सगळ्याचा परिणाम म्हणजे मुलानं अगदी ठाम ठरवून टाकलं, 'मी अजिबात डॉक्टर होणार नाही. तुम्ही खूप अभ्यास कर म्हणता तर मी अजिबात अभ्यास करणार नाही, आईवडिलांनी सांगितलेली प्रत्येक गोष्ट तो उलट करायला लागला. अभ्यासात बऱ्यापैकी गती असलेला मुलगा बारावीत नापास झाला आणि आपल्याला अजिबात पास व्हायचंच नाहीये असं त्यानं मनानं ठरवून टाकलंय आणि आईबापांचा रागराग पाहून त्याला मनातून आनंद होतोय. केवळ जन्म दिला म्हणून दुसऱ्याच्या आयुष्यावर आक्रमण करण्याचा आईबापांना अजिबात अधिकार नाही ही गोष्ट आम्हाला केव्हा कळणार? ही देखील हिंसाच आहे याची जाणीवही सुशिक्षित पालकांना असत नाही.

पण माणसं अशी का वागतात? हुंड्यापायी बायकोचा खून करणारा माणूस आणि पैशासाठी बायकोला आयुष्यभर कात्रीत पकडून तिचा कोंडमारा करणारा नवरा यात काय फरक आहे? दोघांची मनोवृत्ती एकच. लहान मोठ्या फरकानं अनेक सुशिक्षित, सुसंस्कृत घरात कोणाचं ना कोणाचं शोषण होतच असतं. कुटुंबातील माणसांचे परस्परसंबंध कधी समान पातळीवरचे असत नाहीत. त्यात एक उतरंडीची रचना असते आणि वरच्या पातळीवरचा माणूस खालच्या पातळीवरच्या माणसाला सतत तुच्छ लेखत असतो. हे तुच्छ लेखणं जेव्हा अतिरेकी होतं तेव्हा त्याला हिंसाचाराचं रूप येतं. हिंसेमागे मूळ कारण आहे. -अधिकार किंवा सत्ता गाजवणं. काही वेळा स्वत:चा कमीपणा लपविण्यासाठीही दुसऱ्याची हिंसा केली जाते. घरादारावर आपली दहशत बसवायची, आपली सत्ता, आपलं मोठेपण प्रस्थापित करायचं, आपल्या स्वार्थासाठी दुसऱ्याला नमवायचं ही वृत्ती बनून जाते. घरातल्या प्रत्येक व्यक्तीला, अगदी लहान मुलालादेखील, एक आत्मसन्मान असतो. अशा आत्मसन्मानाला ठेचायचं ही प्रवृत्ती हिंसेमागे असते, म्हणून हिंसा शारीरिक, मानसिक, भावनिक, आर्थिक अगदी कुठल्याही प्रकारची असली तरी ती वाईटच, कारण ती दुसऱ्या व्यक्तीला व्यक्ती म्हणून जगण्याचं स्वातंत्र्य नाकारते. हिंसाचार करणारा त्यातून एक विकृत आनंद उपभोगतो आणि दुसऱ्याचे हाल बघण्यात त्याला मजा वाटते. मात्र, कित्येक बळी पडणारांना आपण कोणाच्या अत्याचाराचा बळी

आहोत हे समजतच नाही. 'माझं नशीबच असलं,' नाहीतर, 'जाऊ दे, त्यांचा स्वभावच तसा आहे,' 'आलीया भोगासी,' असं काहीतरी म्हणत बळी पडणारी माणसं आपल्यावरील अत्याचार मुकाटपणे वर्षानुवर्ष सहन करत असतात.

खरं म्हणजे कुटुंबातर्गत चालणारी ही हिंसा थांबवावी हाच या अत्याचारविरोधी कायद्याचा हेतू आहे. पण पिढ्यान् पिढ्या माणसांना, विशेषत: बाईला, अशी शिकवण दिली गेलीय की, घराच्या भिंतीबाहेर आवाज नाही गेला पाहिजे. 'मान सांगावा जनात आणि अपमान सांगावा मनात.' त्याचमुळे घरातली छिद्रे बाहेर दाखवायला बाई सहसा तयार नसते. घरात दारू पिऊन मारहाण करणारा नवरा असला तरी वटपौर्णिमेला शालू नेसून बाई 'हाच पती जन्मोजन्मी मिळावा' म्हणून वडाची पूजा करायला जाईल. पतीविना असलेल्या बाईला समाजात मानाचं स्थान नाही, मग ती प्रौढ कुमारिका, परित्यक्ता, विधवा, घटस्फोटिता कोणीही असो. शिवाय नव्वद टक्के बायका आजही आर्थिकदृष्ट्या परावलंबी आहेत. घराबाहेर पडल्या तर पोटाला कोण घालणार? शिक्षणाचं प्रमाणही अजून कितीतरी कमी आहे. शिवाय पोराबाळांची काळजी आहे. त्यांना घर हवं, आईबाप हवेत, म्हणूनच छळ सोसून मुकाटपणे जगायचं ही सर्वसाधारण बाईची वृत्ती आहे. बंडापेक्षा सोसणं तिला जास्त शिकवलं गेलंय. अशा परिस्थितीत या कायद्याचा हेतू चांगला असूनही त्याची अंमलबजावणी होऊ शकत नाही ही वस्तुस्थिती आहे. खरं म्हणजे प्रत्येक गोष्टीत माणसाला कायद्याचा बडगाच लागतो का? त्याशिवाय माणसं बदलतच नाहीत का?

शिक्षणानं माणसाचं वर्तन सुधारायला हवं. दुसऱ्याच्या व्यक्तिमत्त्वाबद्दल आदर निर्माण व्हायला हवा. 'जगा आणि जगू द्या' हे शेक्सपिअरनं फार वर्षापूर्वी सांगितलेले तत्त्वज्ञान आहे. आपल्याइतकाच दुसऱ्या माणसालाही जगण्याचा, आनंदानं जगण्याचा, त्याच्या चालीनं जगण्याचा हक्क आहे. त्यावर अतिक्रमण करणं हा गुन्हा आहे, याची जाणीव प्रत्येकाला असायला हवी आणि बळी पडणाऱ्यानंही किती वर्ष 'मुकी बिचारी कुणीही हाका' अशी मेंढरं बनून राहायचं? आपल्यावर अन्याय होत असेल तर प्रतिकार करायला हवा. प्रतिकार म्हणजे एकानं मारलं म्हणून दुसऱ्यानं त्याच्यावर हात उगारणं नव्हे. प्रतिकार म्हणजे निषेध, नापसंती दुसऱ्याला दाखवून देणं ही पहिली गोष्ट. आपण घाबरून गेलो, गप्प बसलो, नेहमीच दडपलो गेलो तर आपण दुसऱ्याच्या वर्चस्वाला बळी पडतो हे समजलं पाहिजे आणि तसं बळी न पडण्यासाठी आपल्यापरीनं विरोध, नाराजी, बहिष्कार दाखवला पाहिजे. वडील माणसं असतील तर त्यांच्याशी मोकळेपणानं बोलून त्यांना त्यांची चूक दाखवली

पाहिजे. आपलं म्हणणं समजावून सांगितलं पाहिजे. आपली बाजू समजून घेणाऱ्या मध्यस्थाची मदत घेऊन या गोष्टी वेळच्या वेळीच थांबवल्या पाहिजेत. दुसऱ्याची चूक दाखवून देताना आपली चूक असेल तर ती कबूल करण्याचा मोठेपणा हवा, मोठ्या माणसांची क्षमा मागण्याचीही लाज वाटू नये, पण त्याचबरोबर इजा करण्याचीही संधी कोणाला मिळणार नाही याची दक्षता घ्यायला हवी. स्वत:चे हक्क, स्वत:चा सन्मान स्वत:च जपायला हवा. कुटुंबात जर परस्पर सुसंवाद असेल, प्रेमानं माणसं बांधली गेली असतील तर ती दुसऱ्यांना नीट समजून घेतील. एकदम डोक्यात राख घालून दुसऱ्याचं किंवा स्वत:चं बरंवाईट करणं योग्य नाही. योग्य दिशेने समायोजन केलं तर कौटुंबिक हिंसा थांबवता येते. कौटुंबिक हिंसा हा केवळ त्या कुटुंबाचा प्रश्न नसतो. ही बाब खाजगी नाही, ती एक ज्वलंत सामाजिक समस्या आहे आणि कौटुंबिक स्वास्थ्य जपले तरच समाजाचे स्वास्थ्य जपता येते.

० - ० - ०

९. तेजस्विनी

हम नही है दीन
कहता कौन हमे अबला
है सबल संस्कृती हमारी
हम सभी सबला

स्त्रीचा आत्मविश्वास जागवणारं हे गीत मोठ्या आवेशात आम्ही तरुणपणी म्हणत होतो आणि ते म्हणता म्हणता सबल स्त्रियांची एक अखंड मालिका चित्रपटासारखी मनापुढून सरकून जायची. भारतीय संस्कृती पुरुषप्रधान, त्यात नेहमीच स्त्रीला दुर्लक्षित असं दुय्यम स्थान. पुरुषावर प्रत्येक गोष्टीत अवलंबून असलेली, घरकामात अखंड बुडालेली, मुलाबाळांच्या गराड्यात मानसुद्धा वर काढायला वेळ नसलेली, पती हाच परमेश्वर मानून त्याची पूजा करणारी एक अबला हेच भारतीय स्त्रीचं चित्र! पिढ्यान्‌पिढ्या याच वाटेवरून जाताना काही तेजस्विनी अशा मळलेल्या वाटेवरून जायला कधी नकार देतात, कधी इथे स्वत:ची मोहर उठवतात, कधी स्वयंप्रज्ञेने सारा आसमंत झळाळून टाकतात, तर कधी रणरागिणी होऊन पुरुषांना लाजवेल असा पराक्रम गाजवतात. एखाद्या दीपमाळेसारखी समर्थ स्त्रियांची जागती ज्योत आजच्या स्त्रीस्वातंत्र्याच्या काळात आपल्या तेजाने दिपवून टाकते.

याज्ञवल्क्यस्मृतीत प्रथम भेटतात स्वयंप्रकाशित अशा दोन विद्वान स्त्रिया- गार्गी आणि मैत्रेयी. ब्रह्मज्ञानात सर्वश्रेष्ठ कोण हे ठरवताना याज्ञवल्क्यावर प्रश्नांचा भडीमार करते गार्गी. 'आपल्या मर्यादेचं उल्लंघन केलंस तर तुझं मस्तक गळून पडेल' या याज्ञवल्क्याच्या धमकीचाही तिच्यावर काही परिणाम होत नाही. गार्गी स्वतंत्र प्रज्ञेनं ब्रह्मवृंदात तोडीस तोड उभी राहते. मैत्रेयी तर याज्ञवल्क्याची पत्नी. संन्यास घेताना त्यानं दिलेली संपत्तीची वाटणी ती नाकारते. 'संपत्तीने भरलेली ही सारी सृष्टी माझी झाली तर मला अमरत्व मिळेल काय? ज्यामुळे अमरत्व मिळणार नाही ते घेऊन मी काय करू? तेव्हा आपण मला ज्ञान द्यावे?' पैशापेक्षा ज्ञानाची आस अधिक असलेली मैत्रेयी, संसार करतानाही बौद्धिक उत्कर्षासाठी धडपडणाऱ्या आजच्या स्त्रीची सखी नाही का? केवळ गार्गी-मैत्रेयीच नव्हेत तर अपौरुषेय वेदातील ऋचा रचणाऱ्या वागांभृणीसारख्या कितीतरी अनामिक स्त्रिया

ज्ञानोपासना करण्यात अग्रेसर होत्या. महाभारतपूर्व कालखंडात रौद्राश्व राजाच्या पदरी अश्वारोही स्त्रियांची स्वतंत्र तुकडी सैन्यदलात होती यावर विश्वास बसेल? रामायणातील सीता ही देखील अशीच एक तेजस्वी मानिनी. आपले निष्कलंक चारित्र्य सिद्ध करण्यासाठी तिने अग्निदिव्य केले. पण तरीही तिच्यावर संशय घेऊन तिला वनात पाठविणाऱ्या रामाकडे ती कधीही परत आली नाही. त्याची मुले तिने त्याच्याकडे पाठवली, पण तिचं उर्वरित आयुष्य मात्र तिनं एकाकी अज्ञातवासात काढलं. द्रौपदीनं आपला स्वयंवराचा हक्क बजावला, पाच भावांशी एकटीने लग्न करण्याचे असिधाराव्रत जन्मभर पाळले, पण वेळ येताच धर्मराजासारख्या विलक्षण ज्ञानी माणसाला 'द्यूतात स्वत्व पणाला लावलेल्या माणसाला बायको पणाला लावण्याचा काय अधिकार आहे?' असा खडा सवाल भर राजसभेत करून द्रौपदीनं आपली बुद्धिमत्ता सिद्ध केली.

'स्व'त्वाच्या शोधासाठी चाललेला स्त्रीचा आजचा झगडा फार पुरातन काळापासून चालू आहे, आजच्या स्त्रीमुक्तीची मुळं भारतीय स्त्रीच्या इतिहासात खूप खोलवर रुजलेली आहेत. बाराव्या शतकातील चक्रधरस्वामींची शिष्या महदाईसा धवळे, मातृकी, रुक्मिणी स्वयंवर, गर्भकांड ओव्या रचते, तेव्हा तिच्या निःसंगपणाचे कौतुक करताना 'स्त्रीत्व जणू संपले,' 'पुरुष ऐसेचि बुद्धी' असे चक्रधरांनाही म्हणावे लागले. मुक्ताबाई (शके १२०१ ते १२१९), जनाबाई, बहिणाबाई (१५५० ते १६२२) आणि वेणाबाई या संत स्त्रिया भक्तिमार्गावर आपल्या स्वयंप्रज्ञेनं काळाच्या मर्यादा ओलांडून गेल्या. ज्या काळात स्त्रीला धार्मिक व्यवहारात वगळण्यात आले होते त्या काळात या स्त्रियांनी स्वत:चे असे धर्मांतर्गत उच्च स्थान मिळवले. स्त्रीला शिक्षणाचा अधिकार नसतानाही उत्तम प्रतीच्या काव्याची निर्मिती केली. त्या सर्वजणी जातीधर्माच्या पलीकडे तर गेल्याच, पण पारंपरिक रूढीग्रस्त धर्मनियमांनाही त्यांना बांधून ठेवता आले नाही. त्यांचे व्यक्तिगत जीवनसुद्धा कुणाची आई, बायको, बहीण म्हणून नव्हते तर स्वत:च्या व्यक्तित्वातील 'स्व' सापडल्याने तो विठ्ठलचरणी विलीन करण्याचा मार्ग त्यांनी स्वत: धुंडाळला. संत स्त्रियांना सापडलेला स्त्रीमुक्तीचा 'आत्मस्वर' हे त्या त्या स्त्रीचे वैयक्तिक कर्तृत्व आहे.

इसवीसन १२०० ते १४०० म्हणजे मध्ययुग, सुलतानशाही आणि मराठेशाहीचा काळ. मनुस्मृतीच्या प्राबल्यानं 'स्त्रीला स्वातंत्र्य नाही' हे समाजानं मनोमन मान्य केलेलं. वारंवारच्या लढायांमुळे स्त्री एकतर घरात बंदिस्त नाहीतर उपभोगाची वस्तू. पडदा पद्धत सर्रास रूढ झालेली. सतीची चाल पाय रोवून बसलेली. स्त्री म्हणजे गुराढोरासमान ही समाजाची वृत्ती! पृथ्वीराजाची बायको

संयोगिता सती गेली. पद्मिनीने पावित्र्य रक्षणासाठी शेकडो स्त्रियांबरोबर जोहार केला, अशा काळात एखादी गुलाम घराण्यातली सुलताना रझिया गादीवर बसल्यावर पडदा झुगारून देते आणि विजेच्या लोळासारखी तलवार परजत लढाया मारते. चितोडची राणी कर्णावती, आपल्या अपत्याचा बळी देऊन बाल उदयसिंहाचे रक्षण करणारी पन्नादाई, गोंडवनाची राणी दुर्गावती, मुरादच्या हल्ल्यास निकराने तोंड देणारी अहमदनगरची चांदबिबी, मुघलांच्या आक्रमणाला तोंड देऊन आपले राज्य अबाधित राखणारी राणी चेन्नम्मा, त्रावणकोरचे रक्षण करणारी उमराम्मा, मदुरेची धर्मशील आणि न्यायी मंगम्मा या स्त्रियांच्या कर्तृत्वाची झळाळी काळालाही पुसता येणार नाही. शिवाजीला घडविणारी जिजाबाई त्याच्या गैरहजेरीत अनेक तंटे तोडीत, उत्तम राज्यकारभार करत असे; अनपेक्षित अडचण आल्यास ती दूर करणारी, वतनदारांवरील संकट निवारणारी आणि गैरबाका वागणाऱ्यांना त्यांची जागा दाखवणारी ती एक समर्थ स्त्री होती. या खेरीज येसूबाई, ताराबाई, अहिल्याबाई, झाशीची राणी लक्ष्मीबाई या पराक्रमी स्त्रिया म्हणजे इतिहासातील स्त्रीरत्नेच आहेत. येसूबाईंनी पुत्राच्या सुटकेसाठी औरंगजेबाच्या कैदेत दीर्घकाळ कारावास सोसला, तर राजारामाच्या मृत्यूनंतर मृत्यूच्या दाढेतून महाराष्ट्राच्या स्वातंत्र्याचे कडवी झुंज देऊन ताराबाईने रक्षण केले. कुशलतेनं राज्य चालवणारी आणि समाजोपयोगी कामांसाठी स्वत:ला वाहून घेतलेली धार्मिक वृत्तीची अहिल्याबाई आणि झाशीच्या रक्षणार्थ मुलाला पाठीला बांधून तटावरून घोडा फेकणारी रणझुंजार झाशीची राणी लक्ष्मीबाई– निष्काम कर्मयोगाचा आदर्श बाळगणाऱ्या महाराष्ट्रीय स्त्रिया काय करू शकतात याचे लखलखीत उदाहरण आहेत.

१९ व्या शतकाचा उत्तरार्ध अशाच एका कर्तृत्ववान स्त्रीच्या तेजस्वी कामगिरीनं उठून दिसतो. ती स्त्री म्हणजे महात्मा ज्योतीराव फुले यांची सुविद्य पत्नी क्रांतीज्योती सावित्रीबाई फुले. ज्योतीरावांनी लावलेल्या समाजसुधारणेच्या प्रत्येक रोपट्याची त्यांच्या पश्चातही देखभाल केली ती सावित्रीबाईंनी! मुलींच्या शाळेतली पहिली अध्यापिका, गरोदर विधवांची बाळंतपणं करून त्यांची आश्रमशाळा चालविणारी समाजाची माता, प्लेगच्या साथीत जिवाची पर्वा न करणारी सेवाभावी स्त्री, मनानं कोमल कवीमनाची- तितकीच वज्रादपी कठोर असणारी सावित्रीबाई ज्योतीरावांच्या अंत्ययात्रेत हातात मडकं धरून अंत्यसंस्कार करते. कोणत्या अस्सल धातूनं बनवली गेली असेल ही बाई? ही सामान्य बाई नव्हेच, ती एक लखलखती ज्वालाच आहे, जिच्या उजेडात आज दीडशे वर्षानंतरही तळागाळातली स्त्री शिक्षणाचं स्वप्न पाहते आहे.

भारतामध्ये स्त्रीरत्नांची वाण कधीच पडली नाही, म्हणूनच गांधीजींच्या हाकेला ओ देऊन शेकडो स्त्रिया चलेजावच्या चळवळीत सामील झाल्या. अशिक्षित कस्तुरबा वस्त्रालंकारांचा मोह, कुटुंबीयांचे प्रेम, जातीप्रथेचा प्रभाव या साऱ्या संकुचित स्वार्थांना दूर लोटून हजारो स्त्रियांच्या स्फूर्तीदायी बनल्या. आपल्या मधुर, प्रभावशाली वक्तृत्वाने गांधीजींचा संदेश कानाकोपऱ्यात पोचवणाऱ्या उच्चविद्याविभूषित सरोजिनी नायडूंनी भारतीय स्त्री जीवनाला एक नवा मार्ग दाखवला. कमलादेवी चटोपाध्याय, विजयालक्ष्मी पंडित, राजकुमारी, अमृत कौर, डॉ. सुशीला नायर, गंगाबेन मुजुमदार, अनसूया आणि मृदुला साराभाई अशा अगणित महिलांनी गांधीजींच्या प्रभावाखाली आपले आयुष्य उज्ज्वल केले. कित्येकींनी तळहातावर शिर ठेऊन स्वातंत्र्याच्या वेदीवर बलिदान केले. जंगल सत्याग्रह, मिठाचा सत्याग्रह, सविनय कायदेभंग या सर्व कार्यात स्त्रियांचे कार्य फार आश्चर्यकारक होते. दारूची दुकाने आणि परदेशी कापडांची दुकाने यांच्यासमोर धरणे धरून त्यांनी जनतेच्या मनात जागृतीची ज्योत पेटवली. प्रभातसमयी गीत गात स्वातंत्र्याचा संदेश त्यांनी घरोघरी पोचवला. आपल्या घरात गुप्तपणे सायक्लोस्टाईल मशीनवर पत्रके तयार करून रातोरात अंधाराचा आसरा घेऊन भिंतीवर, रस्त्यावर सर्व ठिकाणी त्या ती चिकटवीत. स्त्रियांनी एकदा एक काम स्वीकारलं की, कोणत्याही परिस्थितीत त्या ते पूर्ण केल्याशिवाय राहात नाहीत.

स्वातंत्र्योत्तर काळात स्त्री शिक्षणाचा मोठा प्रसार झाला. स्त्रिया नोकरी करू लागल्या. अर्थार्जन करू लागल्या. समाजातील सर्व क्षेत्रे त्यांना खुणावू लागली आणि कोणत्याही क्षेत्राचं आव्हान स्वीकारण्याचं मानसिक बळ स्त्रीला प्राप्त झालं. इंदिरा गांधींसारखा एका समर्थ स्त्रीचं नेतृत्व आधुनिक स्त्रियांना कितीतरी स्फूर्ती देणारं ठरलं. नेताजींच्या आझाद हिंद सेनेतील कॅप्टन लक्ष्मी, सशस्त्र क्रांतिमार्गावरील नेत्या बीना दास, कल्पना दत्त, प्रतीलता बट्टेवार, नौखालीत-अपहृत महिलांच्या मुक्ततेचे काम करणाऱ्या सुचेता कृपलानी, रामेश्वरी नेहरू, अय्यमा मथाई, या सर्व स्त्रिया आपलं तथाकथित 'बायकीपण' विसरून निर्भयपणे जीवनसंग्रामात उभ्या ठाकल्या आणि चिरंजीव झाल्या. नर्मदा धरण प्रश्नावर शोषितांच्या बाजूनं एकाकी लढा देणाऱ्या मेधा पाटकर स्त्रीचा करारीपणा आणि न्यायप्रियता आणि त्यासाठी झुंज देण्याची झुंजार वृत्ती यांचाच एक आदर्श नमुना आहेत. भ्रष्टाचारी यंत्रणेत आपल्या अधिकाराच्या जिद्दीवर पाय रोवून उभ्या असणाऱ्या किरण बेदी आजच्या तरुण मुलींना 'सुपर वुमन' वाटतात. नुसत्या भारतीय वंशाच्या

असल्या तरी त्यांची मुळं आमच्याच मातीतली आहेत हा अभिमानही कल्पना चावला आणि सुनिता विल्यम्सला भारतीय स्त्री-शक्तीचं प्रतीक मानायला पुरेसा होता.

साहित्य, कला, नृत्य, नाट्य, यात तर उत्तुंग आदर्श निर्माण करणारी किती नावे घ्यावीत? मालतीबाई बेडेकर, विजया मेहता, मृणालिनी साराभाई, रोहिणी भाटे अशा कित्येक कलावतींनी आपल्या कलेला बुद्धिकौशल्याची जोड देऊन आपल्या क्षेत्रात आपल्या कर्तृत्वाचे मानदंड तयार केले. आज वैद्यकीय, तंत्रज्ञान, उद्योग, व्यवसाय, पर्यटन, शासन व्यवहार, संशोधन असं कुठलंही क्षेत्र घेतलं तरी स्त्रीचं योगदान तिथे महत्त्वपूर्ण आहे.

नव्या भारताच्या उभारणीत आज २१ व्या शतकात

जुने जाऊ द्या मरणालागी

जाळुनी किंवा पुरूनी टाका

सावध ऐका पुढल्या हाका'

असं स्वतःला बजावत स्त्रीच्या पारतंत्र्यातला दुःखद इतिहास विसरून आणि पचवून, आजची स्त्री आत्मनिर्भरपणे स्वतंत्र जीवनाच्या चाहुलीला प्रतिसाद देत निर्भयपणे उभी आहे. सांस्कृतिक इतिहासातल्या प्रवाहामध्ये तिला भेटलेली ही काही उत्तुंग व्यक्तित्वं तिला नेहमीच स्फूर्तिदायी ठरत आहेत. प्रतिकूल परिस्थितीमध्येसुद्धा वेदकाळापासून कालच्या उंबरठ्यापर्यंत स्त्रीनं आपलं उपजत सामर्थ्य सिद्ध करून आपला वर्तमान बदलला. उद्याची स्त्री अनुकूल परिस्थिती निर्माण करून अधिक स्वयंसिद्ध आणि सामर्थ्यवान होईलच.

० - ० - ०

१०.वैवाहिक आणि विवाहबाह्य संबंध

विवाह ही प्रत्येक व्यक्तीच्या आयुष्याला वळण देणारी एक महत्त्वाची घटना आहे. स्त्री व पुरुष आयुष्यात पुनर्जननासाठी परिपक्व झाल्यावर एकत्र येऊन पुनर्निमिती करतात हा विवाहाचा एक ठोकळेबाज अर्थ आहे. याच अर्थाने अगदी साठ-सत्तर वर्षापूर्वीच्या विवाहपत्रिकेमध्ये 'अमुक पुरुष व अमुक स्त्री हे दोघे शरीरसंबंधाने एकत्र येत आहेत.' अशा प्रकारची शब्दरचना असे. पशू, पक्षी, कीटक, काही वनस्पती यांना सुद्धा पुननिर्मितीची स्वाभाविक ओढ असते व त्या निमित्ताने भिन्नलिंगी जोडीदार एकत्र येऊन मादीला गर्भधारणा होते. मात्र यासाठी काही ठराविक कालावधीपुरताच त्यांचा शरीरसंबंध येतो. गाय माजावर येते, तेव्हा बैलाचा आणि तिचा संबंध येतो. कुत्री, मांजरी, माकड, वाघ, सिंह आदी जंगली जनावरे किंवा चिमणी, कावळे इत्यादी पक्षी या सगळ्यांच्या बाबतीत ही गोष्ट खरी आहे, की नवनिर्मितीसाठीच फक्त त्यांचे शरीरसंबंध येतात. त्याचमुळे एकच जोडी आयुष्यभर एकत्र येते असं घडत नाही, त्या त्या हंगामापुरत्या जोड्या एकत्र येतात, नवीन जीव जन्माला घालतात व विलग होतात. मानवेतर प्राणीसृष्टीमध्ये म्हणूनच फक्त नर आणि मादी हे एकच नाते असते. आई आणि पिले हे नाते काही काळापुरते मर्यादित असते. पिलू मोठे झाले की ते नराच्या भूमिकेत आईशी संग करते. एक प्रकारे निसर्गाच्या एका स्वच्छ आणि प्रामाणिक भूमिकेत ही सृष्टी आहे. त्यामुळे लैंगिक पातळीवरचे संघर्ष नराने आपले श्रेष्ठत्व व मादीवरील हक्क प्रस्थापित करण्यापुरतेच असतात. विवाह ही प्रथा या सृष्टीत नाही. इथेच माणूस आणि प्राणी यात फरक आहे आणि त्यामुळे माणसाच्या जीवनात लैंगिक पातळीवर अनेक गुंतागुंतीच्या समस्या निर्माण होतात. मुख्य म्हणजे शरीरसंबंध हा माणसाच्या बाबतीत फक्त पुनर्जननाशी जोडला गेलेला नाही. स्त्री आणि पुरुष फक्त याच हेतूने जवळ येत नाहीत. तसे असते तर स्त्रीला जितकी मुले, तेवढ्यापुरताच तिचा पुरुषाशी शरीरसंबंध आला असता. स्त्री-पुरुष आयुष्यात अनेकदा एकमेकांच्या निकट येतात आणि एखाद् दुसऱ्या मुलाइतकी आपली संतती मर्यादित ठेवू शकतात. स्त्री फक्त 'माजावर' येण्याच्या काळातच तिचा संबंध येत नाही, तो अनेकदा, अनेकवार चालू राहतो, कारण मनुष्यप्राण्यामध्ये हे संबंध 'आनंद'

या भावनेशी जोडलेले आहेत. पशुपक्षीही शारीरिक संबंधामध्ये आनंद, समाधान घेत असणार, कारण त्यामध्ये त्यांच्या लैंगिक भुकेची पूर्ती होते. पण मानवामध्ये मात्र लैंगिक भूक भागवण्यापुरताच संबंध नसतो. 'आनंद' या शब्दाचा व्यापक अर्थ माणसाला अभिप्रेत असल्यानेच विवाह हा माणसाच्या आयुष्यात केवळ शरीरसंबंधापुरताच मर्यादित नसतो. विवाह हा हिंदू धर्मात एक संस्कार आहे. मुस्लीम व ख्रिश्चन धर्मात त्याला एका सामाजिक कराराचे स्थान आहे. करार असो वा संस्कार - विवाहाचा संबंध केवळ वैयक्तिक नसून सामाजिक आहे. विवाहाने एकत्र येणाऱ्या व्यक्तींवर समाजाचे एक बंधन आहे, त्यांच्या एकत्र राहाण्याला मान्यता आहे, त्यांना त्या समाजाच्या कायद्यांचा अडसर आहे आणि त्यांच्या संततीला समाजाची मान्यता आहे. विवाहाने व्यक्ती सामाजिकदृष्ट्या प्रतिष्ठापित होते आणि समाजाचा एक जबाबदार घटक बनते. प्रत्येक जाती, धर्मानुसार विवाहाचे संस्कार, रीतीभाती अलग अलग असल्या तरी 'न अतिचरामि' हे तत्त्व सगळीकडे समान आहे. 'मी जोडीदाराशी प्रेमाने वागेन, त्याचे कोणत्याच बाबतीत, विशेषत: लैंगिक शोषण करणार नाही. परस्परांशी सामंजस्य, परस्पर सहकार्य आणि संततीनिर्मिती यासाठी आपण एकमेकांशी प्रामाणिक राहून आयुष्यभर एकत्र राहू' अशा प्रकारच्या शपथा सर्वसाधारणपणे सगळीकडे घेतल्या जातात. विवाह हा एक सामाजिक विधी असल्याने साहजिकच प्रत्येक व्यक्तीवर या घटनेचा एक नैतिक दबाव असतो. विवाहामुळे व्यक्ती चिरकाल एकत्र येतात. प्राण्यांसारख्या हंगामी विणीसाठी नाही. घर करतात. संसार थाटतात, सजवतात. एकत्र जेवण करतात. परस्परांना प्रेम-भेटी देतात. नवीन जन्माला आलेल्या व्यक्तीचे स्वागत होते. लाड होतात, त्याला चांगल्यातल्या चांगल्या परिस्थितीत वाढवले जाते, मोठे केले जाते. त्याला शिक्षण दिले जाते, त्याच्यावर संस्कार केले जातात आणि त्याचा विवाह होईपर्यंत अगर झाल्यावरही त्याला आधार दिला जातो. हे सर्व 'विवाह' या एका बंधनामुळे आलेल्या जबाबदारीतून इच्छेने अगर कर्तव्याने होत असते. त्यामुळे माणसाच्या बाबतीत शरीरसंबंधातील 'आनंदा'मध्ये अनेक गोष्टी अनुस्यूत असतात. परस्परांवरील विश्वास, परस्परांची जबाबदारी, सुखदु:खात वाटेकरी, आर्थिक आधार, परस्परांचे आकर्षण, संभाषणातील सुसंवाद, परस्परांवरील प्रेमाचा अधिकार या व अशा अनेक अंतर्गत छटांमुळे शरीरसंबंध हाच काही स्त्री पुरुषांचा एकत्र येण्याचा एकमेव पर्याय असत नाही. विवाहामुळे शरीराबरोबर मने गुंतत जातात, परस्परांविषयी शरीरापलीकडचे प्रेम निर्माण होते, दुसऱ्यासाठी त्याग करण्याची वृत्ती निर्माण होते. त्यामुळेच काही कारणाने वा वयपरत्वे शरीरसंबंध संपले तरी

माणसे एकत्र राहतात, परस्परांच्या साहचर्याचा आनंद घेतात.

वरील सर्व विवेचन हे 'विवाह' शब्दाच्या आदर्शवादी प्रतिमेला धरून आहे. अशा प्रतिमेत छोट्या मोठ्या कुरबुरी झाल्या, भांडणे झाली, स्त्रीचे लैंगिक वा शारीरिक शोषण झाले, तरी विवाह टिकून राहतात. भारतासारख्या लोकसंख्येच्या दृष्टीने प्रचंड मोठ्या असलेल्या देशाचे एकमेव 'प्रबळ' स्थान कोणते असेल तर इथली विवाहसंस्था व कुटुंबव्यवस्था यांचे स्थैर्य! पौर्वात्य व पाश्चिमात्य देशांच्या तुलनेत आजही भारतात विवाहविच्छेद कमी आहेत; अर्थात इथे सगळे 'ऑल वेल' आहे असा गैरसमज करून घेण्याचे कारण नाही. इतर अनेक महत्त्वाच्या कारणांबरोबर इथली स्त्री अजून नवऱ्यावर अवलंबून आहे. घटस्फोटाला प्रतिष्ठा नाही, आणि घटस्फोटामुळे होणारे मुलांचे हाल तिला नको आहेत ही महत्त्वाची कारणे आहेत.

संस्कृतीचा इतिहास वरवर पाहता नैतिकतेच्या झळाळीचा असतो, पण कोणत्याही कालखंडात अनैतिकतेचा एक अंतर्गत प्रवाह वहात असतोच, या अनैतिकतेचा एक भाग म्हणून विवाहपूर्व व विवाहबाह्य संबंधांचा विचार करताना अगदी पुराण व इतिहास कालापासून स्त्री पुरुषांच्या विवाहबाह्य संबंधांची एक मालिकाच पूर्वापार चालू आहे असे दिसेल. विशेषतः पुरुषांच्या बाबतीत एकापेक्षा अधिक बायका असणे किंवा ठेवलेल्या बायका असणे हा भाग त्यांच्या पौरुषत्वाशी व समाजातील प्रतिष्ठेशी जोडला गेलेला असल्याचे दिसते. पत्नीबरोबर एखादे 'अंगवस्त्र' असणे हे प्रतिष्ठेचे लक्षण मानले जायचे. एकपत्नी रामापेक्षा बहुपत्नी कृष्ण हा पूर्णपुरुष अधिक लोकप्रिय आहे. एकपत्नीत्वाचा कायदा झाल्यानंतर ही परिस्थिती बदलली का? अजिबात नाही. कारण कायद्यामुळे मानसिकता बदलत नाही, फक्त हे संबंध चोरटेपणाने चालू राहातात. विवाहाला सामाजिक प्रतिष्ठा असली तरी व्यक्तिस्वातंत्र्याच्या नावाखाली माणसे समाजाची आता फारशी पर्वा करताना दिसत नाहीत.

समाजाचे तीन स्तर मानले तर खालचा आणि वरचा स्तर यात नेहमीच एक साम्य असते आणि त्यांच्या वर्तनाची फारशी चर्चा होत नाही, त्यांचे 'तसे' जगणे हे दुर्लक्षिले जाते अथवा मान्य केले जाते. मात्र कोणत्याही घटनांचा प्रादुर्भाव मध्यम स्तरात झाला की प्रश्न निर्माण होतात, गंभीर समस्यांवर चर्चा सुरू होतात, कारण या घटना पाहता पाहता सार्वजनिक बनून कायमच्या समाजात राहतील की काय अशी भीती वाटू लागते. बाई, दारू, सट्टा, जुगार, चैनी, व्यसने इत्यादी टोकाच्या गोष्टी समाजात पूर्वापार आहेतच, मात्र त्यांचा फैलाव मध्यम स्तरात झाल्याने चिंता वाटू

लागते. त्यातही मध्यमवर्गामध्ये पुरुषांचे विवाहपूर्व वा विवाहबाह्य संबंध असणे ही गोष्ट आता जुनी होऊन कुटुंबातील गरती बाई अशा प्रकारच्या संबंधांना क्रियाशीलपणे अनुकूल आहे असे दिसू लागल्याने संस्कृती संरक्षकांमध्ये पायाखालची वाळूच घसरू लागल्याची एक भावना निर्माण होऊ लागलेली दिसते.

गेल्या पंचवीस ते तीस वर्षाच्या कालखंडात आपला समाज झपाट्याने बदलत गेला. स्त्रीशिक्षण ही घटना समाजाला वळण देणारी ठरली. तंत्रज्ञान आणि विज्ञान यांच्या झपाट्याने वाढणाऱ्या पसाऱ्यात स्त्री अथवा पुरुष असा लैंगिक भेद उरला नाही. जो अधिक कार्यक्षम त्याला अधिक संधी या न्यायाने स्त्रियांनाही उत्तम पगाराच्या अनेक नोकऱ्या उपलब्ध झाल्या. त्यांच्याही हातात पैसा खेळू लागला. कार्यालयीन संस्कृती (work culture) नावाची एक नवीन जीवनपद्धती किंवा जीवनशैली झपाट्याने वाढू लागली. भरपूर कमवा आणि भरपूर चैन करा असा या संस्कृतीचा संदेश होता आणि तिचं लोण पाहता पाहता वणव्यासारखं पसरलं. स्त्री ही नेहमीच पुरुषांच्या चैनीचे व मनोरंजनाचे साधन बनली आहे, आता पुढच्या काळात तिनेही पुरुषाला मनोरंजनाचे साधन बनवले तर आश्चर्य वाटू नये. अशा प्रकारच्या संस्कृतीत नैतिकता या शब्दाला काहीच अर्थ नसतो आणि त्यामुळे वैवाहिक बंधनेही शिथिल होतात. अनुभव घेणं यातच एक थ्रिल वाटू लागतं आणि त्यामुळे जीवनाचं एक नवीन तत्त्वज्ञान व्यक्ती आपल्यापुरतं विकसित करून स्वतःच्या वर्तनाचं समर्थन करू लागते. हस्तांदोलन करणं किंवा किस घेणं यापेक्षा शरीरसंबंध ठेवणं काही वेगळं नाही असे फसवे युक्तिवाद पुढे येतात. विवाहपलीकडे मित्र अथवा मैत्रिण असणे या मर्यादा ओलांडून त्यांना सहजपणे प्रियकर-प्रेयसी मानून शरीरोपभोग घेणे यात काही वावगे नाही अशा प्रकारची वृत्ती जेव्हा वाढू लागते त्यावेळी विवाहामुळे निर्माण झालेली कुटुंबाची भक्कम चौकट खिळखिळी होऊ लागते. जो विश्वास, प्रेम, प्रामाणिकपणा, भावनिक आधार दुसऱ्या व्यक्तीला वचनबद्ध असतो, त्याचा पाया उन्मळू लागतो. खोटेपणा, लपवाछपवी, फसवणूक, भांडणे यांचा विपरीत परिणाम कुटुंबातील स्वास्थ्यावर व मुलांच्या मानसिकतेवर होतो. सिनेमा, नाटके अथवा दूरदर्शन मालिका यांना सवंग लोकप्रियतेसाठी काहीतरी नवीन सनसनाटी नेहमीच हवे असते. विवाहबाह्य संबंध हा म्हणूनच मराठी प्रसारमाध्यमांचाही आवडीचा विषय बनला आहे. समाजात जे घडते तेच आम्ही दाखवतो असे म्हणून त्यांना हात झाडता येणार नाहीत. ते वाईट कसे आहे, त्यापासून दूर कसे राहाता येईल, त्यामुळे कुटुंब कसे उद्ध्वस्त होऊ शकते याचे प्रभावी चित्रण माध्यमातून करता यायला हवे. पण

निर्मात्यांना असे भान आलेले दिसत नाही.

स्त्रियांचे असे चोरटे संबंध असणे समाजाला जास्त टोकाचे व टीकेचे वाटते, पण स्त्रिया या देखील माणसेच आहेत व एकदा त्या मध्यप्रवाहात येऊन पुरुषांसारखे वागू लागल्या की अशा प्रकारचे वर्तन त्यांच्या हातून होणे अपरिहार्य आहे, पण म्हणून ते अर्थातच समर्थनीय नाही. विवाहसंबंधात एखादा जोडीदार जेव्हा अकाली मरतो, दीर्घकाळ आजारी असतो, किंवा शारीरिकदृष्ट्या कमकुवत असतो, दीर्घकाळ परदेशी असतो किंवा सतत संघर्ष करतो अशा परिस्थितीत तरी विवाहबाह्य संबंध समर्थनीय ठरतात का? याचं उत्तर ज्यानं त्यानं आपल्या सदसद्‌विवेकबुद्धीला स्मरून द्यायचं आहे. मनुष्य हा प्राणी आहे, पण फक्त प्राणी नाही- तो विवेकशील प्राणी आहे आणि विवेक जागा असेल ती व्यक्ती क्षणिक मोहाला बळी पडत नाही. फक्त शरीरसुख एवढेच त्याचे अशा संबंधाकडे पाहण्याचे मत नसते. आधी दुसऱ्या व्यक्तीबद्दल निर्माण होणारे प्रेम, त्यावरची श्रद्धा, विश्वास आणि मन जिकणं त्या व्यक्तीला अधिक महत्त्वाचं वाटतं. भिन्नलिंगी व्यक्ती जवळ आणण्याचे कारण शरीर नसून शरीरसंबंध ही जवळ आल्यानंतरची विश्वास दृढ करणारी घटना आहे. त्यामुळे विवाहाला एक पावित्र्याची आणि मर्यादेची भरजरी किनार असते. ती एकदा सुटली तर माणूस भरकटत जातो आणि एकदा नीतीची घट्ट पकड हातातून सुटली, तर ती पुन्हा कधीच धरता येत नाही.

आज आपला समाज अशा एखाद्या किडीच्या लागणीनं सडू लागला आहे की काय अशी भीती निर्माण होऊ लागण्यासारखी परिस्थिती आहे, पण लहान वयात उत्तम संस्कार झाले तर आजही ही वृत्ती बदलता येईल. चंगळवादाची जागा विचारशील, ज्ञानी व्यक्तींनी घेतली तर व्यक्तीच्या मनाचा समतोल ढळणार नाही, पण असे परिश्रम घेणाऱ्या व्यक्तींची मात्र समाजात आज उणीव आहे. समाजाचे हे तारू दिशाहीन होऊन भरकटू नये यासाठी विवेकशील वृत्तीने सजग राहण्याचे काम निदान काही लहान दिव्यांनी तरी आपापल्या पातळीवर करायला हवे.

०-०-०

११. योनी स्वगते (व्हजायना मोनोलॉग)

एखादं पुस्तक वाचलं की, त्याबद्दल इतरांना भरभरून सांगावासं वाटतं, पण सांगायला लागलं की, सांगणं फार अवघड वाटतं, त्या जातकुळीचं हे पुस्तक आहे, तरी पण मराठी पुस्तकं जास्त करून वाचणाऱ्या मैत्रिणींना हे पुस्तक वाचाच, म्हणून सांगण्याचा मोह मला आवरत नाही, कारण अशा प्रकारचं पुस्तक मराठीत लिहिण्यासाठी (अनुवादासाठी नव्हे) पन्नास एक वर्ष तरी नक्की जावी लागतील. तर पुस्तकाचा विषयच अफलातून आहे, द व्हजायना मोनोलॉग - म्हणजे मराठीत 'योनी स्वगते.' लेखिका आहे इव्ह एन्सलर. ग्लोरिया स्टाइनेम या सुप्रसिद्ध स्त्रीवादी लेखिकेनं त्याची प्रस्तावना लिहिली आहे. अमेरिकेमध्ये, विशेषत: महाविद्यालये आणि विद्यापीठांच्या प्रांगणात, त्याचे शेकडो प्रयोग झाले. भारतातही दोन-तीन वर्षापूर्वी त्याचे काही मोजके प्रयोग झाले, त्यातला पुण्यातील इ-स्क्वेअरमध्ये झालेला प्रयोग मी पाहिला होता आणि प्रचंड भारावून गेले होते. आता 'योनीच्या मनीच्या गुजगोष्टी' या नावाने वंदना खरे यांनी या नाटकाच्या केलेल्या अनुवादाचे शंभर एक प्रयोग मराठी रंगभूमीवर झाले आहेत. स्त्रियांवर होणारा अत्याचार थांबविण्यासाठी तळागाळातून एक चळवळ या प्रयोगांमधून सहजपणे आकारत गेली इतका हा प्रयोग प्रभावी होता. स्त्रियांची कल्पनाशक्ती आणि भीती, कुतूहल आणि लज्जा, बुद्धिमत्ता आणि भावनाप्रधानता यांचा इतका सुंदर संगम या पुस्तकानं साधला आहे की, हे पुस्तक ज्यानं वाचलं ते स्त्रीच्या शरीराकडे आणि सेक्सकडे पुन्हा पहिल्या दृष्टीनं पाहू शकणारच नाहीत, इतकं हे पुस्तक तुमच्या सदसद्विवेकबुद्धीला आवाहन करणारं आहे. मंत्रमुग्ध झाल्यासारखं वाचत राहावं इतकं सुंदर, तरीही गंमतशीर, हलकं-फुलकं आणि त्याचवेळी हादरवून टाकणारं असं हे पुस्तक आहे. एकाच वेळी एक कलात्मक साहित्यकृती, संस्कृतीच्या इतिहासात दडून राहिलेलं एक गुप्त पान, एक कविता, एक अंतर्मन सोलून काढणारं विच्छेदन - या पुस्तकाचं वर्णन खरंतर कोणत्या नेमक्या शब्दात करावं तेच मला सुचत नाहीये. पण स्त्रीत्वाच्या सारसर्वस्वाची इतकी उघड उघड खुली चर्चा कधी झाली नाही आणि ती देखील शेकडो बायकांच्या मुलाखतीच्या साक्षीपुराव्यासकट!

आतलं अंग, मायांग किंवा ओटीपोट वगैरे शब्द वापरणाऱ्या

पिढीतली ग्लोरिया स्टाईनेम प्रस्तावनेत म्हणते की, आमच्या पिढीत योनी हा शब्द प्रत्यक्षपणे कधी कोणी उच्चारलाच नाही, त्याबद्दल नेहमी आडवळणानं बोललं जाई. स्त्रीचे शरीर हे घाणेरडे, लज्जास्पद आहे हीच भावना स्त्रीच्या मनात असे. प्रत्यक्ष स्त्रीपेक्षा तिच्या शरीराची माहिती, स्त्री-पुरुष डॉक्टरांनाच अधिक असते. बाईने तिचे शरीर नीट पाहिलेलेही नसते आणि अश्लील जोक्ससाठी किंवा शिव्यांसाठी तिच्या या अवयवांचा उल्लेख होत असतो. मी जेव्हा भारतात आले तेव्हा शंकराच्या देवळातली लिंगपूजा पाहिली, तसंच स्त्रीच्या योनीचं प्रतीक म्हणून फुलांच्या किंवा त्रिकोणी आकारातली योनीपूजाही पाहिली. दुर्गा आणि काली या भारतात शक्तीच्या देवता असून जन्म-मृत्यू, उत्पत्ती-विनाश यांच्याशी त्यांचा थेट संबंध आहे. अन्य धर्मातूनही स्त्रीचा संबंध शक्तीशी जोडलेला दिसतो. मात्र अमेरिकेतील योनी संबंधीचा दृष्टिकोन आणि भारतातील योनीपूजा यांचा अर्थाअर्थी काहीही संबंध नाही. १९७० च्या स्त्रीवादी चळवळीनंतरच पितृप्रधान व्यवस्थेने निर्मिलेल्या धार्मिक कल्पना ते फ्रॉईडपर्यंत व लैंगिक वर्तनातील दुहेरी नीती ते पितृप्रधान व्यवस्थेत निर्मितीचे साधन म्हणून पुरुषाचा स्त्री शरीरावर असलेला ताबा इथपर्यंत प्रत्येक पर्याय जगासमोर आला. एकेकाळी शक्तीचे प्रतीक असलेली योनी पितृप्रधान व्यवस्थेच्या अनेक पिढ्यांमधून रोमान्सचे माध्यम बनली. या शब्दाचे अवमूल्यन थांबवण्यासाठी बटण आणि टी शर्टस्‌वर कंट पॉवर (Cunt Power) असे शब्दही वापरले गेले. (कंट हा शब्दही भारतीय शब्द कुंदा वा कुंतीपासून आला असावा असे ग्लोरियाला वाटते) गेल्या तीस, चाळीस वर्षात जगानं स्त्रियांवर होणारे विविध अत्याचार पाहिले आहेत. बलात्कार, बालिकांचं लैंगिक शोषण, शारीरिक छळ, स्त्रीलिंगी गर्भाची हत्या, नवजात बालिकांची हत्या, लैंगिक खच्चीकरण, स्त्रियांचा व्यापार इत्यादी अनेक वास्तव घटनांविरुद्ध जगभर स्त्रीवादी चळवळींनी आवाज उठवला. ज्या काही थोड्या सर्जक साहित्यकृतींनी या गोष्टीविषयीचा राग व्यक्त झाला, त्यात हे पुस्तक समाविष्ट करावे लागेल. न सांगता येण्याजोगं सांगण्याची शक्ती या पुस्तकाच्या भाषेत आहे. हे पुस्तक वाचल्यावर स्त्री-पुरुषांना नक्कीच मनातून मोकळं वाटेल- परस्परांबद्दल मोकळं वाटेल- एवढंच नव्हे तर पारंपारिक पितृप्रधान व्यवस्थेतील स्त्री-पुरुष हे द्वंद्व, मन आणि शरीर, लैंगिक अनुभव आणि आध्यात्मिक अनुभव, आपल्या शरीराचे असे अवयव ज्यांच्याविषयी आपण बोलतो आणि ज्यांच्याबद्दल आपण बोलतो याबद्दलचे पर्याय आपल्या मनात जागरूक होतील. ५००० वर्षे चालत आलेली पितृप्रधानता आपण एकदम तर टाकू शकत नाही, पण स्त्रीला प्रतिष्ठा तर प्राप्त करून देऊ शकतो.

योनी स्वगते (व्हजायना मोनोलॉग) / ६९

या पुस्तकाची लेखिका इव्ह एन्स्लर एक नाटककार आहे. अनेकांच्या मुलाखती घेऊन तिनं नाटक लिहिली आहेत. तिला वाटतं हे नाटकच योगायोगानं तिच्याकडे चालत आलं, कारण ती स्त्रीवादी आहे, वडिलांनी तिच्यावर लैंगिक आणि शारीरिक अत्याचार केले आहेत, कुठल्याही अन्यायाची तिला चीड येते आणि ते चव्हाट्यावर आणल्याशिवाय तिला चैन पडत नाही. एकदा एका म्हाताऱ्या बाईशी बोलत असताना आपल्या स्त्री विशिष्ट अवयवांबद्दल ती बाई अतीव तिरस्कारानं बोलत असल्याचं पाहून इव्हला आश्चर्य वाटलं आणि तिच्या डोक्यात विचारचक्र सुरू झालं. तिनं आपल्या मैत्रिणींकडे हा विषय काढला आणि मैत्रिणी त्यावर मोकळेपणानं बोलल्या. मग तिने जवळजवळ २०० बायकांच्या मुलाखती घेतल्या. यात विवाहित, एकट्या, लेस्बियन्स, प्रोफेसर्स, अभिनेत्या, व्यावसायिक, वेश्या, काळ्या अमेरिकन्स, स्पॅनिश, एशिअन अमेरिकन्स इत्यादी होत्या. बायका प्रथम बोलायला नाराज असत, पण काहीजणी एकदा बोलायला लागल्या की, थांबत नसत. लक्षात आलं की, या विषयावर बोलायला बायकांना आवडतं, कारण कोणी कधीच या विषयावर त्यांच्याशी बोललेलं नसतं. इव्ह काही अभिनेत्री नव्हती, पण गोष्टी सांगितल्यासारखे तिने हे अनुभव सांगायला सुरुवात केली. ज्या बायकांनी आपल्यावर विश्वास टाकून आयुष्यातल्या खाजगी गोष्टी सांगितल्या, त्यांच्या विश्वासाला तडा जाणार नाही, पण जगासमोर --- अनुभव येतील अशा पद्धतीनं मुलाखत घेतल्यासारख्या स्वरूपात हातात सात-आठ कार्डस् धरून हे कार्य सुरू झाले. हे अत्यंत घाणेरडे शब्द आहेत, इथपासून प्रतिक्रियांना सुरुवात झाली. टी. व्ही., वृत्तपत्र यातून योनीविषयक शब्द न वापरता बातम्या दिल्या जातात. काहींना शो पाहताना घेरी आली. इंग्लंडमध्ये व्ही आकराचा मोठा व्हजायना केक बनवला गेला. चीन आणि तुर्कस्थानसहित वीस देशात हे पुस्तक प्रसिद्ध झाले. पुढे पुढे अनेकांचा प्रचंड मोठा प्रतिसाद लाभत गेला, १४ फेब्रु १९९८ साली V - Day - To end violence against women या दिवसाची स्थापना झाली. १४ फेब्रु. हा व्हॅलेन्टाईट डे आहे हा योगायोग नाही. पुढे केंट ब्लॉच, केट व्हिन्स्लेर, यांच्यासकट अनेक अभिनेत्रींनी या शोमध्ये भाग घेतला.

'मला खात्री आहे तुम्हाला चिंता वाटते. मलासुद्धा. म्हणूनच मी हे लिहायला सुरुवात केली. आपण योनीचा काय विचार करतो याची चिंता वाटते आणि त्याहीपेक्षा आपण तिचा विचार करत नाही याची चिंता अधिक वाटते. बर्म्युडा ट्रॅंगलसारखी याविषयाबद्दल गुप्तता असते. कोणी तिच्याबद्दल बोलत नाही. बहुतेक सर्वजणींनी आपली योनी बघितलेली नसते. योनी बघणं ही कसरत आहे. मोठा आरसा समोर धरायला हवा, नीट लाईट हवा...पाठीवर उताणं पडून अर्धवट उठायला हवं...'

या ओळींमधून या स्वगतांची सुरुवात होते. व्हजायना हा शब्द तसा अनसेक्सी आहे. मग त्यासाठी अनेक नावं बोलीभाषेत वापरली जातात. मराठीतही बोलीभाषेत अशी अनेक नावे आहेत. जर आपण आपल्याला स्वत:ला आवडतो तर हे अवयवही आपल्याला आवडले पाहिजेत या दृष्टीनं हे प्रश्न विचारले गेले आहेत. योनीला कपडे घालायचे तर काय घालाल, या प्रश्नांवर बेरेट, लेदर जॅकेट, रेशमी मोजे, एम्राल्ड, अ टफेटा गाऊन, पर्ल्स, हॅट ग्लासेस, टाटू, स्वेटपॅन्ट इथपासून तो अनोळखी व्यक्तीला दूर ठेवण्यासाठी शॉक देणारे साधन इथपर्यंत अनेक उत्तरे मिळाली आहेत.

'योनी बोलली तर काय म्हणेल दोन शब्दात सांगा' यावरची उत्तरेही मासलेवाईक आहेत. ६५ ते ७५ वयोगटातील स्त्रियांच्या मुलाखती अधिक बोलक्या आहेत, कारण या बायका तरुण असताना, या विषयाबद्दल अधिक गुप्तता पाळण्याची संस्कृती होती, त्यामुळे अनेक बायकांनी या वयातही आपली स्वत:ची योनी कशी आहे ते पाहिलेले नव्हते. एक स्वगत तर फार शोकात्म आहे. त्या स्त्रीच्या प्रियकरानं मोटारीत तिचं पहिलं चुंबन घेतलं, तेव्हा तिच्या योनीतून पाण्यासारखा स्राव वाहिला, मोटारीचं सीटही खराब झालं. या सवयीमुळे तिचं त्याच्याशी नातं तुटलं. पुढे तिला कायम अशी स्वप्नं पडायची की रेस्टॉरंटमध्ये पाण्याचा पूर आलाय, लोक त्यात पोहताहेत, तिला भयंकर लाज वाटते आहे वगैरे, पुढे तपासात तिला कॅन्सर असल्याचं निष्पन्न झालं, गर्भाशय काढून टाकावं लागलं. तिनं विनोदानं पहिल्या दोन प्रश्नांना उत्तर दिलं 'पाटी लावली आहे. पुरामुळे बंद आहे.' ती काय बोलेल? 'तर ती मुकी झाली आहे.' या स्त्रीच्या आयुष्यातल्या या घटनांबद्दल ती आयुष्यात कोणाशीही बोलू शकली नव्हती, पण या मुलाखतीतून स्वत:ला मोकळं केल्यावर तिला खूप बरं वाटलं.

पहिली पाळी आल्यानंतरचे बायकांचे अनुभवही असेच सुन्न करणारे आहेत. कित्येकांना आईकडून, मैत्रिणींकडून या गोष्टी कळल्या होत्या, पण प्रत्यक्ष अनुभव घेणं फार वेगळं होतं. ज्यांना काहीच ठाऊक नव्हते, त्यांचे अनुभव आता गमतीदार वाटले तरी समाजात वावरताना स्त्रीला लाज आणणारे होते.

या निमित्तानं व्हजायना वर्कशॉपमध्ये स्त्रियांच्या प्रतिभेला पंख फुटलेले दिसतात. काव्यात्म कल्पना करताना योनी म्हणजे उघडमीट करणारी शिंपली, खोल नाजूक वासाची, घट्ट पाकळ्यांची ट्युलिपची फुलं वगैरे कल्पना पुढे आल्या. चित्र काढायला सांगितल्यावर रूपकात्मपणे अनेकींच्या मनातल्या कल्पना बाहेर आल्या, नाणी बाहेर टाकणारं लाल तोंड, मोठ्ठा काळा ठिपका, सर्व्हिंग प्लेट,

आकाशातली चांदणी-बायकांनी अनेक पद्धतीनं यातून स्वत:ला व्यक्त केलं. प्रत्येकीच्या कल्पना वेगळ्या होत्या, चित्रं वेगळी होती. हातातल्या आरशात पाहायचं आणि काय पाहिलं हे शब्दात सांगायचं- सगळ्यांपुढे. तेव्हा असं लक्षात आलं की, आतापर्यंत आपण ऐकीव गोष्टींवर विसंबून होतो. ही गोष्ट कधीच पाहिली नव्हती. कधीच पाहाविशी वाटली नव्हती. प्रथम कापलेल्या माशासारखी वाटली - कच्चं लाल मांस, एकात एक अनेक पापुद्रे - कुणाला ती ग्रॅन्ड कॅनिअनपेक्षा सुंदर, प्राचीन आणि अधिक ग्रेसफुल वाटली. कुणाला इंग्लिश बगीचाचा ताजेपणा, निष्पापपणा जाणवला. कुणी नि:शब्द झालं. पण सगळ्यांनी एकच अनुभव घेतला. हे म्हणजे कुणी दुसरं नाही. ते तूच आहेस. तुझ्याविना कोणी नाही. स्त्रीमध्ये निर्मितीची केवढी प्रचंड उर्जा आहे याची जाणीव प्रत्येकीला या निमित्तानं झाली आणि सेक्समधला आनंद स्त्रीनंही तेवढ्याच उत्कटतेनं घ्यावा अशीच निसर्गाची योजना असल्याचा साक्षात्कार झाला.

स्त्रीला गर्भ राहातो आणि त्यातून नव्या जीवाचा जन्म होतो. एक नवा जीव जन्माला येण्याचे आपण साक्षीदार असणं हा एक इतका सुंदर अनुभव देणारी एक कविता या तीस-पस्तीस स्वगतांच्या शेवटी येते.

> I was there when her vagina
> changed from shy sexual hole
> to an archaeologoical tunnel,
> a sacred vessel
> A venetian canal, a deep well with
> a tiny child stuck inside
> waiting to be rescued
> या सुंदर क्षणी योनीची रूपं पाहाता पाहाता
> बदलत जातात आणि ती हृदयाचं रूप घेते.
> The heart is capable of sacrifice
> So is the vagina
> The heart is able to forgive and repair
> It can change its shape to let us in
> It can expand to let us out
> So can the vagina
> It can ache for us and strech for us
> and bleed and bleed us into this difficult wonderous world

So can the Vagina

I was there in the room

I remember

या स्वगतांची सांगता योनीला हृदयाइतकंच महत्त्व देण्यानं होते. पण या मधल्या तीस-पस्तीस स्वगतांमधून तुम्ही खूप अनोखे अनुभव घेत फिरता, जे शब्दात आणि इतक्या थोड्या अवकाशात सांगताही येणार नाहीत मला.

तुम्ही हे मुळातूनच वाचायला हवं.

०-०-०

१२. विवाहाविना सहजीवन

भारत हा एक असा देश आहे की, जिथे आपण पाश्चात्त्यांच्या कल्पना, जीवनशैली, तिथल्या तंत्रज्ञानाबरोबरच आयात करतो. विवाहाविना सहजीवन ही आपण त्यांच्याकडूनच उचललेली एक जीवनशैली. आज - विशेषत: मोठ्या शहरातून- असं सहजीवन जगणारी जोडपी दिसू लागली आहेत. काही थोड्याच वर्षांपूर्वी असं जगणारे स्त्रीपुरुष हे समाजाच्या हेटाळणीचा आणि टवाळीचा विषय होते. हां, तसं एका बाईबरोबर लग्न करून मग दुसरीबरोबर संसार करणारांची परंपरा आपल्याकडे फार पूर्वीपासून आहे. हे विवाहाविना सहजीवनच, पण सामाजिकदृष्ट्या ही 'ठेवलेली बाई' किंवा 'अंगवस्त्र'; म्हणून तिला बायकोचा सामाजिक दर्जा नाही. आजच्या शहरी जीवनात जागेची टंचाई आणि पैशाची बचत या दोन्ही दृष्टिकोनातून आणखी एक विवाहाविना सहजीवन अस्तित्वात आले. शिकण्यासाठी महाराष्ट्रातील शहरातून बाह्य राज्यातली, त्यातही बिहारची संख्या जास्त, हजारो मुले मुली दरवर्षी येतात. एखादा फ्लॅट शेअर करून त्यात मुले-मुली एकत्र राहतात. पैशाची बचत, जागेची सोय याबरोबरच शारीरिक भुकेचे शमन हाही हेतू असतो. यातून जोड्या जमतात, एकत्र राहातात. मजा करतात. कुटुंब नियोजनाची साधने, गर्भपात, प्लॅस्टिक सर्जरी यामुळे पुढे मुली आपले 'कौमार्य' अबाधित ठेवतात. शिक्षण संपल्यावर आईवडिलांच्या इच्छेनुसार मुलामुलींची अन्यत्र लग्ने होतात. शहरात हे प्रकार राजरोसपणे चालतात. पण या निबंधापुरते हे दोन्ही विवाहाविना सहजीवनाचे प्रकार आपल्याला इथे अभिप्रेत नाहीत.

परस्परांच्या संमतीने दोन जाणते स्त्री-पुरुष जेव्हा कोणत्याही विधी वा कायदेशीर नोंदणीविना एकत्र पतीपत्नींप्रमाणे राहाण्याचा निर्णय घेतात, त्याला सध्याचे विवाहाविना सहजीवन म्हणू. एका संशोधनाअंती असे दिसून आले आहे की, यातली सुमारे पन्नास टक्के जोडपी चार पाच वर्षे एकत्रित राहून मग विवाह करतात. यात मुख्यत: आपला जोडीदार आपल्याला भावनिकदृष्ट्या, शारीरिकदृष्ट्या सुयोग्य आहे की नाही, आपण आयुष्यभर याच्या किंवा हिच्याबरोबर काढू शकू की नाही, याचा अनुभव घेऊन संसारात पाऊल टाकण्याचा पवित्रा असतो. विवाह ठरवून साखरपुडा झाल्यावर विवाह होण्यापर्यंतच्या वर्षा-दोन वर्षासाठी एकत्र राहणारीही जोडपी आहेत, यात विवाह

होणार आहे असा एक विश्वास, विशेषत: स्त्रीला आपले शरीर देण्यापूर्वी, असतो आणि विवाहपूर्व सेक्स करण्यातले एक 'थ्रिल' अनुभवण्याचीही हौस असते, नाही पटले तर विवाहापेक्षा साखरपुडा मोडणे सोपे असते. पण अशा सहजीवनातही एक संस्कार झालेला असतो.

काही जोडपी विवाहाविना एकत्र राहतात, जोडीदाराबरोबर कायमचे पटणार नाही, पण काही काळापुरते तरी तडजोड म्हणून काहीजण एकत्र राहतात. गाजराची पुंगी वाजली तर वाजली असा त्यांच्या दृष्टिकोन असतो. लग्न करता येत नाही म्हणून काहीजण तसेच एकत्र राहातात, त्यात कदाचित आपापला धर्म न सोडता आल्यामुळे लग्नसंस्कार होत नाहीत व लग्न करून आईवडिलांना न दुखावण्याची इच्छा असते. काहीवेळा काही आर्थिक फायद्यासाठीही माणसे विवाहाविना एकत्र राहातात. विशेषत: प्रौढ किंवा अपंगांच्या बाबतीत पेन्शन वा आर्थिक मदत बंद होण्याचा धोका असतो. त्याचप्रमाणे समलिंगी व्यक्तीही विवाहाविना एकत्र राहातात.

या सर्व तडजोड- सहजीवनाव्यतिरिक्त लग्नसंस्थेच्या विरोधात, अगर त्यावर विश्वास नाही म्हणून काहीजण आयुष्याचा गंभीरपूर्वक विचार करून एकत्र राहातात. सुप्रसिद्ध तत्त्वज्ञ व अस्तित्ववादी विचारवंत सार्त्र आणि स्त्री स्वातंत्र्याची पहिली भाष्यकार सिमॉन द बुवा हे जोडपे असे परस्परांच्या संमतीने आयुष्यभर एकत्र राहिले. या सहजीवनात सार्त्रने भरपूर लैंगिक स्वातंत्र्य घेतले, पण सिमॉन त्याच्याबरोबर कायम एकनिष्ठ राहिली हा विचार करण्यासारखा भाग आहे.

आपल्याकडील अशा जोडप्यांचा वस्तुनिष्ठ विचार केला तर काही शक्यता ध्यानात येतात. लग्नसंस्थेतील दोषांचा अतिरेक झाल्यामुळे ही जीवनपद्धती अस्तित्वात आली असेल का? चार तांदुळाचे दाणे डोक्यावर पडले म्हणून एकमेकांची आयुष्ये एकत्र बांधली गेली का? विवाहातील प्रचंड खर्च टाळता येत नाही. दोन्ही बाजूंना साधे लग्न किंवा नोंदणी विवाह मान्य होतोच असे नाही. मानपानावरून संबंध बिघडतात. कन्या म्हणजे दान करायला काही वस्तू आहे का? हुंडा आणि देण्याघेण्याच्या संदर्भात स्त्रीचा छळ आणि हुंडाबळी जाऊ शकतो. लग्न हा एक जुगार आहे. आपल्या बाजूने दान पडेलच असे सांगता येत नाही. लग्न संस्थेत शिरणे सोपे, त्यातून बाहेर पडणे कठीण. नाही पटले तर घटस्फोट मिळणे कठीण, वेळखाऊ आणि पैसेखाऊ आहे. त्यातून होणारा मनस्ताप, अप्रतिष्ठा, मानहानी सहन करणे फार त्रासदायक आहे. लग्नानंतर सासरी सर्वांबरोबर राहावे लागण्याची शक्यता अधिक. पुरुष हा प्राणी लग्नानंतर आक्रमक होतो. स्वामित्व गाजवू लागतो. बायकोकडे नेहमी एक पाऊल मागे राहण्याचीच भूमिका येते. स्त्री-पुरुष दोघांच्याही लैंगिक

स्वातंत्र्याला मर्यादा येतात. संसारात गुंतून राहिल्याने स्त्रीला आपली करिअर सोडावी लागते. जन्माची ताबेदारी येते, अशा प्रकारच्या शेकडो समस्यांमधून सुटका म्हणून काही स्त्री-पुरुष विवाहाविना एकत्र राहाण्याचा गंभीरपणे विचार करत असतील का? काही वर्षे एकत्र काढल्यावर हाच मार्ग योग्य होता अशी त्यांची प्रामाणिक समजूत असेल का?

खरे तर, विवाहाविना सहजीवन ही अजून तरी आपल्याकडे सरसकट गोष्ट झालेली नाही आणि नजीकच्या भविष्यात तशी होईल असे वाटत नाही, कारण हे समाजबाह्य कृत्य आहे आणि तसे वागू बघायला सरसकट सामान्य माणूस तयार होणार नाही. एकूणच हिंदू कुटुंबात विवाह हा एक संस्कार आहे आणि अशा प्रकारचे १६ संस्कार मनुष्य जन्मामध्ये सांगितलेले आहेत. ते सर्वच्या सर्व आज पाळले गेले नाहीत तरी काही मुख्य संस्कार दृढ आहेत, त्यात विवाह हा संस्कार आहे. संस्कारांचे नाते पिढ्यान् पिढ्या चालत येते आणि ते सहजी तोडणे अवघड असते, म्हणून सुशिक्षित माणसेसुद्धा सहजासहजी नोंदणी विवाह करत नाहीत. संस्कार ही एक धार्मिक, मानसिक, सामाजिक, नैतिक मर्यादांची शपथ असते. 'नातिचरामी' अशी या संस्कारात एक शपथ, वचन आहे. एखाद्या स्त्रीचा देह विवाहाने तुमच्या हाती येतो. त्याचा दुरुपयोग न करण्याची ही शपथ आहे. अग्नी हा माणसाच्या जीवन-मरणाचा साक्षी आहे, म्हणून त्याच्या साक्षीने हे संस्कार होतात, अशा रीतीने लग्नातील प्रत्येक संस्कारामागे काही विधायक कार्यकारणभाव आहे, तो समजून घेतला तर लग्नसंबंध चांगल्या प्रकारे टिकवण्यासाठीच्या या तरतुदी आहेत हे लक्षात येईल. अन्य काही धर्मात विवाह हा सामाजिक करार आहे, म्हणजेच कोणत्याही धर्मात विवाह ही केवळ दोन व्यक्तींची खाजगी बाब नसून समाजाच्या भरण-पोषणासाठी दोन व्यक्तींनी प्रेमाने एकत्र नांदणे अभिप्रेत आहे. विवाहामुळे दोन व्यक्तीच एकत्र येतात असे नसून दोन भिन्न कुटुंबे जोडली जातात, त्यांच्यात नातेसंबंध तयार होतात. कुटुंब हे भारतीय समाजाचे सामर्थ्य आहे आणि त्याचे आकर्षण पाश्चात्त्यांनाही आहे. आपल्याकडे मामा, मामी, काका, काकू, आत्या, मावशी वगैरे विशिष्ट नाती दाखवणारे स्वतंत्र शब्द आहेत. इंग्रजीत तसे ते नाहीत, कारण या नात्यांना तिकडे फारसा अर्थ नाही. विवाहाने स्त्री एका कुटुंबाची घटक बनते, तिच्याशी चांगले वागायला शिकवणाऱ्याही काही रीती उदा. डोक्यावर झाल ठेवणे - विवाहात आहेत.

पतीपत्नी दोघे समंजस असतील, दोघांचीही तार चांगली जुळत असेल तर विवाहाइतका चांगला पर्याय नाही, पण अनेक वर्षांच्या अनुभवाने स्त्रियांना असे वाटू

लागले की, ही केवळ एकतर्फी तडजोड आणि संपूर्ण शरणागती होते आहे. त्यामुळे सतत मानसिक दुबळेपणा, अत्याचार, परावलंबित्व, दुय्यम महत्त्व हे सर्व किती काळ सहन करायचे? त्यातून स्त्रिया शिकल्या. आर्थिकदृष्ट्या स्वतंत्र झाल्या. विवाहाचे वय वाढले, मनासारख्या जोडीदाराबरोबर लग्न करता येत नसेल, तर तसेही राहायला त्या तयार झाल्या. हू केअर्स, समाजाची पर्वा कोण करतो, अशा आत्यंतिक व्यक्तिवादी दृष्टिकोनातूनही विवाहाविना एकत्र राहाण्याची उदाहरणे वाढू लागली.

हा एक अवघड प्रयोग आहे आणि तो कितपत सफल होईल हे ठरविण्यासाठी अजून काही काळ जावा लागेल. विवाहाची बंधने नकोत, पण स्त्री-पुरुष मैत्रीतले उत्कृष्ट सुख हवे, नात्यांचा काच नसल्याने जो तो आपल्या मनाप्रमाणे वागायला स्वतंत्र आहे. एकमेकांवर अधिकार न गाजवता दोन व्यक्ती स्वतंत्रपणे एकत्र राहतील, संवाद साधतील, घर करतील आणि न पटल्यास पुन्हा वेगवेगळे राहू लागतील, अशा प्रकारचे हे तत्त्वज्ञान आहे. ते वरवर छान, सोयीचे वाटले तरी त्यात कितीतरी खाचाखोचा आहेत हे लगेच लक्षात येईल. स्त्री-पुरुष एकत्र येतात, ते फक्त प्राणी आणि पक्ष्यांप्रमाणे पुनर्निर्मितीपुरतेच एकत्र येत नाहीत. शारीरिक मीलन हे एकत्र येण्याचे कारण नसून तो मानसिक गुंतवणुकीचा परिणाम असतो. ठरलेल्या विवाहात आधी शरीरसंबंध व मग मानसिक गुंतवणूक येते. पण स्त्री ही जास्त भावनिक असल्याने दोन्ही प्रकारच्या संबंधात ती जास्त गुंतते. विवाह न करता एखाद्या पुरुषाबरोबर केवळ शरीरसंबंधासाठी स्त्रीला एकत्र राहाता येणार नाही. ती प्रेमात पडेल. त्या व्यक्तीची काळजी घेईल, त्याला खूश ठेवायचा प्रयत्न करेल, म्हणजे विवाह केला नाही तरी स्त्रीची भूमिका पत्नीचीच राहील. ती संसाराची स्वप्ने बघेल, तिला मुले हवी असतील. पण या मुलांचा सामाजिक दर्जा काय असेल? याची तिला मुले होण्यापूर्वी सतत भीती असेल. विवाहाविना सहजीवनाच्या बाजूने बोलणारे असा युक्तिवाद करतात की त्यांना मुले नको असतील किंवा ते स्वत:ची मुले दत्तक घेऊन त्यांना प्रतिष्ठा देऊ शकतील. हे दोन्ही युक्तिवाद स्त्रीला मानसिक क्लेश देणारेच आहेत. विवाह करून नवरा हा शिक्का बसला नाही तरी पुरुषाचा स्त्रीवरील मालकी हक्क संपणार नाही. आपल्याबरोबर पत्नीप्रमाणे राहाणारी स्त्री अन्य पुरुषाबरोबर लैंगिक संबंध ठेवू लागली तर ते किती पुरुषांना चालेल? शेवटी विवाह केला नाही म्हणून स्त्री-पुरुष समान पातळीवर राहू शकतील याची खात्री देता येणार नाही. स्वभावत: असणारा पुरुषांचा अहंगंड अशाही सहजीवनात डोके वर काढणारच. विवाहाविना एकत्र राहिल्यावर स्त्री कमावती असणे आवश्यकच आहे, नाहीतर तिला

कुठलेही अधिकार पत्नीप्रमाणे सहजासहजी मिळतील असे वाटत नाही. विशेषत: जी आर्थिक गुंतवणूक होईल त्यात तिला कायदेशीर वाटा असणार नाही. 'सुरुवातीला काही दिवस एकत्र राहून पाहू, नाही पटलं तर वेगळे राहू', इथे स्त्रीला स्वत:ची जागा वेगळं झाल्यावर राहाण्यासाठी असणे गृहीतच आहे. मग पुन्हा दुसरा, तिसरा असे सहकारी बदलत राहणार का? आज अमेरिकेत तीस ते चाळीस टक्के जोडपी बॉय फ्रेंड- गर्ल फ्रेंड या नावाने एकत्र राहातात. त्यांच्या मुलांचे प्रश्न— कित्येक मुलांना सावत्र आई, बापाबरोबर राहावे लागते, त्यांची मानसिकता ही एक समाजापुढे मोठी समस्याच आहे. मोठी माणसे नवा जोडीदार शोधून आपले सुख मिळवतात, पण मुलांना मात्र आपल्या खऱ्या आईवडिलांबरोबरच आनंदी कुटुंबात राहायचे असते. त्यांचा विचार कोण करणार?

माणूस काही सदोदित फक्त आपल्या जोडीदाराबरोबरच आयुष्य काढत नाही. तो समाजात वावरतो, नोकरी, व्यवसाय करतो. तिथे त्याची काही प्रतिष्ठा असते. विवाहातलं कौटुंबिक स्थैर्य त्याला करिअरमध्ये प्रगती करण्याची प्रेरणा देते. हे स्थैर्य विवाहाविना लाभेल का? काही वर्षानंतर सेक्सची ओढ कमी होते. अशावेळी एखादी व्यक्ती गुंतलेली असेल आणि दुसरी नसेल, तर विभक्त होण्यात, गुंतलेल्या व्यक्तीला त्रास होतो. उतारवयात माणसे परस्परांची सेवा करतात, आजारपणे काढतात, इतकी निष्ठा, त्याग आणि लांबवरचा वयाचा एकत्रित प्रवास अशा सहजीवनात टिकेल का?

आयुष्यात सर्वच गोष्टी शंभर टक्के आपल्या मनाप्रमाणे होत नाहीत, म्हणून अनेकदा दुसऱ्यासाठी काही गोष्टी सोडाव्या लागतात. हा अनुभव दोन्ही प्रकारच्या सहजीवनात घ्यावाच लागेल. त्याशिवाय दोन व्यक्ती एकत्रित राहणे कठीण. काडीमोड किंवा घटस्फोट ही विभक्तपणाची अंतिम पायरी आहे आणि विवाहसंस्थेतही हा पर्याय उपलब्ध आहे. यापुढे घटस्फोटाची क्रिया किचकट व वेळखाऊ होऊ नये, म्हणून कायद्यात बदल करण्याची प्रक्रिया सुरू झाली आहे. मग विवाहाविना एकत्र राहाण्याचा अट्टहास कशासाठी? यामुळे स्त्रीपुरुष दोघांनाही आपापली आणि परस्परांची घरेही सुटतात आणि जग दोघांपुरतेच बंदिस्त होते. तसेच आवडत असेल तरी विवाहानंतरही तसे स्वतंत्र घर करता येते.

अट्टाहासाने चांगल्या रूढी किंवा परंपरा तोडण्यात काही विशेष फायदा होत असेल तर तसे वागण्यात बंडखोरी असते. नाहीतर तो पळपुटेपणा ठरतो. त्यापेक्षा आहे त्या वैवाहिक जीवनशैलीत समंजसपणे काही बदल केले तर ते व्यक्तिगत व सामाजिक पातळीवरही विधायक ठरू शकतील. लग्न साधेपणाने करणे, हुंडा न देणे

व मानपान न स्वीकारणे, विवाहोत्तर आयुष्यात परस्परांचा सन्मान राखणे, दुसऱ्यावर मालकी हक्क न गाजवणे, परस्परांशी एकनिष्ठ असणे, कोणतेही लहानमोठे प्रश्न सामंजस्याने व परस्परांच्या चर्चेने सोडवणे, अशा प्रगल्भपणे पतीपत्नी एकत्र राहिले तर विवाह ही घटना आयुष्यभराच्या स्वास्थ्याचे कारण होऊ शकते. ती मनस्तापाची आणि पश्चातापाची घटना होऊ नये ही खबरदारी घेणेही दोघांच्याच हाती असते. लग्नसंस्था जर ताळ्यावर आली तर तिचा त्याग करून तसेच एकत्र राहावे असा विचार स्त्रीपुरुष करणार नाहीत. विवाहाने येणारे मानसिक स्वास्थ्य आणि समाजमान्यता याची ज्यांना चाड आहे ते विवाहाविना सहजीवन अशा अतिरेकी मार्गावर जाणार नाहीत असा विश्वास वाटतो.

०-०-०

१३. स्त्री-शिक्षण - एक कठोर वास्तव

लिहता वाचता येणं ही कुठल्याही सर्वसामान्य माणसाला सहजगत्या येण्याजोगी गोष्ट आहे, त्यासाठी फार बुद्धिमत्ता लागते असे बिलकूल नाही. कुठलीही नवी गोष्ट शिकण्याची साक्षरता ही पहिली पायरी आहे. जगामध्ये असलेलं अफाट ज्ञान आणि कोणत्याही प्रकारची माहिती तुम्हाला साक्षर झाल्याशिवाय मिळू शकत नाही. कथा-पुराणं ऐकून जगाविषयी मत बनवण्याचे दिवस आता गेले. ऐकीव माहितीवर अवलंबून असणाऱ्या माणसाला आजच्या जगात कुठलंही स्थान मिळणार नाही. प्रत्येक गोष्ट स्वत: वाचून त्याबद्दल मत व्यक्त करता येणं ही आजच्या जगातील सुसंस्कृत व्यक्तीची पहिली गरज आहे. म्हणूनच व्यक्तीव्यक्तीत जातीभेद न मानणं, प्रत्येकाला काम मिळणं, कोणाच्याही व्यक्तिस्वातंत्र्यावर गदा न आणणं हे जसे प्रत्येक माणसाचे हक्क आहेत, त्याचप्रमाणे स्त्री-पुरुष दोघांनाही शिक्षण घेण्याचा हक्क आहे आणि तो बजावणं हे प्रत्येकाचं कर्तव्य आहे.

मात्र प्रत्यक्षात स्त्री-शिक्षणाबाबत भारतामध्ये प्रचंड हेळसांड आहे. २००१ च्या शिरगणतीतील काही आकडेवारी पाहिली तर स्त्री-शिक्षणाचा भारताचा नकाशा अजून किती दरिद्री आहे याची कल्पना येईल. १९९१ च्या शिरगणतीप्रमाणे भारतातल्या फक्त ३९% टक्के स्त्रियांना लिहिता वाचता येत होते. ही टक्केवारी २००१ मध्ये ५४% टक्क्यावर गेली. पुढच्या सहा, सात वर्षात ती फार वाढली असेल असे वाटत नाही. म्हणजे इतक्या वर्षात अजून जवळ जवळ १९ कोटी बायकांना लिहिणं वाचणं ही मनुष्याला आवश्यक अशी सर्वसामान्य गोष्ट येत नाही. भारतात जशी प्रचंड सांस्कृतिक विभिन्नता आहे, तशी राज्याराज्यांमध्ये साक्षरतेच्या प्रमाणात प्रचंड भिन्नता आहे. केरळ (८८%) आणि मिझोराम (८६%) ही दोनच राज्ये स्त्रियांच्या जागतिक साक्षरता पातळीवर आहेत. महाराष्ट्राचा क्रमांक पाचवा आहे. (६८%) तर सगळ्यात खाली झारखंड (४०%) आणि बिहार (३३%) आहे. अनेक विकसित देशात स्त्रियांच्या साक्षरतेचं प्रमाण १०० टक्के आहे, एवढंच नाही तर विकसनशील देशात थायलंड (९४%), व्हिएतनाम (९१%), श्रीलंका (८७%), मलेशिया (८३%), इंडोनेशिया (८१%), चायना (७६%) या

देशांनी तर आपल्यावर आघाडी घेतलेली आहे, पण भारताच्या स्त्री साक्षरतेच्या (५४%) कितीतरी वर एरवी मागासलेले वाटणारे कोंगो (७३%), झांबिया (७०%), टांझानिया (६६%), मादागास्कर (५९%), रवांडा (५९%) हे आफ्रिका खंडातील देश आहेत. आपल्या खाली पाकिस्तान, बांगलादेश, नेपाळ वगैरे देश आहेत आणि सर्वात खाली आहे नायजेर- जिथे फक्त (७.९%) साक्षरता आहे.

आय. टी. क्षेत्रात महासत्ता बनण्याची स्वप्ने पाहाणाऱ्या भारतातील स्त्रियांच्या साक्षरतेचे हे प्रमाण विरोध-विसंगतीने वास्तवता दाखवणारे आहे.

भारतीय राज्यघटनेने १४ वर्षाखालील मुलामुलींना सक्तीचे आणि मोफत शिक्षण मिळण्याचा अधिकार मान्य केला आहे. १९६० पर्यंत याची काटेकोर अंमलबजावणी व्हावी अशी अपेक्षा होती. आता निदान २०१३ पर्यंत १४ वर्षाखालील सर्व मुलगे व मुली साक्षर व्हाव्यात अशी अपेक्षा आहे. २००१ च्या शिरगणतीनुसार ६ ते १४ वयातील शाळेत जाणाऱ्या मुलींचे प्रमाण बिहारमध्ये सर्वात कमी म्हणजे ५४% आहे तर केरळमध्ये सर्वात जास्त म्हणजे ९७% आहे. इथेही महाराष्ट्र पाचव्या क्रमांकावर असून ८७% विद्यार्थिनी शालेय शिक्षण घेत आहेत.

मुलींच्या शिक्षणातील हा राज्यस्तरावरील फरक त्या त्या राज्यातील सामाजिक व आर्थिक स्थितीचा निदर्शक आहे. ग्रामीण, आदिवासी व गरीब घरातील मुलींसाठी शाळेत जाऊन शिकणे हे आजही एक स्वप्न आहे. गरीब घरातील मुलगे व मुली लहान वयातच घरातील कामाचा भार उचलू लागतात. पण वय वाढू लागल्यावर मात्र कामाचे ओझे एकट्या मुलीच्याच शिरावर येते. लहान भावंडांचा सांभाळ, धुणीभांडी, सरपण गोळा करणे, पाणी भरणे, स्वैंपाक करणे अशी कामे सातव्या आठव्या वर्षापासून मुलींवर पडू लागतात. शाळेत पाठवलेच जात नाही, किंवा पहिल्या, दुसऱ्या इयत्तेनंतर शाळा बंद केली जाते. लाखो मुलींचे भवितव्य अशा रीतीने बाल्यावस्थेतच करपून जाते.

सरकारी आकडेवारीत स्त्री-कामगार या तक्त्याखाली अशा मुलींची आकडेवारी येत नाही. पण गेल्या शिरगणतीप्रमाणे आंध्रप्रदेशात ५ ते १४ वयोगटातील दहा मागे एक मुलगी बालकामगार आहे अशी नोंद झाली आहे. कामगार संख्येत अल्पवयीन कामगार मुलींचे प्रमाण १०.५४% इतके आहे. आंध्रप्रदेशाप्रमाणेच बिहार, कर्नाटक, मध्यप्रदेश, राजस्थान, उत्तर प्रदेश, पश्चिम बंगाल या राज्यातूनही बालपणी काम कराव्या लागणाऱ्या मुलींची संख्या लक्षणीय आहे. ही आकडेवारी पैसे मिळविण्यासाठी मुलींना कराव्या लागणाऱ्या कामाची आहे, पण ज्या मुली स्वतःच्या

घरात काम करावे लागल्यामुळे शाळेत जाऊ शकत नाहीत, त्यांची नोंद बालकामगारांमध्येही होत नाही. या 'अदृश्य' कामगार मुलींचे जीवन अत्यंत हलाखीचे आणि त्यांच्या कष्टाची कुणालाही जाणीव नसलेले असते. बालकामगारांवर आता कायद्याने बंदी आलेली असली तरी स्वत:च्या घरात कष्ट करणाऱ्या या मुलींना सध्याच्या कायद्याचे कुठलेही संरक्षण मिळत नाही. या कायद्यामध्ये स्वत:च्या घरात अगर स्वत:च्या शेतावर राबणाऱ्या मुलींना जसे कायद्याचे छत्र नाही, त्याचप्रमाणे दुसऱ्याच्या शेतावर मजुरी करणाऱ्या मुलींनाही या कायद्याचा फायदा नाही. याचा अर्थ आयुष्यभर या मुली कायमच्याच शिक्षणाला वंचित राहाणार आणि त्यामुळे काबाडकष्ट, दारिद्र्य, अडाणीपणा यांच्या चिखलातून वर येण्याची संधीच त्यांना कधी मिळणार नाही. जर प्रौढ कामगार स्त्रियांना लहान मुलांना सांभाळण्यासाठी कामावर पाळणाघरे, स्वस्तात सरपण आणि जवळपास पाणी उपलब्ध झाले तर निदान काही टक्के मुली घरकामाच्या जाचातून सुटून शाळेत जाऊ शकतील.

पण शिक्षणाच्या अगर स्त्रियांच्या कोणत्याच प्रश्नाचा विचार स्वतंत्रपणे सुटा करता येणार नाही. प्रत्येक प्रश्न हा एकमेकांशी इतका गुंतलेला असतो, की केवळ एकाच प्रश्नासाठी आर्थिक वा अन्य तरतुदी करून त्याचे फायदे मिळत नाहीत. प्रचंड लोकसंख्या हा स्त्रियांच्या कुठल्याही प्रश्नाच्या सोडवणुकीतला पहिला अडसर आहे. लोकसंख्येचा स्फोट इतक्या मोठ्या प्रमाणात होतो आहे की, एका बाजूला ठिगळ लावलं तर दुसऱ्या बाजूला फाटणाऱ्या पांघरुणाप्रमाणे कोणत्याही संरक्षक कायद्याची अगर आर्थिक तरतुदींची अंमलबजावणी करणं आवाक्याबाहेरचं होतं आहे. दारिद्र्य हा दुसरा अडसर. शहरी भागातून दिसणारा संपत्तीचा झगझगाट हा एकूण लोकसंख्येच्या तुलनेत नगण्य आहे. श्रीमंत अधिकाधिक श्रीमंत आणि मध्यमवर्गीय अधिकाधिक गरीब होत जाणं हा आजच्या मुक्त आर्थिक व्यवस्थेचा अपरिहार्य भाग बनला आहे. श्रीमंत व गरिबांमधली दरी दिवसेंदिवस इतकी मोठ्या प्रमाणात रुंदावत आहे की, असंतोषाची विषवल्ली केव्हाही पेट घेईल. मुंबईसारख्या मोठ्या शहरात रस्त्यावर राहाणाऱ्यांची संख्या घरांमध्ये राहणारांच्या संख्येपेक्षा जास्त आहे. या बकालपणात मुलींच्या शिक्षणाची पर्वा कोण करणार? बाई म्हणून सोप्या मार्गानं पैसे मिळविण्याची चटक बायकांना लागण्याची शक्यताच अशा आयुष्यात अधिक! जिथं दोन वेळच्या पोटाची भ्रांत निर्माण होते, अशा घरात बाई- विशेषत: तरुण मुलगी - ही पैसे मिळवण्याचे सोपे साधन बनते. आंध्र, कर्नाटकाकडून येणाऱ्या अशा हजारो मुली मुंबईच्या बाजारात शरीरविक्रयासाठी खरेदी केल्या जातात. स्त्रीचं स्त्री म्हणून असलेलं हे अवमूल्यन जोपर्यंत थांबणार नाही, तोपर्यंत

स्त्रीशिक्षणाचं गांभीर्य कधीही समाज मनावर ठसणार नाही.

स्त्रियांकडे बघण्याचा स्त्री-पुरुषांचा दृष्टिकोन हा देखील स्त्री शिक्षणातला मोठा अडसर आहे. 'बाई' जन्माला येण्यापूर्वीपासूनच जिथे तिचा गळा घोटला जातो तिथे, त्या देशात, बाईच्या जन्माचं किती स्वागत होत असेल? एकहजारी मुलांमागे प्रागतिक म्हणून मिरवणाऱ्या महाराष्ट्रात मुलींची संख्या ८३१ इतकी खाली उतरते या मागची मानसिकता काय असेल? कोट्यवधी मुली गर्भातच मारल्या जातात ही वृत्तपत्रातील अलीकडची शीर्षके बाईबद्दलच्या आपल्या कोणत्या भावना व्यक्त करतात? मुलगी नकोच, ती जन्माला यायला नको, तिच्या शिक्षणावर खर्च करायला नको, तिच्या लग्नासाठी हुंड्याचा खर्च करायला नको, तिच्या बाळंतपणासाठी खर्च करायला नको, विवाहविच्छेद करून ती परत आली तर आयुष्यभराचा तिचा भार सोसायला नको, पोरं झाल्यावरही आयुष्यभर म्हातारपणात तिला पोसायला नकोच, एकूणच बाई नको- हीच सर्वसाधारण वृत्ती! शिवाय तिच्या चारित्र्याला काही धक्का लागला? कोणी तिच्यावर बलात्कार केला? ती स्वत: वाईट मार्गाला गेली? तर साऱ्या कुळाला बट्टा, समाजात छी: थू, या पेक्षा मुलगी नकोच. मुलगाच हवा, कारण तो आपलं हक्कांचं घर चालवतो, हुंड्याच्या रूपानं पैसा आणतो, घरात कष्ट करायला बायको आणतो, आयुष्यभर कष्ट करून आपल्याला पोसतो, आपल्या कुळाचं नाव चालवतो, एकूणच मुलाचं आयुष्य म्हणजे आवक आणि मुलीचं आयुष्य म्हणजे जावक, इतका साधा- सरळ हिशोब; म्हणून मग मुलीला जन्माला येण्याची संधीच देऊ नका, तिची हत्या बिनबोभाट गर्भातच करा. बाईच्या आयुष्याची इतकी अवनती पूर्वीच्या काळातही झाली नव्हती तितकी आज–विज्ञान तंत्रज्ञानाच्या साहाय्यानं माणसानं केली आहे आणि बाईच्या या अध:पतनाला बाईदेखील पुरुषाइतकीच जबाबदार आहे.

खरं तर बाई आहे, म्हणून तुम्ही आहात, म्हणून आहे हा विश्वाचा पसारा, म्हणून संसार आहे, म्हणून कुटुंबात परस्परांचं प्रेम आहे, वात्सल्य आहे, माया आहे, प्रेमाला सावली आहे, मुलांना माऊली आहे, अपार कष्ट आहेत, सोसणं आहे, सहन करणं आहे. वृद्धांना घरात आधार आहे, पोटात चार घास जात आहेत. बाई हा सगळ्या विश्वाचा केंद्रबिंदू आहे याचाच आज विसर पडला आहे. चंगळवादी जगात बाई ही उपभोगाची वस्तू बनली आहे आणि मुक्त भांडवलशाही समाजरचनेत ती विनिमयाचं साधन बनली आहे.

'संस्कृता स्त्री पराशक्ति:' असं म्हटलं जातं, सुसंस्कृत स्त्री साऱ्या घराला सुसंस्कृत बनवते आणि घरादाराची संस्कृती टिकवून धरते. एका पुरुषाला शिकवलं

तर तो एकटाच शिकतो. एका बाईला शिकवलं तर ती पूर्ण कुटुंबाला शिकवते, म्हणून बाई शिकली पाहिजे. शिक्षण म्हणजे फक्त सही करता येणं नव्हे, शिक्षणानं माणसाच्या वर्तनात बदल घडून आला तर ते खरं शिक्षण आणि अशा शिक्षणाची सुरुवात शाळेच्या औपचारिक शिक्षणापासून होते. स्त्रीला निरक्षर ठेवणं म्हणजे तिचं माणूसपण नाकारणं, कारण जन्माला आलेल्या प्रत्येक माणसाला- म्हणजे स्त्री, पुरुष दोघांनाही- शिक्षण घेण्याचा आणि त्यायोगे आपलं माणूसपण सिद्ध करण्याचा हक्क आहे. 'बाईच्या जातीला शिकून काय करायचंय? उद्या लग्न करून पोरंच सांभाळायचीयत ना!' ही परंपरावादी उदासीन मनोवृत्ती अजून या ना त्या स्वरूपात कित्येक कुटुंबप्रमुखांच्या डोक्यात फिट्ट बसलेली आहे. मुलीलाही डोकं असतं आणि तीही आयुष्यात कोणीतरी होऊ शकते ही कल्पनाच समाजमनात अजून रुजत नाही, त्यामुळे गळतीच्या प्रचंड प्रवाहात वाहून जाणाऱ्या मुलींचं प्रमाण मोठं आहे. मुलगी म्हणजे आपल्या डोक्यावरचं ओझं, ते लग्न करून एकदा नवऱ्याच्या खांद्यावर दिलं म्हणजे आपण सुटलो ही भावना; म्हणून सोळावं, सतरावं वर्ष लागल्याबरोबर तिला उजवायची घाई. शिरगणतीच्या शासकीय अहवालातले तपशील वाचले की स्त्री शिक्षणाच्या बाबतीत आपण कुठे आहोत या दाहक वास्तवाची जाणीव होते. एकूण स्त्रियांच्या संख्येपैकी ८% बायका उच्च शिक्षण घेतात, म्हणजे आज आम्ही 'स्त्रियांना आता कुठलेही क्षेत्र वर्जित नाही, त्या प्राध्यापक, डॉक्टर, इंजिनिअर, शास्त्रज्ञ, राजकारणी, पोलीस काय हवं ते बनू शकतात,' असं म्हणतो ते किती टक्के स्त्रियांच्या बाबतीत?

स्त्री-पुरुष समानता हे ध्येय असेल तर स्त्रियांच्या शिक्षणाला पर्याय नाही. केवळ साक्षरतेच्या प्रमाणातसुद्धा स्त्रिया आणि पुरुष यांच्या साक्षरतेत २२ टक्क्यांचं अंतर आहे. राजस्थान, ओरिसा, झारखंड, बिहार अशा राज्यांमध्ये तर ते जवळजवळ ३० टक्क्यांपर्यंत आहे. जोपर्यंत स्त्रियांना लैंगिक भेदांपलिकडे जाऊन शिक्षण मिळत नाही तोपर्यंत आपला देश कधीही सुधारणार नाही आणि शिक्षणामुळे सुटणारे अन्य प्रश्नही तसेच भेडसावत राहतील.

खरे तर हा केवळ शासकीय प्रश्न नाही. आज ग्रामीण भागात राहणाऱ्या ९५% लोकांसाठी एक किलोमीटरच्या अंतरावर शाळा उपलब्ध आहेत. या शाळांची स्थिती काही फारशी चांगली नाही. यातील बहुतेक शाळांना चांगल्या इमारती नाहीत, खेळाची मैदाने नाहीत, प्रशिक्षित शिक्षकवर्ग नाही, शैक्षणिक साधने नाहीत, स्वच्छतागृहांची सोय नाही. या वर्षीच्या अंदाजपत्रकात शैक्षणिक सुविधांसाठीचा निधी भरपूर वाढविण्यात आला आहे, पण मुलींच्या शिक्षणासाठी त्यात विशेष

वेगळी तरतूद नाही.

अर्थातच सर्व गोष्टींचे खापर सरकारवर फोडणे योग्य नाही. समाजसेवी संस्था आणि सामाजिक भान असलेल्या शिक्षणसंस्था या कामी फार मोठी विधायक कामगिरी बजावू शकतात. ५ ते १४ या वयोगटातील प्रत्येक मुलगी शाळेत जायलाच हवी या दृष्टीने वातावरणनिर्मिती करणे अशक्य नाही, फक्त त्यासाठी जबरदस्त इच्छाशक्ती हवी. शिक्षणावर श्रद्धा हवी आणि जनमानसाची मानसिकता बदलायला हवी. जग झपाट्यानं जवळ येत आहे, सर्व विश्व हेच एक खेडे आहे अशी भाषा आपण बोलतो आहोत. अशा काळात अर्धी लोकसंख्या असलेली स्त्रीच जर मागासलेली राहिली तर समाजाची अवस्था अर्धांग झाल्यासारखी होईल. तळागाळातल्या आणि सर्वदूर असलेल्या प्रत्येक बालिकेपर्यंत जेव्हा शिक्षणाची गंगा पोहोचेल त्या दिवशी भारत खऱ्या अर्थाने साक्षर आणि म्हणून खऱ्या अथाने स्वतंत्र झाला असे म्हणता येईल.

आणखी किती वर्षांनी हा सुदिन उगवेल?

०-०-०

१४. जागतिकीकरणाच्या रेट्यात आजची स्त्री

पत्नीला मराठीत अर्धांगी आणि इंग्लिशमध्ये 'बेटर हाफ' असे म्हटले जाते, ही फक्त भाषणात आणि लेखनात वापरायची विशेषणे. प्रत्यक्षात कोणत्याच स्त्रीला अशा भाग्यवान भूमिका वास्तवात जगायला मिळत नाहीत. सुशिक्षित, अधिकाराची नोकरी असलेली एखादी उत्तम पगार कमवणारी बाई असो; अथवा अशिक्षित- अडाणी, शेतकरी-कामकरी बाई असो- 'बाई' या शब्दाबरोबर अभिप्रेत असलेल्या भूमिका कोणालाच सुटत नाहीत आणि त्या भूमिकांबरोबर येणारा दुय्यमपणाही तोडून टाकता येत नाही. शतके बदलतात, बाह्य परिस्थिती बदलते, तपशीलात फरक पडतात, विज्ञान आणि तंत्रज्ञान यांचे अधिराज्य येते पण आजही बाईला समाजाच्या मध्यप्रवाहात मुक्तपणे उतरता येत नाही आणि स्वतंत्रपणे श्वास घेऊन जगता येत नाही.

एखादा समाज प्रगत असो वा मागासलेला, विकसित असो वा अविकसित, प्रबळ असो वा दुर्बळ, अशा समाजात दुर्बळ आणि दुर्लक्षित घटक हा प्रामुख्याने स्त्रियांचाच असतो. गरीब घरातली बाई, नवऱ्यापेक्षा अधिक गरीब असते. तशी श्रीमंत घरातील बाईही नवऱ्यापेक्षा कमी श्रीमंत असते, कारण जी संपत्ती ती उपभोगते त्या संपत्तीवर तिचा हक्क नसतो, नवऱ्याची संपत्ती मिरवण्याचे ती एक माध्यम असते. विसावे शतक बदलून एकविसावे शतक सुरू झाले, तशी दहा बारा वर्षांपूर्वी सुरू झालेली जागतिकीकरणाची प्रक्रिया अधिक घट्ट आणि अधिक सार्वत्रिक झाली. जागतिक राजकारणातील घडामोडींनी देशाचा चेहरा बदलला. माणसांची जीवनशैली मोठ्या प्रमाणात बदलली. नीती-अनीतीच्या पूर्वापार कल्पना जुनाट वाटू लागल्या. चंगळवादाचे समर्थन करणारे नवे व्यापारी तत्त्वज्ञान लोकांच्या गळी उतरू लागले. या सर्व गदारोळात पूर्वी कधी नव्हे एवढा बाईच्या बाह्य जीवनात बदल झाला. त्याचा एक धावता मागोवा घेण्याचा प्रयत्न प्रस्तुत लेखात अभिप्रेत आहे.

जग बदलते आहे अशा प्रकारची टीका दर दहा-वीस वर्षांनी प्रत्येक जुनी पिढी नवीन बदलांच्या संदर्भात करत असते आणि त्यात काही अंशी तथ्यही असते. जुन्या व्यवस्था कोलमडतात आणि नव्या व्यवस्था त्यांची जागा घेतात. कालांतराने त्याही जुन्या वाटू लागतात.

मार्क्सवादावर आधारित समाजवाद कोसळला आणि डार्विनच्या उत्क्रान्तीवादाप्रमाणे 'जो प्रबळ असेल तो जगेल' हे तत्त्वज्ञान व्यापारी कंपन्यांनी आपल्याला हवे तसे वापरून जगभर आपले हातपाय पसरायला सुरुवात केली. चैन ही समाजाची गरज करून आपले वर्चस्व प्रस्थापित करणाऱ्या व्यापारी कंपन्यांनी जास्तीत जास्त पैसा कमावण्याचे ध्येय ठरवून स्वत:चा प्रबळपणा प्रस्थापित केला. जागतिकीकरण, त्या अनुषंगाने येणारे आर्थिक शिथिलीकरण आणि बहुराष्ट्रीय कंपन्याचा प्रभाव गेल्या पंधरा वीस वर्षांत जगाला इतका व्यापून उरला की आर्थिक विकासाच्या नावाखाली सुरू झालेले हे पर्व राजकारण, समाजव्यवस्था, कुटुंबव्यवस्था, साहित्य-संस्कृती या जीवनाच्या प्रत्येक क्षेत्रात ढवळाढवळ करू लागले. अशा उद्योगधंद्यांचा जागतिक फैलाव म्हणजे जागतिकीकरण, देशादेशांना जोडून त्यांच्यामधील सीमारेषा पुसून टाकणे म्हणजे जागतिकीकरण-पण प्रचंड गतीने आणि ताकदीने रोरावत निघालेल्या या वादळाने पिढ्यान्‌पिढ्या चालत आलेली सांस्कृतिक तटबंदी, त्यातील नीतिनियमांचे घट्ट चिरे काही वर्षातच भुईसपाट केले. अर्थव्यवस्था हा माणसांच्या आणि पर्यायाने देशाच्या जगण्याचा कणा असल्याने आर्थिक बदल हे समाज परिवर्तनाला मोठ्या प्रमाणात कारणीभूत असतात आणि परिवर्तन जेव्हा मूठभर भांडवलदारांच्या हाती जाते, तेव्हा त्याचे विघातक परिणाम निम्नस्तरावर अधिक होतात, ज्याची फारशी पर्वा कोणी करत नाही. जागतिकीकरणाच्या रेट्यात भरडला जातो तो दुर्बल घटक-स्त्रिया, दलित, आदिवासी इत्यादींचा प्रामुख्याने असतो.

अमर्त्य सेन म्हणतात की, "जागतिकीकरणाचा विचार एका बाजूला जगाने कधी पाहिली नव्हती एवढी प्रचंड श्रीमंती आणि दुसऱ्या बाजूला अभूतपूर्व दारिद्र्य यांच्यामुळे निर्माण झालेला असमतोल व असमानता यांच्या संदर्भात करायला हवा." श्रीमंती आणि गरिबी यांच्यातील दरी आपल्या देशात फार पूर्वीपासूनच होती, पण जागतिकीकरणामुळे ती प्रचंड वाढली असून तिला राजकीय पाठिंबा, सामाजिक प्रतिष्ठा यामुळे नैतिक अधिष्ठान मिळाल्यासारखे झाले आहे. २००१ च्या शिरगणतीतील आकडेवारी सांगते की आठ वर्षात देशातल्या मध्यमवर्गीयांची संख्या दोन कोटीवरून नऊ कोटी झाली आणि अतिश्रीमंतांची संख्या साठ लाखावरून तीन कोटीवर गेली. म्हणजे उरलले बहुसंख्य ८८ कोटी लोक गरिबीचे जिणे जगत आहेत. मोठे मासे लहान माशांना गिळतात. त्याप्रमाणे छोटे उद्योगधंदे करणारे लोक मोठ्या कंपन्यांच्या आक्रमणामुळे मोठ्या प्रमाणात बेकार होत आहेत. स्वेच्छा (सक्तीची) सेवानिवृत्ती हा 'तुमच्या कामाची समाजाला गरज नाही' असे सांगून तुम्हाला घरी बसवण्याच्या नीतीचाच एक भाग आहे. समाजशास्त्रज्ञ असे भाकीत करतात की तिसऱ्या जगातील

बहुसंख्य माणसे भविष्यकाळात दारिद्र्य, कुपोषण, मूलभूत सुविधांचा अभाव, अपघात, रोगराई यांना बळी पडतील. धर्म-जाती-द्वेषातून परस्परांची डोकी फुटतील. अशा प्रकारच्या उतरंडीच्या व्यवस्थेत स्त्रिया नेहमीच खालच्या पातळीवर असल्याने कुपोषणाच्या वा जातीद्वेषाच्या वणव्यात त्यांचा बळी आधी जातो. ज्या पद्धतशीरपणे सध्या सामान्य माणसाचे अवमूल्यन होत आहे, ते पाहता मनुष्य जातीचेच एकूण स्त्रीकरण (femininization of human self) होण्याची प्रक्रिया सुरू झाली आहे असे म्हटले जाते. पैशाला आलेल्या अवास्तव महत्वामुळे माणसामाणसातील सौहार्दाची नाती तुटू लागली आहेत. पैशासाठी जवळच्या, प्रेमाच्या माणसाचा खून करणे, समाजातील वृद्ध स्त्रीपुरुषांना एकटे गाठून त्यांना मारून लुबाडणे, हुड्यांसाठी बायकांना जाळणे, सांघिकपणे दरोडे घालणे; गाड्या, बसेस लुटणे अशा प्रकारच्या गुन्ह्यांची संख्या मोठ्या प्रमाणावर वाढलेली आहे. तांत्रिक प्रगतीमुळे माणसाचं नातं यंत्रांशी अधिक आणि माणसांच्या जगाशी कमी होत असताना मानवजातीचा म्हणून असेलला चेहराच लोप पावू लागला असल्याची भीती व्यक्त होऊ लागली आहे. साहित्य, संगीत, संस्कृती या क्षेत्रातही संभाव्य संधिसाधूंची मक्तेदारी वाढल्याने पारितोषिके, मानसन्मान यामध्येही जातीय राजकारणाने ढवळाढवळ सुरू केली आहे. अस्सलपणापेक्षा पोकळपणा, दिखाऊ डामडौल, प्रतिष्ठितांचा अनुनय यावर कलाकारांचा श्रेष्ठपणा तोलला जाऊ लागला आहे.

समाजातील दोन दर्‍यांचे प्रतिबिंब आता स्त्रियांमध्येही तेवढ्याच अंतराने दिसू लागले आहे. स्त्रिया म्हणून काही जैविक समान घटकांचे प्रश्न सोडले तर आता स्त्रियांबद्दल एकच एक सार्वत्रिक विधान करणे कठीण आहे. एरवी मध्यमवर्गीय म्हणून संभावना झालेल्या स्त्रिया आज मोठ्या प्रमाणात श्रीमंत या वर्गात मोडतात आणि अशा स्त्रियांचे जीवन खालच्या स्तरावरील स्त्रियांपासून पूर्णपणे तुटलेले आहे. बहुराष्ट्रीय कंपन्यांच्या विस्तारामुळे कम्प्युटर इंजिनिअर झालेला सामान्य बुद्धीचा मुलगाही आज अमेरिकेत नोकरीसाठी सहजपणे जाऊ लागला आहे. ज्या स्त्रियांना स्वप्नात कधी परदेशात जाऊ असे वाटले नसेल त्या मध्यमवर्गीय, प्रौढ बायका आता मुले, सुनांच्या निमित्ताने दर दोन तीन वर्षांनी परदेश वाऱ्या करू लागल्या आहेत. चांगल्या वस्तीत चार, पाच खोल्यांचे फ्लॅट, सर्व प्रकारच्या सुविधा, फर्निचर, ग्लेझ्ड टाईल्स, इंटिरिअर डेकोरेटर्सकडून सजवून घेतलेले दिवाणखाने, परदेशी बनावटीची वॉशिंग मशीन्स, फ्रिज, मायक्रोवेव्ह ओव्हन्स, म्युझिक सिस्टिम्स, टी व्ही, आरामदायी मोटारगाड्या, देशपरदेशातील प्रवास, पैशाची गुंतवणूक, हॉटेलिंग, लहानमोठे प्रसंग साजरे करण्यासाठी वारंवार दिल्या जाणाऱ्या पार्ट्या,

उत्तमोत्तम आणि विविध प्रकारच्या कपड्यांनी आणि साड्यांनी शिगोशिग भरलेली कपाटे, हिरेमाणके- सोन्याचे दागिने, ही पूर्वी वाड्यातून राहणाऱ्या मध्यमवर्गीय समजल्या जाणाऱ्या माणसांची आता अवाक्यात आलेली जीवनशैली! या वर्गातील बहुसंख्य स्त्रिया निरुद्योगी, आळशी आणि स्वयंकेंद्री जीवन जगणाऱ्या बनल्या आहेत. त्यांच्यात काम करण्याची धमक नाही, कामवाली वा स्वैपाकीण एखादे दिवस आली नाही, तर हातपाय गाळणाऱ्या, नाहीतर हॉटेलची वाट धरणाऱ्या बायका अधिक! आरामदायी चंगळ संस्कृतीमुळे येणाऱ्या श्रीमंती रोगांची लागवण अनेकींना तिशी-पस्तीशीपासूनच सुरू होते. जॉगिंग, योगासने, व्यायाम यापेक्षा ब्यूटी पार्लरची ओढ जास्त; त्यामुळे बाह्य सौंदर्य, फिगर टिकवून ठेवण्याच्या नादात अंतर्मन, चैतन्य आणि ऊर्जा हरवून बसलेला स्त्री समाज आज मोठ्या प्रमाणावर उदयाला येत आहे. अत्यंत सुखासीन आयुष्याची सवय झालेल्या या बहुसंख्य स्त्रिया अनुत्पादक आहेत, पण त्याचबरोबर चांगल्या पुस्तकांचे वाचन, बौद्धिक चर्चेतील क्रियाशील सहभाग, ज्या समाजातून आपण वर आलो, त्या समाजासाठी काही करण्याची इच्छा यापासून त्या वंचित आहेत. खरे म्हणजे भोवतालच्या जगामध्ये इतके प्रश्न आहेत, मोठ्या प्रमाणात स्त्रिया निरक्षर आहेत, बालकामगारांना मदतीच्या हाताची अपेक्षा आहे, मंदबुद्धी, विकलांग मुलांसाठी काम करणारी माणसे हवी आहेत, आंधळ्यांना वाचून दाखवणारांची वानवा आहे, खालच्या स्तरावरील स्त्रियांना आरोग्य, कुटुंब नियोजन यासाठी मदत करणाऱ्या मार्गदर्शक स्त्रिया हव्या आहेत. सार्वजनिक स्वच्छता, कचऱ्याची विल्हेवाट; तरुण एकट्या, राहाणाऱ्या मुलींना संरक्षण, वृद्धांशी संवाद - घराच्या सोनेरी पिंजऱ्यातून या स्त्रिया बाहेर पडल्या तर करण्याजोगी शेकडो कामे आहेत. दिवसाकाठी एक तास दुसऱ्यासाठी दिला तरी दुपारभर झोपा काढणाऱ्या आणि टीव्हीसमोर तासन्‌तास बसून रटाळ सिरियल्स पाहणाऱ्या बायका समाजाचा चेहरामोहरा बदलू शकतील. पण आज मध्यमवर्गाला जसं राजकारणाशी काही देणंघेणं नाही तसं आपल्या समाजाशी, अवतीभवती घडणाऱ्या घटनांशीही काही एक देणं घेणं नाही. एक प्रकारची थंड बधिरता या समाजाने पांघरली आहे आणि आपण आणि आपलं कुटुंब एवढ्यापुरतंच मध्यमवर्गीय बाईनं आपलं जीवन सीमित केलं आहे. एका प्रचंड सामाजिक शक्तीचा हा एकप्रकारे दुरुपयोग आहे, कारण कोषातलं जीवन जगणारांनी कोषाबाहेरच्या जीवनाची दखल घेतली नाही, तर बाहेरच्या जीवनातील संघर्षाचा अग्नी आपल्या दारापर्यंत यायला वेळ लागत नाही. उच्चभ्रू समाजाला यापुढे असं स्वत:च्या बेटावरचं आयुष्य जगणं स्वार्थीपणाचं ठरेल. या समाजाकडे असलेला पैसा, शिक्षण, वेळ याचा विनियोग

'नाही रे'साठी होणं ही आज दोन समाजांची दरी थोडी कमी होण्यासाठी आवश्यक गोष्ट आहे.

शिक्षण ही हळूहळू खालच्या स्तरापर्यंत झिरपत गेलेली एक चांगली घटना. जसजसा स्त्री समाज हा अधिक सुशिक्षित होईल, तसतशी त्या कुटुंबाची अधिक उन्नती होईल. प्राथमिक आरोग्याची जाणीव, कुटुंब मर्यादित ठेवण्याची कला, मुलांवर चांगले संस्कार, इत्यादी गोष्टी सुशिक्षित पत्नी करू शकते. पूर्वी चौथी-पाचवी इयत्ता पास वा नापास झाल्यावर शिक्षण सोडणाऱ्या मुली आज निदान शहरातून दहावी, बारावीचे शिक्षण घेऊ लागल्या आहेत. अकरावी, बारावीला मुलींना फी माफी असल्याने निम्न आर्थिक स्तरातील पालकही मुलींना शिकवू लागले आहेत. यातील जेमतेम तीस टक्के मुली पुढचे उच्च शिक्षण घेतात. १२ वीतून शिक्षण सोडलेल्या बहुसंख्य मुलींची लग्ने होतात वा त्या तोपर्यंत छोट्या मोठ्या नोकऱ्या करत राहातात. दुकानातून विक्रेत्या म्हणून काम करणारांची संख्या मोठी आहे. साड्या, फॅन्सी दागिने, तयार कपडे, स्टेशनरी अशा प्रकारच्या दुकानातून काम करणाराची संख्या मोठी आहे. आठ ते दहा तासाच्या अशा कामासाठी पाचशे ते दीड-दोन हजार रुपये पर्यंत सर्वसाधारण पगार असतो. एवढ्या पैशात खरे तर चार माणसांच्या कुटुंबाचा महिन्याचा किराणाही येत नाही, पण असंघटित अशा या कामगार स्त्रियांच्या आर्थिक शोषणाला आवाज नाही, कारण एवढी तरी नोकरी मिळणं हीच आज अवघड गोष्ट आहे, त्यामुळे मिळेल त्या पगारात नोकरी धरून ठेवणं आज अधिक महत्त्वाचं आहे. बारावीनंतर आर्टस् किंवा कॉमर्स शाखेकडे जाणारांची संख्या अधिक मोठी आहे. आज कुठल्याही विद्यापीठामधून मिळणारे शिक्षण हे पुस्तकी अधिक आणि जीवनोपयोगी कमी असे आहे. पहिल्या पदवीनंतर थांबणारांना कोणती स्वप्ने आपण विकतो असा शिकवताना संभ्रम वाटावा अशी परिस्थिती आहे. फक्त बी. ए. वा. बी. कॉम. झालेल्या बायका कोणत्या प्रकारच्या नोकरीला योग्य आहेत? त्यातल्या त्यात व्यावसायिक अभ्यासक्रम केला असेल; टायपिंग, कॉम्प्युटरचे चांगले ज्ञान असेल, इंग्रजी चटपटीतपणे बोलता येत असेल, व्यक्तिमत्त्व आकर्षक असेल तर अशा तरुण मुलींना स्वागतिका, वैयक्तिक सचिव, कम्प्युटर इन्स्ट्रक्टर अशा स्वरूपाच्या नोकऱ्या मिळू शकतात व पाच ते सात हजार रुपयांपर्यंत पगार मिळू शकतो. पण बहुसंख्य सामान्य मुलींना ही कौशल्ये नसतात. त्या मोठ्या प्रमाणावर बेकार राहतात, किंवा वरसंशोधन सुलभ व्हावे म्हणून मेंदी, एम्ब्रॉयडरी, ब्युटीशिअन असले लहानसहान कोर्स करत राहतात. पदवीमुळे श्रीमंत व्यापारी घरातील मुलींना- विशेषत: ही गृहविज्ञानातील पदवी असेल- तर सामाजिक

प्रतिष्ठा मिळते व चांगले स्थळ मिळण्याच्या अधिक संधी प्राप्त होतात हाच काय तो शिक्षणाचा फायदा! बी. एड्. होणं आजकाल सोपं राहिलेलं नाही. प्रवेश परीक्षेचा बडगा आणि खाजगी महाविद्यालयांचा सुळसुळाट यामुळे आर्थिक सुसंपन्नता असलेल्या मुलीच बी. एड. करू शकतात. पण पूर्वीप्रमाणे आता बी. एड्. नंतर नोकरी मिळण्याची शाश्वती राहिलेली नाही. राखीव जागांचे धोरण आणि खुल्या नोकरभरतीवर बंदी यामुळे गेल्या दहा वर्षात मोठा प्रश्न कोणता निर्माण झाला असेल तर तो सुशिक्षित बेकारांचा आणि त्यातही स्त्रियांची संख्या अधिक. एम. ए., एम्. कॉम्. एमस्सी एवढेच काय पीएच. डी. झालेल्या आणि उत्तम गुणांनी पास झालेल्या हजारो बायका खाजगी शिकवण्या घेतात. पण मोठे क्लासेस पुरुषच चालवताना दिसतात. शिक्षण-सेवक ही एक शिक्षकी पेशाची थट्टा आहे. बरोबरीचे सहकारी रीतसर पगार घेत असताना नव्यांनी तीन चार हजार रुपयावर निमूट नोकरी करायची, कारण नोकरी मिळाली हेच अप्रूप! पण त्याहीपेक्षा भयानक प्रकार म्हणजे सी. एच्. बी. वर नोकरी. क्लॉक अवर बेसिस म्हणजे वेठबिगारच. तासाला पस्तीस रुपये, काही ठिकाणी वीस रुपये, उच्च महाविद्यालयात फार तर शंभर रुपये! तास झाला नाही तर पैसे नाहीत, सुट्टीचे पगार नाहीत, परीक्षेच्या काळात पैसा नाही, अनेकांचे तर वाहनाचे पेट्रोलसुद्धा एवढ्या पैशात येत नाही, पण अनेक बायका अशा नोकऱ्या स्वीकारतात, आज ना उद्या नियमित नोकरी मिळेल या आशेवर कित्येक शाळा-कॉलेजातून आज निम्मा स्टाफ अशा प्रकारचा असतो. शिक्षकाचे आर्थिक व मानसिक स्वास्थ्य, त्याची एकनिष्ठता यांचे व पगाराचे काही नाते आहे हीच गोष्ट आज भांडवलदारी व्यापारीकरणात नष्ट झाली आहे. जिथे पैशासाठी शिक्षणाचे कारखाने चालवले जातात अशा समाजात शिक्षक हा शेवटी पैशासाठी चाकरी करणारा कामगार एवढीच त्याची किंमत राहते.

व्यावसायिक शिक्षणाचे महागाईकरण हा स्त्रियांच्या शिक्षणात अडसर आणू शकणारा आणखी एक महत्त्वाचा घटक! मुलींसाठीसुद्धा स्वतंत्र इंजिनिअरिंग महाविद्यालये निघत आहेत, पण अशा महाविद्यालयांची चाळीस-पन्नास हजारांवर जाणारी वार्षिक फी, आडमार्गाने मागितले जाणारे लाखो रुपये मुलींच्या वाट्याला येतील का? विशेषत: ज्या घरात मुलगा आणि मुली दोघांना शिकवायचे आहे आणि आर्थिक परिस्थिती मध्यम आहे अशा घरात मुलगी मुलापेक्षाही हुशार असली तरी तिच्यासाठी दुय्यम दर्जाचेच शिक्षण उपलब्ध असणार! याबद्दल पालकांचा युक्तिवाद साधा सरळ असतो. मुलांच्या शिक्षणासाठी लाख रुपये खर्च केले तर त्याला दोन लाख रुपये हुंडा देणारी मुलगी मिळू शकते, पण मुलीला शिक्षणासाठी लाख रुपये खर्च

केला तर उलट दोन लाख हुंडा द्यावा लागतो, शिवाय तिची कमाई पुढे सासरच्याच लोकांना मिळते. अर्थात, अशा विचारांना फाटा देऊन मुलींनाही इंजिनिअरींग, मेडिकलचे शिक्षण देणारे पालक आहेत. त्यामुळे या दोन्ही क्षेत्रातून, तसेच कम्प्युटर आणि मॅनेजमेंट या क्षेत्रातही मुलांच्या बरोबरीने मुली काम करत आहेत. परदेशी कंपन्यातून नोकऱ्या करून चांगला पैसा कमवीत आहेत. अशा मोठ्या कंपन्यातून पगार चांगला मिळाला तरी व्यक्तीला आपला सर्व वेळ व ऊर्जा त्यासाठी खर्च करावी लागते. तरुण, विशेषत: लग्न झालेल्या, मुलींची त्यामुळे अनेकदा शारीरिक व मानसिक कसरत चालू असलेली दिसते. कित्येकदा लग्न करूनही दोघांना एकत्र राहता येतेच असे नाही, एकत्र राहिले तरी परस्परांसाठी फार कमी वेळ देता येतो. मूल लौकर नकोच असाही विचार करावा लागतो. मात्र, आपल्या कामात ज्यांना आनंद घेता येतो त्यांच्यासाठी अशा नोकऱ्या ही एक चांगली पर्वणी आहे. समजूतदार आणि घरकामात मदत करणारा नवरा मिळाला तर अशी आधुनिक जोडपी चांगले जीवन जगू शकतात. मात्र बायकोच्या बुद्धिमत्तेची आणि कष्टांची जाणीव नसलेली अनेक घरे आहेत, जिथे बायकांना पूर्वापार चालत आलेली बाईची म्हणून सर्व कामे करतच आपली करिअर सांभाळावी लागते. घटस्फोट, पुनर्विवाह, एकट्याने राहाणे, विवाहच न करणे- अशा प्रकारांमध्ये वाढ झाल्याचे दिसते, ते साधारणत: नोकरी करून स्वावलंबी असणारी स्त्री आणि तिला अपेक्षेप्रमाणे साथ न देणारा नवरा यांच्या संबंधात अधिक दिसते.

मुले परदेशी असणे, वृद्धापकाळात पती निधनानंतर स्त्री मागे राहणे, मुलगे-मुली यांच्या संसारात स्थान नसणे अगर दुर्लक्षिले जाणे वा उपेक्षा वाट्याला येणे अशा घटनाही वृद्ध स्त्रियांच्या बाबतीत अधिक घडू लागल्या आहेत. वृद्धाश्रमातून आता अशा स्त्रियांची संख्या जास्त दिसू लागली आहे, पण एक प्रकारचे वैफल्याचे जीवन व हताशपणा त्यांच्या नशिबी आला आहे, त्यापेक्षा एकटे राहून स्वतंत्रपणे जीवन जगणारी बाई अधिक सुखी आहे, पण आजकाल ती फारशी सुरक्षित नाही. पैशाच्या लोभाने सोन्याचे दागिने हिसकावून पळून जाणे, अगर घरातल्याच माहीतगार नोकर-चाकरांकडून खून होणे अशा घटनांमध्ये वाढ झाली आहे. आहे रे आणि नाही रे यामधील दरी जसजशी अधिक रुंदावते तसतशी अशा घटनांमध्ये वाढ होणे अटळ असते. व्यक्तीचा खाजगीपणा जपून सार्वजनिकपणे त्यांना एकत्र आणणाऱ्या डे केअर सेंटर सारख्या संस्थांची आज अशा स्त्रियांना गरज आहे. आयुर्मान वाढले आहे, पैसा गाठीशी आहे, पण एकाकीपणा आहे हे त्यांचे दु:ख आहे.

आजच्या तरुण मुलींचा एक मोठा वर्ग स्वप्नाळू आहे आणि शॉर्टकट घेऊन

झटपट श्रीमंत व्हायचे, पैसा कमवायचा, प्रसिद्धीच्या झगमगाटात राहायचे, प्रतिष्ठा नाव मिळवायचे आणि यासाठी जी किंमत द्यावी लागेल ती द्यायची अशी स्वप्ने बघणाऱ्या अक्षरश: हजारो तरुण मुली अगदी खेड्यापाड्यातही आहेत. अगदी दहावीस हजार वस्तीच्या गावांमध्येही आता सौंदयस्पर्धा होतात, त्यात अनेक मुली, अगदी प्रतिष्ठित घरातीलही, सहभागी होतात. सार्वजनिक ठिकाणी रस्त्यावर नृत्यस्पर्धा होतात, त्यात सिनेमाच्या उडत्या गाण्यांवर अगदी नायिकेच्या बरहुकूम नाच आणि कपडे करणाऱ्या अनेक तरुण मुली असतात. दूरदर्शनने तर असल्या हिडीस कवायती नाचांचे लोण आपल्या दम दमादमसारख्या कार्यक्रमातून सात-आठ वर्षांच्या मुलींपर्यंत खाली आणले आहे. सिनेमातून नायिकेचे काम मिळवणे इथून महत्त्वाकांक्षेला सुरुवात होते, मग छोट्याशा भूमिका, नाहीतर कोरसमध्ये नाचायला मिळणे ही देखील फार मोठी झेप वाटते. अशा नाचांची संधी मिळावी म्हणून अनेक शहरातून त्यांचे खाजगी क्लासेस चालतात आणि पालक त्यासाठी भरपूर पैसा खर्च करतात. सिनेमात नाहीच संधी मिळाली तर स्टेज शो, सौंदर्य स्पर्धा, मॉडेलिंग, कपड्यांची विक्री वाढविण्यासाठी केली जाणारी फॅशन परेड, आल्बममधील सहभाग ते बारबालांपर्यंत हा प्रवास सुरू होतो. स्त्रिया वापरत नसलेल्या वस्तूंच्या जाहिरातींसाठीही स्त्रिया लागतात. कापड, दागिने, खाद्यपदार्थ, पावडर, शॅम्पू, साबण, तेले यापासून तो दारू, पानमसाला, तंबाखू, सिगारेट, गाड्या इत्यादी प्रत्येक गोष्टींच्या जाहिरातीत सुंदर चेहरे लागतातच आणि बायकांना अशी संधी मिळण्याची मोठीच ओढ असते. ज्या मालाची जाहिरात ही मॉडेल्स करतात, त्यांना त्या वस्तूशी काही देणे-घेणे नसते. ती वस्तू परदेशी आहे का, आरोग्याला घातक आहे का या चांगल्या वाईट परिणामांची माहिती करून घेण्याची जागरूकता नसते. व्यवसायिक नीती-अनीतीची जाणीव नसते. त्यांचा मतलब फक्त शरीर माध्यमातून विक्री-वस्तूची जाहिरात करणे एवढाच असतो. स्त्रियांना आज मोठ्या प्रमाणात हे प्रसिद्धीमाध्यम उपलब्ध आहे, पण त्यात प्रवेश सोपा नाही, या वाटेवरचे अनेक अडथळे पार करताना आपल्या स्त्रीत्वाची किंमत मोजायची तयारी असेल तर वाटा खुलत जातात. अर्धनग्न कपड्यात पोझेस देणाऱ्या आणि ती रोज आपल्या वृत्तपत्रातून आणि मासिकातून छापणाऱ्यांनी स्त्रीचे शरीर ही एक बीभत्स प्रदर्शनाची वस्तू बनवली आहे आणि दुर्दैवाने अनेक स्त्रिया अशा शरीर पातळीवर उतरायला राजी होत आहेत. समाजाची अभिरुची इतकी हीन पातळीवर उतरली आहे की एरवी ब्लू फिल्ममध्ये शोभावी अशी चित्रे आता रस्त्यावरील पोस्टर्सवरही सार्वजनिकपणे लावली जातात. गेल्या शतकामध्ये ज्या घरातील कर्ती स्त्री घराचा उंबरठाही ओलांडत नव्हती, चारचौघा-पुरुषांमध्ये

येऊन बसत बोलत नव्हती अशा घरातील स्त्री आज अंतर्वस्त्रामध्ये फोटोसेशन्स आणि जाहिराती करते- ही स्त्री स्वातंत्र्याची स्वप्ने पाहिलेल्या ज्योतिबा फुले किंवा गोपाळ गणेश आगरकर अशांसारख्या विचारवंतांची विटंबना आहे. कालाय तस्मै नम: एवढेच!

या सगळ्या बदलांमागे एक प्रचंड मोठे व्यापारी राजकारण आहे याची जाणीव फारच थोड्या लोकांना असते. माल खपवण्याचे बहुराष्ट्रीय कंपन्यांचे सर्वात मोठे गिऱ्हाईक म्हणजे भारतासारख्या विकसनशील देशातील स्त्रिया! प्रसाधने, फास्ट फूड आणि इलेक्ट्रॉनिक उपकरणे या तीन शस्त्रांद्वारे हे आर्थिक युद्ध खेळले जाते आणि सहज जिंकले जाते. वेगवेगळ्या प्रकारची तेले, पावडरी, शांपू, लिपस्टिक्स, साबण यांच्या जाहिरातींचा एवढा मोठा प्रचंड सुळसुळाट झाला आहे की त्यातून स्त्रीचे सौंदर्य याच गोष्टींवर अवलंबून आहे, आयुष्यात यश, पैसा मिळवायचा असेल तर या प्रसाधनांशिवाय पर्याय नाही असा अगदी बेधडक संदेश दिला जातो आहे. सुंदर शरीरासाठी इतक्या प्रकारच्या प्रसाधनांचा मारा सतत केला जातोय की प्रा. राम बापट यांनी एका भाषणात त्याला 'स्त्री शरीराचे रासायनीकीकरण' (Chemicalization of woman's body) असा अगदी चपखल शब्द वापरला होता. सौंदर्यस्पर्धा या तर सरळसरळपणे आपला माल खपविण्यासाठी तयार केलेल्या युक्त्या आहेत आणि बायका त्याला मोठी प्रतिष्ठा देऊन स्वत:चा गौरव समजत आहेत. स्त्रिया या सदैव प्रसाधने वापरण्यासाठी हपापलेल्या आहेत आणि सुंदर दिसणं हेच त्यांचं आयुष्यातलं एकमेव साध्य आहे अशी स्त्रीची 'बायकी' प्रतिमा आता झाली आहे. फास्ट फूड शब्दाने तर इतके मोहमयी वातावरण निर्माण केले आहे की नि:सत्त्व अमेरिकी खाद्याने स्वदेशातील पौष्टिक पदार्थच गिळंकृत केले आहेत. एक प्रकारे कुटुंबातील स्त्रीच्या स्वैपाकाच्या अधिकारावर आलेली ही गदा आहे, पण स्त्रियांनी त्यात सामील होऊन फास्ट फूडला खाद्य संस्कृतीचे स्थान दिले आहे. सर्वच कुटुंबाला अशा प्रकारच्या आकर्षक वेष्टनातील महागडे अन्न खाण्याची चटक लागल्याने ताजे, सकस अन्न खाण्यापासून माणसे वंचित झाली आहेत. फ्रिज, टी. व्ही., टेपरेकॉर्डर, मायक्रोवेव्हसारखी इलेक्ट्रॉनिक उत्पादने सामान्य माणसालासुद्धा चैनीची न वाटता गरजेची वाटू लागली आहेत. गृहिणींना तर ती असल्याशिवाय घरातले काही काम करता येत नाही आणि टीव्ही-व्हिसीडीशिवाय वेळ जात नाही. बहुउद्देशीय कंपन्यांनी आता अगदी झोपडीपर्यंत प्रवेश करून आपले बस्तान बसविले आहे.

जागतिकीकरणाने परदेशातल्याप्रमाणे मोठमोठे शॉपिंग मॉल्स आता शहरातून उदयाला येऊ लागले आहेत. अशा मोठ्या दुकानातून विविध प्रकारच्या वस्तूंचे

केंद्रीकरण झाल्याने एकाच ठिकाणी सर्व गोष्टी मिळण्याची सोय होते, पण छोटे छोटे व्यवसाय करणाऱ्या स्त्रियांचे व्यवसाय हे मोठे मासे पटकन गिळंकृत करतात. भाजीपाला, फळे, मासे, अंडी, दूध असे खाद्यपदार्थ छोट्या प्रमाणात विकणाऱ्या स्त्रियांना या मॉलच्या आसपास व्यापारच नाही. हस्तकला, भरतकाम, स्वयंपाकपाण्याचे व्यवसाय, शिवणकाम, लघुउद्योग, छोट्या कारखान्यातील जॉब वर्क करणाऱ्या स्त्रियांना आता अशा प्रकारचे कामच उरलेले नाही. मोठ्या प्रमाणावर प्रत्येक गोष्टीचे होणारे यांत्रिकीकरण, आंतरराष्ट्रीय बाजारपेठेतील स्पर्धा, प्रचंड मोठी डिपार्टमेंटल स्टोअर्स इत्यादींनी लघुउद्योजकांची गिऱ्हाईके मारली. स्त्रिया वा अन्य दुर्बल घटकांसाठी काही जागा व संधी सोडाव्या असे खासगीकरणाचे सार्वत्रिकीकरण करणाऱ्या शासनालाही वाटत नाही. या हक्कासाठी स्त्री चळवळींनी केलेल्या हालचाली बहुतेक देशातून निष्प्रभ ठरल्या आहेत. 'लोकांची परिस्थिती सुधारण्याचे एकमेव साधन म्हणजे व्यापार' अशा वृत्तीमुळे आंतरराष्ट्रीय अर्थव्यवस्थेचे एकीकरण हा भावात्मक बदल समजला गेला, तरी त्याचे केंद्रीकरण होते. अशा समाजरचनेत मागासांची स्थिती सुधारण्याचा विचार अनुस्यूत नसतो. बेकारांसाठी नोकरीच्या संधी, गरिबी हटविण्याच्या योजना, स्त्रियांना समान संधी अशा गोष्टी कोणाच्या अजेंड्यावर नसतात, असल्या तरी दिखाऊ व कागदी असतात, संसदेत स्त्रियांना ३०% राखीव जागा देणे सरकारला परवडत नाही. व्यापाराला स्त्रियांच्या कामाचे महत्त्व नसते. स्त्री- पुरुषातील फरक मिटवता येत नाही. फक्त बायकांना गिऱ्हाईक बनवता येते.

प्रसाधनांनी सजवलेला सुंदर चेहरा, मापदंडात बसवलेली फिगर यांनाच माध्यमात आज अभिनय व अभिव्यक्तीपेक्षा अधिक महत्त्व आले आहे, पण दुर्दैवाने माध्यमाबाहेरील स्त्रियाही आज तथाकथित 'बायकी' सौंदर्याच्या मागे वेड्यासारख्या लागलेल्या दिसतात. सर्वसाधारणपणे स्त्रियांचा साड्या, पंजाबी ड्रेसेस, दागदागिन्यांच्या तऱ्हा आणि सौंदर्य प्रसाधने यांच्यावरील खर्च भरपूर वाढला आहे. सुंदर दिसावं असा मानवी स्वभाव जात्या असल्या तरी कृत्रिम उपायांनी सतत स्वत:ला 'प्रेझेंटेबल' ठेवणे हे मात्र स्वाभाविक नाही. 'बाई' म्हणून नोकरी-व्यवसायात काही विशेष फायदे मिळवणे, विशेष सवलती, प्रमोशने मिळवणे आणि स्त्रीपणाचा उपयोग करून घेणे याबाबतीत मनावर असलेले अडसर आता कमी होऊ लागलेले दिसतात. स्त्री-पुरुष मैत्रीमध्ये विवाहपूर्व आणि विवाहबाह्य संबंधाची चर्चाही आता मुक्तपणे होते व काही वेळा चिंतेचा विषय बनते. नोकऱ्या मिळवणे अवघड झाल्याने व त्या टिकवणे गृहीत धरण्याची मनोवृत्तीही काही वेळा वाढलेली दिसते. जागतिकीकरणामुळे फोफावलेल्या चंगळवादी वृत्तीत स्त्री ही व्यक्ती न राहता उपभोगाची वस्तू बनते आणि तिचा वापर

साधन म्हणून केला जातो. स्त्रियांचा जागतिक व्यापार आणि वापर यामध्ये प्रचंड प्रमाणात वाढ झाल्याचे अहवाल वाचल्यावर स्त्रीची किती मोठ्या प्रमाणात अवनती व अवमूल्यन झाले आहे ते लक्षात येते.

व्यापारीकरणाच्या सार्वत्रिक लोंढ्याने जशा दलित-कामगार चळवळी बंद पडल्या तशाच स्त्रियांच्या चळवळीही संपल्या आहेत. सबंध जगच विज्ञान आणि तंत्रज्ञानाच्या रेट्यात इतके गतिमान झाले आहे की, स्त्री-स्वातंत्र्य, समता, बंधुभाव अशा विषयांवर वेळ वाया घालवायची कोणचीच इच्छा नाही. स्वयंकेंद्री वृत्ती, स्वार्थीपणा, दिखाऊपणा, खरेदी, सणसमारंभ, मनोरंजन यात मध्यमवर्गीय स्त्री इतकी गुंतली आहे की, तिला स्वातंत्र्याबरोबर येणारे जबाबदारीचे ओझे नको आहे. जीवनाचा उपभोग, चैन या गोष्टी अधिक महत्त्वाच्या; त्याबरोबर दुय्यमत्व आले तर ते मान्य करायची तिची तयारी आहे. उच्चवर्गीय श्रीमंत स्त्री तिच्या स्वातंत्र्याच्या कल्पनेत पहिल्यापासूनच मुक्त आहे. समाजातील निम्नस्तरीय स्त्रियांची संख्या एवढी मोठी आहे की त्यांचे रोजचे जीवन हीच एक लढाई आहे. या अस्तित्वाच्या लढाईत रोज दोन वेळा पोटभर जेवायला मिळणे, अंगभर ल्यायला मिळणे अधिक महत्त्वाचे!

ज्या काही स्त्रियांच्या मनात प्राप्त परिस्थितीबद्दल अत्यंत असमाधान खदखदत आहे, ज्यांना जागतिकीकरणाची मोहमयी दुनिया भुलवत नाही, उलट त्याचे दुष्परिणाम स्पष्ट जाणवत आहेत; ज्यांच्याकडे वाचण्याची, विचार करण्याची, स्वतंत्रपणे निर्णय घेण्याची क्षमता आहे, अशा काही स्त्रिया स्त्रीवादी विचारसरणी लेखनातून वा कृतीतून जागी ठेवत आहेत- स्त्रियांचे सबलीकरण शिक्षणातून चांगले होते, पण सुशिक्षित स्त्रियांमध्येही स्त्रीवादाची ज्योत जागी ठेवायला हवी.

०-०-०

१५. असं बोलतात बायका

माणूस आणि प्राणी यात पहिला मोठा भेद कोणता असेल तर तो म्हणजे माणूस बोलतो. संस्कृतीच्या विकासाबरोबरच माणसांच्या भाषेचा विकास होत गेला आणि अक्षरश: हजारो भाषा जन्माला आल्या. आपण सर्व मराठी भाषक मराठी बोलतो. मराठी म्हणजे तरी काय? मराठी समाज जी भाषा बोलतो ती म्हणजे मराठी! आपली संस्कृती, चालीरीती, खाण्यापिण्याच्या सवयी, कपडे सर्वसाधारणपणे सारखे म्हणून आपण सर्वजण एकाच भाषेचे घटक आहोत. पण आपला असा एक 'भाषिक समाज' असला, तरी तो एकरंगी नाही. बहुरंगी, बहुढंगी आहे. वऱ्हाडी, खानदेशी, मालवणी, अहिराणी, झाडी अशा कितीतरी मराठीच्या बोली आहेत. पण त्याही पलीकडे महाराष्ट्राच्या सीमा प्रदेशातील मराठी वेगळी, महाराष्ट्राच्या बाहेरची देशातली आणि हो, परदेशातली आपली माणसं बोलतात ती मराठीसुद्धा वेगळी. जातीजातीतली, धर्मांमधली मराठी वेगळी, शहरातली, खेडेगावातली मराठी वेगळी, शिकलेल्यांची वेगळी, अशिक्षितांची वेगळी; श्रीमंताची वेगळी, गरिबांची वेगळी. भाषा दर दहा मैलावर बदलते म्हणतात, पण खरं सांगायचं तर जवळ राहाणारांची भाषा तरी कुठे सारखी असते? हो, म्हणून तर पुरुषांची भाषा वेगळी, स्त्रियांची वेगळी. म्हणजे स्त्रिया बोलतात तीही मराठीच. साधारणत: बाह्य स्वरूप एकच, पण तरीही 'खास स्त्रीजातीची' म्हणून बायकांची एक भाषा अस्तित्वात आहे. अगदी फार पूर्वीपासून तो आजपर्यंत! आणि हा फरक केवळ बायका आणि पुरुष म्हणून निर्माण झाला असंही नाही. बायकांचं समाजातलं स्थान, त्यांचं शिक्षण, त्यांच्यावरची सांस्कृतिक बंधने, एवढेच काय, काही भाषावैज्ञानिकांना वाटते की, त्यांच्या दागिन्यांमुळेसुद्धा हा फरक पडतो. बायकांच्या नाकातील नथीमुळे त्यांचे उच्चार बदलतात असे एक मत आहे. भाषेचं अगदी बाह्य रूप पाहिलं तरी समाजामध्ये बायका, पुरुषांच्या आवाजाबद्दल काही विशिष्ट संकल्पना रूढ असतात. पुरुषाचा आवाज घोगरा, मर्दानी, जाड, खालच्या पट्टीतला; तर बाईचा आवाज कोमल, नाजूक, बारीक, उच्च पट्टीतला असावा अशी अपेक्षा. तुम्ही या अपेक्षेत नाही बसलात तर लगेच तुमची उपेक्षा होते. बाईची पुरुषी म्हणून, तर पुरुषांची बायकी म्हणून. कसं बोलत असतील पूर्वीपासून

बायका? संस्कृत नाटकात फक्त उच्च-वर्णीय पुरुष संस्कृत बोलतात. ती देवांची भाषा म्हणून त्यावर अधिकार फक्त पुरुषांचाच! शूद्र आणि बायकांना ही भाषा कशी बोलता येणार? मग त्या स्त्रिया महाराणी असोत, अप्सरा असोत वा आणखी कोणी? त्या बोलायच्या प्राकृतामध्ये. आर्यांचा समाज ज्यावेळी हिंदुस्थानात स्थायिक झाला त्यावेळी त्यांना दुसऱ्या समाजातून स्त्रिया घ्याव्या लागल्या, म्हणून या उपऱ्या आलेल्या स्त्रियांची भाषा अर्थात निराळी पडली असंही एक मत प्रचलित आहे. ते काहीही असो; गार्गी, मैत्रेयी, वागांभृणी अशी काही नावं अगदी अपवादात्मक सोडली तर सर्वसामान्य स्त्री वेदाध्ययनापासून वंचितच होती. उच्चाराप्रमाणे वेदमंत्रांचे अर्थ बदलतात. इतकी त्यात नजाकत असल्यामुळे स्त्रियांना असल्या 'गंभीर' गोष्टींपासून दूरच ठेवलं गेलं.

पण स्त्रियांच्या ओठावर त्या काळापासून खेळत असलेल्या ओवीबद्ध वाङ्मयाला वेदांप्रमाणेच डॉ. कमलाबाई देशपांड्यांनी कौतुकानं 'अपौरुषेय' वाङ्मय म्हटलं आहे. अगदी पाचव्या, सहाव्या शतकापासून एका पिढीकडून दुसऱ्या पिढीकडे, आईकडून मुलीकडे असं चालत आलेलं हे वाङ्मय स्त्रियांचं कल्पनाचातुर्य, भावनांची उत्कटता, जिव्हाळा, अर्थगर्भ शब्दयोजना, सहजसुंदरता यांचं थक्क करणारं दर्शन घडविणारं आहे. या साहित्याचा उगम विद्वत्तेत नसून उत्कट भावनांमध्ये आहे. स्त्रियांच्या आयुष्यातील विवाहादी शुभप्रसंग, मुलाचा जन्म, माहेरचे मूळ, सासरची पाठवणी, सासू-नणंदेचा जाच अशा रोजच्या जीवनातील कितीतरी प्रसंगांवर स्त्रियांनी जात्यावर दळताना ओव्या रचल्या. त्या ओव्यांमधील भाषेला, त्यांच्यातील प्रतिमांना स्त्रीच्या जगण्याचा असा एक खास वास आहे. 'घर माझं निर्मळ, ढगावाचून आभायीळ' किंवा

बंधुजी विचारतो मैना सासुरवास कसा
चिताकाचा फासा गळी रुतला सांगू कसा

(चिताक-गळ्यातला दागिना) अशा प्रतिमांमध्ये फक्त स्त्रीच बोलू शकते, कारण या तिच्या जगण्यातून आलेल्या प्रतिमा आहेत. महिलांच्या अशा ओव्या आणि लोकगीतं मराठी भाषेतलं खूप मोठं स्त्रीधन आहे. बहिणाबाईंच्या ओव्यातून तर जीवनविषयक तत्त्वज्ञानसुद्धा किती साध्यासुध्या समर्पक भाषेत व्यक्त होतं. 'मानसा, मानसा, कधी व्हशील मानूस' ही घागरमें सागर याच कोटीतली ओळ आहे.

संत स्त्रियांची भक्तिरसपूर्ण वाणी प्रासादिक गुणांमुळे पुरुष संतांच्या अभंगातही वेगळी उठून दिसली. शब्द हा माणसाच्या मनाचा आरसा असतो. भाषेतले छोटे छोटे शब्दही त्यामागे प्रचंड अर्थ दडवून असतात. अगं, अरे आणि अहो हे

स्त्रियांच्या तोंडचे असेच छोटे शब्द स्त्रियांचं त्या कुटुंबातलं स्थान दाखवून जातात. उंबरठ्यावर दिवली ठेवली की जशा दोन्ही खोल्या प्रकाशानं उजळतात, तसं या शब्दांनी बोलणाऱ्याच्या मनातलं स्वत:चं स्थानही स्पष्ट दिसतं.

पौराणिक नाटकातून महाराणीसुद्धा, 'महाराजांनी यावं, आसनस्थ व्हावं', अशी औपचारिक भाषा वापरताना दिसते, कारण पत्नी झाली तरी ती अधिकारानं राजाच्या बरोबरीची नसते. ऐतिहासिक नाटकातली-अगदी 'रायगडाला जेव्हा जाग येते' नाटकातली येसूबाई संभाजीराजांना म्हणते, 'इकडच्या स्वारीनं कधी येणं केलं?' थेट न बोलता अप्रत्यक्षपणे बोलण्याची ही बायकांची रीत खानदानी कुटुंबातल्या गरत्या स्त्रीचं दर्शन घडवते. रमाबाई रानडे पतीचा उल्लेख आडवळणाने करताना, 'स्वत: म्हणायचं झालं' असा आदरार्थी करतात तर हरिभाऊ आपट्यांच्या 'मी' कादंबरीतील नायिका, 'एवढं काय लिहिणं चाललं आहे असं विचारणं झालं' असा नवऱ्याचा अजिबात उल्लेख न करता, मराठीत फारसा न वापरला जाणारा कर्मणी प्रयोग वापरते. नाथ, मालक, स्वामी, यजमान, कारभारी, सावकार, साहेब हे सर्व शब्द घरातलं नवऱ्याचं अधिराज्य, स्वामित्व दाखवणारे आहेत, त्याचप्रमाणे अप्रत्यक्षपणे स्वत:कडे कमीपणा घेण्याची भावना दाखवणारे आहेत. नवरा मालक म्हणजे स्त्री ही मालमत्ता, तिची मालकी त्याच्याकडे आहे. स्त्री जेव्हा नवऱ्यावर पूर्णपणे अवलंबून होती, तेव्हा अशा मोठमोठ्या शब्दांनी नवऱ्याची मर्जी राखणं हे तिच्या अस्तित्वासाठी तिला गरजेचं होतं. राजकीय वर्तुळात आजही मंत्र्यांच्या आमदारांच्या बायका नवऱ्याचा उल्लेख इतरांपुढे साहेब असा करतात. 'नाथ' शब्द लडिवाळपणे नवऱ्याचं मोठेपण गोंजारतो. लोकांपुढे इतके अधिकारदर्शक शब्द स्त्री वापरत असली तरी एकांतात ती त्याच्या ताटाखालचं मांजर होऊन राहात असेल असंही नाही. नवऱ्याला स्वामी म्हणणारी स्त्री एकांतात गोड गोड बोलून स्वामिनीही होत असणार. नवराबायकोंची आडवळाची नाती 'अहो' शब्दानं खूपच जवळ आणली. विशेषत: स्वातंत्र्योत्तर काळातील पुढच्या दोन, तीन पिढ्यात नवऱ्याला 'अहो' शब्द खूपच रुळला. शहराकडे स्थलांतरित झालेल्या छोट्या कुटुंबात नवरा बायकोच्या नात्यातील ताण तणाव थोडे सैलावले. नवऱ्याचं नाव घ्यायचं नाही, नाहीतर त्याचं आयुष्य कमी होतं, हा मागच्या पिढीचा धाक अजूनही या पिढीवर होता, त्याला उत्तर म्हणून अल्पाक्षरी, बहुअर्थी असं हे 'अहो' रूप आलं. त्यात म्हटलं तर आदर आहे, म्हटलं तर लडिवाळपणा, थोडी जवळीक- थोडा परकेपणा, थोडं प्रेम, थोडी भीती. इश्शऽ हा शब्द जसा बाईचं निसर्गत: लाजणं दाखवणारा एकमेवाद्वितीय शब्द आहे, तसा अहो हा शब्द मध्यमवर्गीय महाराष्ट्रीयन स्त्रीचा

मर्यादा स्त्रियोत्तम आहे. 'अहो'ची जागा नव्या पिढ्यांमधून पटकन 'अरे'नं घेतली. अहोंच्या पिढीतल्या अहोंना आपलं जन्मजात अहोपण मिरवण्याची खूपच खुमखुमी होती. त्यासाठी त्यांनी बायकांना आपल्या फार जवळ येऊ दिलं नाही, इंग्रजी संस्कृतीतील हव्या त्या सोयिस्कर चालीरीती आपण उचलल्या, पण बायकांना आदरानं वागवण्याच्या आणि सौजन्यानं जिंकण्याच्या कलेला आपल्याकडच्या पुरुषांनी मस्तपैकी बगल दिली. 'अरे'मुळे निदान शाब्दिक पातळीवर तरी पतीपत्नी समानता आली. काळ बदलला, नात्यात मोकळेपणा आला. दोघेही शिकलेले, दोघेही नोकरी करणारे, कमवणारे म्हणून नवऱ्याचा 'अहोपणा' थोडा कमी झाला. नवऱ्याला एकारान्त, पहिल्या नावाने हाक मारणारी स्त्री पुढे गाढवा, ठोंब्या, आळशा वगैरे शिव्याही सहजी देऊ शकते. ज्या 'अहो'मध्ये देता येत नाहीत. 'हे माझे मिस्टर' 'या माझ्या मिसेस' अशा इंग्रजी शब्दाने ओळख करून देण्याचाही एक काळ होता. फडके-माडखोलकरांच्या नायिका नवऱ्याचा उल्लेख आदरार्थी करून त्याचे नाव घ्यायच्या-जसं- 'अशोक या ना' लक्ष्मीबाई टिळक स्मृतीचित्रेत 'टिळक' असा नवऱ्याचा उल्लेख करतात. आधुनिक काळात कमल पाध्येही बंध अनुबंध मध्ये 'पाध्ये' असे म्हणतात. इरावतीबाई कर्वे दोन पिढ्यांमागच्या, पण त्या चारचौघांदेखतसुद्धा नवऱ्याला 'दिनू' म्हणतात, तर सुनीताबाई पुलंना 'भाई' म्हणतात. आजकाल पुष्कळ प्रौढ स्त्रिया मुलांप्रमाणे नवऱ्याला 'बाबा' म्हणताना दिसतात. भावगीतातून मागच्या पिढीत 'ही प्रीत भावभोळी पतीदेव पूजिते' किंवा 'ते प्राणनाथ माझे...' असे म्हटले जात होते. नवऱ्याला देव मानणे, त्याची पूजा, त्याच्यासाठी व्रतवैकल्ये हे आजही जुने झालेले नाही. आपल्या व्यावसायिक जगात नवऱ्याचा काहीही संबंध नसला तरी अनेक स्त्रिया न चुकता 'सौ.' असे आपल्या नावाआधी लिहितात. समाजामध्ये विवाहित स्त्रीला नवऱ्यामुळे मानाचे स्थान मिळते या वस्तूस्थितीचे ते निदर्शक आहे. श्रीमती हा शब्द पूर्वी विधवांसाठी वापरला जाई, त्यामुळे सरसकट सर्व स्त्रियांना तो स्वत:साठी वापरणे आवडत नाही. लो. टिळक घरात आहेत का? या प्रश्नाचे उत्तर टिळकांच्या पत्नीने 'पगडी खुंटीवर नाही' असे दिल्याची एक आख्यायिका आहे. तिथपासून नवऱ्याला नावाने हाका मारण्याइतका झालेला प्रवास पती-पत्नी नात्यातलं बदलतं स्वरूप दाखवणारा आहे.

तरीही आजसुद्धा नवऱ्याचं नाव उखाण्यात घेणं हा एक धार्मिक समारंभातला स्त्रियांचा आवडता खेळ आहे. पूर्वीच्या काळी जेव्हा नाव घ्यायची कधी वेळच यायची नाही, तेव्हा अशा प्रसंगी स्त्रियांच्या कवित्वाला या निमित्ताने बहर येई. कित्येकदा निरर्थक अशा दहा, पंधरा ओळींचे उखाणे बायका लीलया घेत, सासरच्या नातेवाईकांना

टोमणे मारायचीही ही चांगली संधी असे. आता त्यातली वाफ गेली तरी कवित्वाची ओढ शिल्लक आहे.

पत्नी जशी पतीपेक्षा वयानं लहान असे, तशी घरातल्या स्थानातही ती लहानच होती. लोकान्तात क्वचितच नवऱ्याचं नाव घेणाऱ्या बायका एकान्तात त्याला काय म्हणत असतील याची थोडीशी कल्पना स्त्रियांच्या पत्रव्यवहारावरून येते. २० एप्रिल १८७७ रोजी ज्योतिबांना लिहलेल्या पत्राचा मायना असा आहे.

सत्यरूप ज्योतिबास्वामी यांस,
सावित्रीचा शिरसाष्टांग दंडवत
पत्राच्या शेवटी,
अधिक उणे काय वर्तावे ही विज्ञापना.
आपली
सावित्री ज्योतिबा

सावित्रीबाई शिकलेल्या होत्या म्हणून निदान नवऱ्याला पत्रे लिहीत होत्या. इतर सामान्य बायकांच्या नशिबात त्या काळात तेही सुख नव्हते. यानंतरच्या जवळजवळ ६० वर्षांनी लिहल्या गेलेल्या वामन मल्हार जोशींच्या 'इंदू काळे सरला भोळे' कादंबरीतील सुशिक्षित आधुनिक स्त्री लिहिते

प्रिय पतीचे चरणी साष्टांग नमस्कार विनंती विशेष; आणि शेवटी
आपली सदैव सेविका
-सरला

काळाने फारसा फरक झाला आहे असे दिसत नाही. आता 'प्रिय', 'प्राणप्रिय' असा मायना आणि 'तुमचीच' किंवा 'तुझीच' असे लिहिताना प्रेम शब्दानं व्यक्त करणारी धीट स्त्री दिसते.

वाक्यावाक्यागणिक म्हणी आणि काही खास वाक्प्रचार वापरणं ही एकेकाळी स्त्रियांच्या भाषेची खासियत होती. संशयकल्लोळमधली कृत्तिका आणि शारदा नाटकातली शारदेची आई, मैत्रिणी, स्वत: शारदा अशी खास 'बायकी' भाषा बोलताना दिसतात. 'घाईत घाई आणि विंचू डसला ग बाई' 'ज्यानं करावं पाप, त्यानंच ओतावं माप', 'सोनूबाईनं चोरली सरी आणि साळूबाईच्या गळ्यात बांधा दोरी', 'गोठणंच गाईल आणि घरातली बाईल, द्याल तितका मार खाईल', 'कोण चाललं पुढं तर कितव्याचं घोडं' 'मुद्रा बावळ्याची अन् नजर कावळ्याची' एक ना दोन, अक्षरश: फुटाणे फुटावेत तशा कृतिकेच्या तोंडातून म्हणी फुटत असतात. अगदी १८४८ पासूनच्या सावित्रीबाई फुल्यांच्या लिखाणापासून ते १९३३ मधल्या विभावरी शिरूरकर यांच्या

कळ्यांच्या नि:श्वासापर्यंत म्हणींचा नुसता पाऊस पडला आहे. या म्हणींमध्ये एक ठसका आहे, वाक्याला एक ताल आणि तोल आहे. बाईच्या जीवनाचं चित्र त्यात उमटलं आहे आणि बाईच्या जीवनातील प्रतिमा त्यात पुरेपूर आल्या आहेत. 'रांडेचा जो संग करी त्याचे पूर्वज नर्कद्वारी' अशा सावित्रीबाईंनी वापरलेल्या म्हणीतून त्यांच्या समाजकार्याचा, लोकसुधारणेचा प्रत्यय येतो. दुर्दैवाने या जुन्या म्हणी विसरल्या आणि नवीन म्हणींनीही त्यांची जागा घेतली नाही. स्त्रियांच्या भाषेला हळूहळू एक सपाटीकरण आलं. म्हणींमध्ये आडवळणानं सूचन करण्याची शक्ती होती, त्याचीही गरज आजच्या बाईला वाटत नाही, कारण थेट बोलण्याची 'शक्ती' ही तिला आता आली आहे.

म्हणींप्रमाणे काही खास वाक्प्रचारही स्त्रिया वापरताना दिसतात. कळ्यांच्या नि:श्वासातील ही काही बायकांच्या तोंडची भाषा पहा.

लोकांच्या ओंजळीनं का आपल्याला पाणी प्यायचं आहे?

तेव्हा नाकानं कांदे सोलले.

आईनं आपलं तोंड काळं केलंच, पण माझ्या तोंडाला विनाकारण काळं फासलं.

धरणी दुभंग होऊन मला पोटात घेईल तर बरे.

अंगाची नुसती लाही लाही झाली.

त्या तसबिरीचे मी राई राई एवढे तुकडे केले.

मला मेल्याहून मेलं झालं.

शब्दांची द्विरुक्ती करून हवा तो परिणाम जास्त दृढ करता येतो, या शब्दशक्तीची पुरेपूर जाणीव बायकांना होती आणि त्या तिचा पुरेपूर वापर करत होत्या. म्हणूनच मनातील भावना शब्दात व्यक्त करण्यात स्त्रीचा हात कोणी धरणार नाही. १८७९ साली प्रसिद्ध झालेला ताराबाई शिंदे यांचा 'स्त्रीपुरुष तुलना' हा प्रदीर्घ निबंध स्त्रियांच्या वीरश्रीपूर्ण भाषेचा उत्तम नमुना आहे. ज्या काळात स्त्रीशिक्षण अजून सार्वत्रिक झालेले नव्हते, त्या काळात मराठा समाजातील एक खानदानी स्त्री इतके विचारपूर्ण परखड, सडेतोड, तार्किक आणि चांगल्या अर्थाने 'बोल्ड' लिखाण करू शकते हे खरोखर एक जागतिक आश्चर्य आहे. पुरुषांपुढे उभं राहून भाषण केल्यासारख्या त्या अनेक मुद्द्यांची सुरुवात करतात. 'अहो, पुनर्विवाह न करण्याची चाल महान रोगांप्रमाणे पसरली आहे.' 'अरे, जे तुम्ही सिंहासारखे धैर्यवान...' 'अरे, पहा, जगन्नियन्त्या परमेश्वराने...' त्यांच्या लिखाणात जसा बोलण्याचा भाव आहे, तशीच एक नाट्यमयता आहे. त्यांची वाक्ये कधी कधी लांबलचक शेपटासारखी आठ-दहा

ओळींची असतात 'तुम्ही सगळेच एकसारखे दगाबाज, कपटी आहात, तेव्हा तुम्ही एकमेकांचे झाकून नेता ते उघड करून दाखवण्याला त्याच्याहीपेक्षा कडक जर दुसरे शब्द अगर भाषा असती, तर ती देखील वाकडीतिकडी लिहलीच असती, परंतु मी पडले गौण पक्षाची म्हणून अनेक दोष आढळून येतील.'

म्हणजे पुरुषांचा स्वार्थ आणि ढोंगीपणा उघड करायला मराठी भाषेत पुरेसे योग्य ते शब्द नाहीत ही उणीव त्यांना इतक्या जुन्या काळीही भासली होती. बायका अनेकदा प्रश्नार्थक बोलतात. विधाने करण्याला खंबीरपणा, अधिकार, सत्ता, आत्मविश्वास लागतो. ताराबाईंच्या लिखाणात ठाशीव विधाने आहेत. पण अनेक ठिकाणी त्यांनी प्रश्नांचा वापर आपल्या विधानांना पुष्टी देण्यासाठी वापरला आहे. 'नवऱ्याची आयुमर्यादा संपली, त्याचा दोष बायकोकडे कशाला? तिने नवऱ्यामागे देव देव करीत बसावे, मग तसे पुरुषाने का बसू नये बरे? त्यानेच का दुसऱ्याने लग्न करून नांदावे? स्त्रियांवर त्या शास्त्रकर्त्यांची एवढी वाईट नजर का? की त्याने एकदम एकीकरता साऱ्यांनाच एक कायदा लागू केला? तसा पुरुषालाही केला असता तर...पण असे कसे होईल?' खरे तर हे प्रश्न नाहीतच, त्यांची उत्तरे त्यांच्या रचनेतच अभिप्रेत आहेत. पण एक ताराबाईंसारखी भाषा अपवादाने सोडली तर अगदी स्वातंत्र्योत्तर लिखाणापर्यंत बायका स्वत:ला वा दुसऱ्याना प्रश्न करताना दिसतात. ज्याला कुटुंबात वा समाजात दुय्यम स्थान असते अशा व्यक्ती आज्ञार्थ वापरत नाहीत, तर प्रश्नांचेच वेगवेगळे प्रकार वापरतात.

'तुम्ही मनापासून काम करता त्याची किंमत का करायची आहे? (म्हणजे किंमत करायची नाही– शामची आई.)

'तुझ्या अडाणी आईला नाही रे हे समजत सारे?'

(खरे तर हे विधान आहे, पण पुढच्या प्रश्नचिन्हाने त्यात लडिवाळपणाचा सूर आहे- शामची आई)

'तुमचं मन मला कळत का रे नाही?' (उत्तर होकारार्थीच अभिप्रेत आहे.)

हल्लीच्या प्रौढ पिढीतल्या बायकाही नवऱ्याशी बोलताना,

'ते भांडं द्या इकडे.' असं खाडकन् न बोलता,

'जरा ते भांड देता का?' किंवा फार तर 'जरा ते भांडं द्या इकडे'

असं सौजन्यानं म्हणताना दिसतात. (अपवादांची चूक-भूल देणे घेणे)

जुन्या भाषेत काही शब्द बायका सर्रास वापरताना दिसतात. 'मेली' हे पालुपद केव्हाही येतं, ती शिवी नसते.

रेवती - कुठे मेली पडली कोण जाणे. (संशयकल्लोळ) अश्विनशेटला हा

'मेली' शब्द खटकतो. तो म्हणतो,

'पहा, मोठ्या प्रेमानं दिलेल्या तसबिरीला मेली म्हणते, ही आमच्या तसबिरीची किंमत काय?'

कृत्तिका तर पदोपदी मेल्या शब्द वापरते.

'समजलं मेल्या, नको सांगूस हो.'

'हा मेला विनोदाचा मामला मला नाही आवडत.'

श्यामच्या आईनं स्वतःलाच मेली शब्द वापरलय. 'पाय नको रे चेपायला, मेले रोज चेपायचे तरी किती?'

१९८९ साली प्रसिद्ध झालेल्या माझ्या स्त्रीसूक्तमध्येही सामान्य स्त्रीच्या बोलण्यात 'मेली' शब्द आला आहे. 'सासू म्हणते,' मेली एक गोष्ट या घरात जागेवर सापडेल तर शपथ!' (ती एक मिनी कम्प्युटर) एकूण काय तर 'मरणे'सारख्या गंभीर शब्दालाही बायकांनी हवं तसं वाकवलंय, अगदी प्रेमातसुद्धा! बायकांच्या बोलण्याचे हे आणखी काही नमुने,

'आपला देव अगदी निष्पाप हो. अगदी कासोट्याचं पाणी प्यावं?'

'एका घटकेनं ये.'

'नको रे देवा हे बायकांचे जिणं'

'सत्तावीस जन्माची पापे प्राणी आचरिती । फळे तयासी भोगाया
ही घडली स्त्री जाती हे अगदी खरं ग बाई!'

'अन्न खातोस त्याची अगदी शपथ आहे बघ गुलामा.'

'मला संशय आला म्हणून जरा लागून बोलले.'

'आता मुलगी कधी उजवणार?'

'अशी रडू नको गडे,
सांग ना, तुला काय झालंय?'

'निजल्यातशा? बरे नाही का वाटत?'

'तळहात चोळण्याऐवजी हात चुलीत जावे असं बरीक म्हणते.'

'जेवला नाही तो पासलला (झोपला)'

असे एक ना दोन, अक्षरशः हजारो शब्द आणि वाक्याच्या ठेवणी आहेत, ज्या खास करून स्त्रियांच्या लकबी होत्या. श्यामची आई मधली आई कोकणातली. तिच्या लकबी खास कोकणस्थ ब्राह्मण स्त्रीच्या.

'तुमच्यासाठी जगत्ये रे'

'मीच येत्ये'

'मी विसरले नव्हत्ये'

'तुझ्याजवळ देत्ये'

क्रियापदाला लावलेला हा 'त्य' प्रत्यय कित्येकदा नामांनाही लागतो.

गजऱ्ये, वेण्ये, चंद्र्ये, अशी बायकांना मारायची हाक पूर्वीच्या पिढीतील खास अनुनासिक लकब होती.

काळ बदलला, शहरीकरण झाले, स्त्री शिकू लागली. 'बुकं' वाचू लागली, तसतसे स्त्री पुरुषातले बोलण्यातले अंतर थोडे कमी होऊ लागले. स्वैपाकघरातील वा वापरांच्या वस्तूंची साधने बदलली तशी त्या संबंधीचे शब्द त्या वस्तूंबरोबर माळ्यावर जाऊन पडले आणि विसरलेदेखील गेले. जातं, उखळ, रोळी, वाडगा, सट, दगडी, मांडणी, सांडशी, घंगाळ, लोटा, फुंकणी, तसराळे, सतेले या वस्तू आता प्रदर्शनात ठेवल्या तरच नव्या पिढीला ओळखीच्या होतील. गळेसरी, पुतळ्यांची माळ, ठुशी, चंद्रहार, सदरा, लुगडं, झंपर, माजघर, शेजघर, सोपा, पडवी इत्यादी अनेक शब्दसुद्धा कालौघात नष्ट होण्याच्या मार्गावर आहेत. प्रतिभावान स्त्री तर ओव्या, गीतं रचत असेलच, पण सामान्य स्त्रीसुद्धा स्वैपाकाच्या बाबतीत किती छान वाक्प्रचार वापरायची. भात बोटचेपा हवा. गळवणभर दही केलं. (दगडीच्या गळ्यापर्यंत तुटणे) दगडी म्हणजे दगडाची बरणी) कैरीच्या डाळीसाठी डाळ अर्धीबोबडी वाटायची. अधमुरं दही खा. लोणकढी थाप, मनातले मांडे खाणे.

या प्रकारच्या भाषेत एक सर्जनशीलता आहे. आधुनिक स्त्री मात्र अशी सर्जनशीलता विसरू लागली आहे. झी. टी.व्ही वर होणाऱ्या– आम्ही सारे खवय्ये, कार्यक्रमात अगदी ग्रामीण भागातल्या स्त्रियासुद्धा कसं बोलतात- एक बाऊल घ्या. मटार ब्लॉंच करा. शॅलो फ्राय करा. चार टी स्पून ऑईल घ्या. कोथिंबीर घालून गार्निश करा. गार झाल्यावर डेझर्ट सर्व्ह करावे. सॉटे करा.

हा केवळ एक नमुना दिला. यापेक्षाही कितीतरी इंग्रजी शब्दांनी आपली भाषा भ्रष्ट झाली आहे. या सर्व शब्दांना मराठी शब्द असूनही इंग्रजी शब्द वापरण्याचा सोस बायकांनाच आहे, की त्यांना तसे बोलायला सांगितले जाते?

जुन्या वस्तूंबरोबर अनेक जुने शब्द आणि वाक्प्रचारही रद्दीत जमा झाले.

दगडे, सोद्या, ठकडा, अवदसा, धिंडका, चांडाळ, बोलभांड, सटवी (शिव्यादर्शक); डोंबल, खेटर, इऽश्श्, अय्या, किनई, कुवारीण, घोडनवरी, सुधाशब्द (सरळपणे), बायको (कोणत्याही बाईला बायको म्हणत असत), जिनसा, (दागिने) मष्णात, मामंजी, ब्रस्पतीवार (बुधवार), गुदस्ता (गेल्या वर्षी), वन्सं (नणंद), पोटचा गोळा, तीळ तीळ तुटणे, झिंज्या उपटणे, मुरका मारणे, ओटीत

घालणे, बोहले सारवणे, पदरात घेणे, नवी नवलाईची अन् वापरली की कवडी मोलाची, सुखावर वरवंटा फिरवणे— यादी केली तरी संपणार नाही, पण आपण मात्र हे खास बायकी आविष्कार विसरत चाललो. पण बायकांच्या आविष्काराला जशी त्यांना शिक्षण नसल्याची एक मर्यादा होती, तशी संस्कृतीनं, संस्कारानं, घातलेलीही एक मर्यादा होती आणि ती सोडणं ग्राम्य किंवा अशिष्टपणाचं समजण्यात येई. विशेषत: स्त्री म्हणून तिच्या असलेल्या शारीरिक घडामोडीसंबंधी जुन्या स्त्रिया कधीच थेट बोलताना दिसत नाहीत. कावळा शिवला, विटाळशी झाली, अंगावरून गेलं, बाहेरची झाले, मला चार दिवस पूजा करायची नव्हती, कुंकू वाढवले (नवरा मरणे), बांगड्या, मंगळसूत्र वाढवले (फुटणे, तुटणे). शब्दांच्या वापराबाबत असलेले हे निर्बंधही कालौघात खूपच सैल झाले आहेत. योनी, लिंग, नग्न, वगैरे शब्द स्त्रियांच्या आधुनिक साहित्यात सर्रास वापरले जातात. 'व्हजायना मोनोलॉग' ह्या इंग्रजी पुस्तकाचे 'योनीच्या मनीच्या गुजगोष्टी' हे मराठी भाषांतर आता प्रत्यक्ष जाहीरपणेही वाचनाच्या कार्यक्रमातून सादर होत आहे. मेघना पेठे, कल्पना महाजन, नीरजा यांचं साहित्य वाचलं की आधुनिक स्त्री केवळ शब्दांच्याच बाबतीत मोकळी झाली आहे असे नाही तर स्त्री-पुरुष संबंधातील अनेक गुंतागुंतीचे पदर ती उघडपणे मांडू लागली आहे याची जाणीव होते. बायकांनी जशी घराची दारं खिडक्या उघडून बाहेरच्या जगात भरारी घेतली, तशी त्यांच्या शब्दकलेनेही रूपकांचे वरचे पदर खरवडून आतले अर्थ सोलीवपणे उघड केले आहेत.

बायका बडबड्या असतात, त्यांच्या जिभेचा पट्टा सारखा चालू असतो. त्यांच्या तोंडात तीळ भिजत नाही. त्या पटकन चिडतात, कुणी बोलले तर त्यांच्या जिव्हारी लागते. त्या दुसऱ्यांनी केलेला विनोद पचवू शकत नाहीत आणि त्यांनाही विनोदबुद्धी नसते. त्या उपरोधाने बोलतात, तिरकस बोलतात. वादविवादात हरू लागल्या की पटकन आपली बाजू बदलतात किंवा चिडतात, रडतात. बोलता बोलता भावनिक होतात. अशी पुरुषांची काही 'आवडती' निरीक्षणे आहेत. स्त्रियांना विनोद कळत नाही असे मानणाऱ्या अनेक लेखकांनी 'स्त्री'लाच मोठ्या प्रमाणावर विनोदाचा विषय बनवले आहे. स्त्रिया जास्त बोलतात किंवा जास्त मोठ्याने बोलतात, कारण कित्येकदा त्यांच्या बोलण्याकडे काणाडोळा केला जातो किंवा त्यांना थंडा प्रतिसाद मिळतो. अनेक स्त्रियांना बाहेर अगर प्रवासाला जाऊन आल्यावर खाल्ले काय, केव्हा झोपलो, कोण काय बोलले इत्यादींचे तपशीलवार वर्णन आपल्या नवऱ्याकडे आल्या आल्या लगेच करायची घाई असते. पुरुष मात्र खोदून खोदून विचारले तरी बाहेरचे, ऑफिसचे तपशील देत नाहीत. बायकोला हे सर्व सांगण्याची

त्यांना गरज वाटत नाही, पण स्त्रीच्या ऑफिसातल्या सर्व घडामोडींचा पुरुषांना पत्ता असतो. आपण आपलं सगळं सांगून टाकून मोकळं व्हावं, प्रश्न काही उद्भवलाच तर शेवटी नवऱ्याचीच मदत घ्यावी लागेल, अशीही बायकांची धारणा असते. अनेकदा अधिकारी स्त्रिया नवऱ्यांच्या सल्ल्याने आपली धोरणे आखतानाही दिसतात. बायकांच्या तोंडात तीळ भिजत नाही अशी समजूत असल्याने पुरुष काही महत्त्वाच्या गोष्टी बायकांपासून दूर ठेवतात. पैसा किती मिळतो, कशात किती गुंतवला आहे, हे अनेक घरातून बायकांना माहीत नसते. लॉकर अथवा तिजोरीच्या चाव्याही पुरुषांकडे असतात. बडबड करत, 'हा तरी दागिना घेऊ नको, फडताळातले पैसे तरी चोरू नको' असे चोराला सांगणाऱ्या मूर्ख म्हातारीची गोष्ट याच मनोवृत्तीतून आली आहे. न विचारताही अनेक गोष्टींची स्पष्टीकरणे देण्याचा बायकांचा स्वभाव असतो, काही विपरीत घडले तर आपल्यावर येऊ नये हाच बचावाचा पवित्रा त्यात असतो. बायकांना चार लोकांदेखत आपल्या नवऱ्याचे कौतुक करायला आवडते. पुरुष सहसा बायकांचे करत नाहीत. बायका विज्ञान, राजकारण, आंतरराष्ट्रीय घडामोडी इत्यादी गंभीर विषयांवर बोलत नाहीत. चार बायका जमल्या की स्वैपाक, मुलंबाळं, सणसमारंभ, साड्या, ड्रेसेस, जाडेपणा अगर एखादी बद्दलच्या कुचाळक्या हे त्यांचे बोलण्याचे विषय असतात. आपल्याला न आवडणारा मुद्दा अथवा विषय एखादी बाई बोलू लागली तर ती चारचौघांदेखतसुद्धा गप्प बसवली जाते. बायकांच्या बोलण्याबाबतचे समज शंभर टक्के खरे असतात असे नाही, पण एकूणातच बायका फार बोलतात हा समज पुरुषांनीच जास्त प्रसृत केला आहे. खरे तर या सर्व गोष्टी बायकांचे घरातील दुय्यम स्थान दाखवणाऱ्याच आहेत. पुरुषांच्या स्वामित्व गाजवण्याच्या भूमिकेमुळे स्त्रियांच्या बोलण्याच्या स्वातंत्र्यावर मर्यादा येतात. जे दर्जात गमावलं जातं, ते निदान भाषेत भरून काढून नवऱ्याला खूश ठेवण्याची बायकांची खटपट असते. त्यामुळे बडबड हा 'बायकी' स्वभाव नसून बायकांवर असलेल्या मानसिक दडपणुकीतून तो आला आहे असे वाटते.

भाषा हा त्या त्या संस्कृतीचा आरसा असतो. समाजजीवनातील श्रेष्ठ-कनिष्ठत्वाचे प्रतीक भाषेमध्ये बरोबर उमटते. अधिकारदर्शक, सत्ता गाजविणाऱ्या शब्दांचे स्त्रीलिंगी रूपच मराठीत अस्तित्वात नाही. राष्ट्रपती, पंतप्रधान, मंत्री, आमदार, खासदार, उमेदवार, साहेब, अधिकारी, न्यायाधीश वगैरे अनेक शब्द आता ते अधिकार असणाऱ्या स्त्रियांनाही तसेच वापरण्यात येतात. काही शब्दांना 'आ' प्रत्यय जोडून त्याचे स्त्रीलिंगी रूप बनवण्यात आले आहे. संपादिका, लेखिका, सेविका, कवयित्री. खरे तर पुढे स्त्री शब्द लावून अशी कृत्रिमताही टाळता यायला

हवी. जसे स्त्री लेखक, किंवा स्त्री संपादक असे म्हणायला हरकत नसते. 'एक माणूस उभा होता' म्हणजे एक पुरुष असेच अभिप्रेत आहे. 'बाईमाणूस' असा शब्द बाईसाठी वेगळ्या अर्थाने वापरावा लागतो. 'चार अतिरेक्यांना अटक' किंवा 'एक शिक्षकी शाळा' या उद्गारातही पुरुषच अभिप्रेत आहेत. मराठीतील शिव्यांचा स्वतंत्र अभ्यास करता येईल. पण अधिकतर शिव्या बाईवरूनच आहेत. मात्र बाजारबसवी, कुलटा, वेश्या अशा शब्दांना पुरुषवाचक शब्दच नाहीत, कारण पुरुषप्रधान समाजात बाईच्या नात्यावरून पुरुषांना सहसा जोखले जात नाही. (अपवाद - भडवा) जे शब्द आकाराने, वजनाने, अधिकाराने ताकदीने मोठे ते पुल्लिंगी व त्याविरोधी शब्द स्त्रीलिंगी आहेत. तो डोंगर, ती टेकडी, वृक्ष आणि वेल, समुद्र आणि नदी, गोटा आणि गोटी, लोटा आणि लोटी, खुंटा आणि खुंटी, गाडा आणि गाडी, वाडगा आणि वाटी, ताट आणि ताटली.

मुलामुलींची नावे ठेवतानाही 'आ' किंवा 'नी' प्रत्यय लावून त्यातले मुलींचे स्थान निश्चित केले जाते. हे सर्व मुद्दाम केले जाते असे नाही. पण पिढ्यानपिढ्या हीच समजूत लोकांच्या मनावर कोरलेली आहे की पुरुष हा स्वावलंबी, सामर्थ्यवान, पराक्रमी, शक्तिवान, ताकदवान, बुद्धिवान आहे, तर स्त्री ही दुर्बल, अबला, परावलंबी, चणीनं लहानखुरी, भावनाप्रधान, हळवी रडवी आहे. त्याच वृत्तीचे परावर्तन भाषेच्या वापरामध्येही होते, इतकेच.

स्त्रिया आत्मचरित्र आणि कविता अधिक लिहितात, फार पूर्वीच्या काळापासूनच कवितेमध्ये स्त्रीला स्वतःला लपवून कोड्यात आणि प्रतिमांच्या भाषेत लिहिता येते आणि लिखाणाचेही पूर्ण स्वातंत्र्य नसलेल्या वस्तुस्थितीचा ती असा उपयोग करून घेते. आत्मचरित्रात, विशेषतः आधुनिक आत्मचरित्रातून, आपल्या खाजगी जीवनाबद्दलही बायका स्पष्टपणे लिहिण्याचे धारिष्ट्य दाखवू लागल्या आहेत, जे पुरुषांच्या आत्मचरित्रात सापडत नाही. हल्लीच्या स्त्रियांच्या कथा-कादंबऱ्यातूनही जे विषय मांडायला स्त्री पूर्वी लाजत असे, अशा विषयांवरही सडेतोड, स्पष्ट शब्दात लिखाण केले जाते. स्त्रियांचे म्हणून आयुष्यातले जे खास वेगळे शारीरिक अनुभव असतील, ते साहित्यातून मांडण्याइतकी आजची स्त्री धीट झाली आहे आणि अशा साहित्याला अस्सलपणाचा एक खास गंध आहे.

स्त्रीच्या जीवनात गेल्या शंभर-दीडशे वर्षात ज्या प्रचंड उलथापालथी झाल्या, त्याचा एक भाग म्हणून तिचा भाषेचा वापरही बदलत गेला. या सर्व बदलांचा सूक्ष्म अभ्यास करणे अवघड आहे. तरीपण त्यातले ठळक बदल जाणवून देणे हाच प्रस्तुत लेखाचा हेतू आहे.

शब्द हे शस्त्र आहे, ते फार जपून वापरावे लागते असे म्हटले आहे. वरवर निरागस वाटणारे शब्द साहचर्याने आपल्याबरोबर कितीतरी सांस्कृतिक संदर्भ घेऊन येतात. मातृभाषिक असणाऱ्या प्रत्येकाला दोन शब्दांमधील अर्थ वाचता येतात, शब्दांपलीकडचे अर्थ समजतात, उच्चारांच्या वळणाने बदलणारे अर्थ कळतात आणि शब्दाविना असलेली भाषा समजते. बायका तर अशा बोलण्यात चतुर असतात. अबोध मनामधले पृष्ठभागावर आणून व्यक्त करायला लावण्यात वाकबगार असलेल्या फ्रॉईडने ''स्त्री ही एक गूढ आहे. तिच्या बोलण्यातून तिचे व्यक्तित्व उकलत नाही'' अशी म्हणून तर स्पष्ट कबुली दिली नसेल ना?

०-०-०

१६. तू तर चाफेकळी

स्त्री ही तिच्या विविध रूपात, अगदी प्राचीन काळातील साहित्यापासून आजपर्यंत, साहित्याचा विषय होऊन राहिली आहे. पण साहित्यिकांना मोहवणारं तिचं रूप आहे ते तारुण्यातलं आणि ते साहजिकच आहे; कारण हा तिच्या सौंदर्याच्या बहरण्याचा, फुलण्याचा काळ आहे, त्यामुळे कालिदासापासून ते आजच्या महानोरांपर्यंत तिच्या शरीर विभ्रमांनी प्रतिभावंतांची कल्पनासृष्टी फुलून आली आहे. मातृरूपातली स्त्री, वृद्धा स्त्री, नोकरी करणारी प्रौढा, तारुण्यात पदार्पण करणारी युवती या ना त्या निमित्ताने कधीकधी कथा कादंबऱ्यांच्या केंद्रस्थानी येताना दिसतात, कधी कवींच्या स्फूर्तीचा विषय होतात, पण बालकिशोरी ही स्त्रीची प्रतिमा साहित्यामध्ये ठळकपणे येताना दिसत नाही. आठ ते बारा वर्षे हे स्त्रीचे बालकिशोरीचे रूप! बारा ते सोळा ही पौगंडावस्था. या पौगंडावस्थेत स्त्री शरीरात होणारे बदल ठळकपणे समाजाच्या नजरेत भरणारे, या काळात होणारे मानसिक, भावनिक बदल मानसशास्त्रज्ञांपासून लेखक-कवी संवेदनशील मनाने टिपताना दिसतात, पण बालकिशोरींच्या मानसिकतेकडे पटकन लक्ष वेधणारे लेखन तसे विरळाच! खरं तर या वयात आपण स्त्री आहोत याचं कुठेतरी निसटतं भान आलेलं! जाईजुईच्या वेलीवरल्या मुक्या कळ्यांचे हे दिवस, स्त्री वयात येते तेव्हा उमलण्याच्या बेतात आलेल्या पूर्ण वाढलेल्या कळीचं रूप तिला लाभतं, आपल्यामधल्या सौंदर्यगंधाची तिला जाणीव होते, पण मुक्या कळ्यांना कुठेतरी वाऱ्यावर ही चाहूल लागते, मग त्यांच्या आपापसातल्या गप्पा हळूहळू खालच्या आवाजात होऊ लागतात. मैत्रिणीमैत्रिणींशी हितगुज चालू लागतं, कोण कशी दिसते, कशी बोलते याच्या चर्चा रंगू लागतात. 'मी नाही हं केस वाढवणार', 'मला ऐश्वर्यासारखी हेअर स्टाईल करायचीय', 'ममी, मला जीन्स हवी वाढदिवसाला', 'मी अजिबात येणार नाही तुमच्याबरोबर' अशी स्वत:ची मतं फुटायला लागतात. मी, माझं, मला यांचं भान येण्याचं हे वय, पण आईला ती अजून बाळच वाटत असते. या वयातल्या मुलीच्या आवडीनिवडीची दखल घ्यावी असं वाटतच नाही कुणाला. 'तिला काय कळतंय अजून' अशा तुटकपणातून तिला कुठल्याही निर्णयातून बाजूला ठेवलं जातं. माझी मुलगी सात-आठ वर्षांची असताना एकदा मला म्हणाली,

“आई, मी म्हणजे घरातला टॉमी आहे असं वाटतं का तुम्हाला? तुम्ही हाक मारली की यायचं, तुम्ही सांगितलेलं काम करायचं, तुम्हाला हवं असलं की तुम्ही जवळ घेऊन प्रेम करणार आणि नको असलं की चापटी मारून दूर सारणार!’ तिच्या भूमिकेतून विचार करायला लागल्यावर मला वाटले, की ती म्हणते ते बरोबरही असेल कदाचित तिच्या दृष्टीने. मुलींच्या दृष्टीने हे सूक्ष्म स्थित्यंतराचे वय, धड ना लहान-ना मोठी अशी अवस्था. नाचण्या बागडण्याचे हे वय, थोडे निरागस, थोडे असमजूतदार. आसपासची माणसे, आपले घर, आपल्या मैत्रिणी यांना आपल्या दृष्टिकोनातून उमजून घेऊ लागलेले. शाळेतल्या बाई म्हणजे रोल मॉडेल. त्या दिसतात कशा, कपडे कसे करतात, बोलतात कशा याकडे अगदी बारीक लक्ष, त्यांनी सांगितलेला शब्द न् शब्द एकदम खरा!

मग कुठे तरी मनाच्या कोपऱ्यात ‘आपण कोण होणार?’ अशी उंची उंची स्वप्ने पडू लागतात. आयुष्यात खूप कुणीतरी मोठ्ठं व्हायचंय, खूप काहीतरी महत्त्वाचं करायचंय, जगावेगळं काही करून सगळ्यांना दिपवून टाकायचं असे एकेक छोटे छोटे स्वप्नांचे दिवे मनात कुठे ना कुठे, कधी ना कधी चमचमू लागतात. सगळ्यांचे आपल्याकडे लक्ष वेधावे, आपल्याला सगळ्या संवादात सहभाग असावा, आईबाबांनी, शाळेतल्या बाईंनी, घरी आलेल्या पाहुण्यांनी आपल्याशी बोलावे, आपल्याबद्दल बोलावे, म्हणून ती जाणतेपणी कधी विशेष चांगले वागू लागते, काम करू लागते, पाठीवर शाबासकीची थाप पडली की एकदम आनंदून जाते, कोणी थोडेसे रागावले तर एकदम रुसते. थोडक्यात, स्वत:च स्वत:ला सापडण्याआधी धडपडण्याचा, उत्साह, आनंद यांनी उधाणून येण्याचा हा काळ. स्त्रीशरीरामध्ये हळूहळू होऊ लागलेल्या बारीकशा बदलाबद्दल किंचित भय, उत्सुकता, कुतूहल; याबरोबर आपण स्त्री आहोत याची होऊ लागलेली पुसटशी जाणीव- या सगळ्यांचे एक सुंदर रसायन बारा-तेराव्या वर्षापर्यंत मुलींच्या व्यक्तित्वात दिसू लागते. एक निरामय कोवळीक, भावूक आकर्षकता, प्रसन्न लाघवीपणा त्यांच्या भोवती रुंजी घालू लागतो.

खरे तर, स्त्रीच्या भावी आयुष्याच्या जडणघडणीत हा काळ फार महत्त्वाचा, कारण माणसा-माणसांच्या नात्यातल्या खूणगाठी या वयात ती बांधू लागते. आईबाबांचे परस्परातील नाते, भावा-बहिणींचे नाते, नातेवाईकांशी संबंध, शेजारपाजाऱ्यांशी संबंध हे कसे आहेत याबद्दल काही घटनांमधून तिच्या संवेदनशील मनामध्ये आवर्त निर्माण होतात. ती त्यातून काही अनुमाने काढू लागते, स्वत:ची भूमिका निश्चित करू लागते. समाजातल्या, कुटुंबातल्या रूढी, परंपरा, संकेत यांचे भान तिला येऊ लागते. आवडणाऱ्या चांगल्या गोष्टीत स्वत:ला बसवण्याचा प्रयत्न होऊ लागतो.

मात्र याच वेळी, विशेषत: आईला, मुलगी मोठी होऊ लागल्याचा साक्षात्कार होतो. मुलीचे निरागसपण हळुवार जपण्याऐवजी आई तिच्यावर हळूहळू बंधने घालू लागते. असले कपडे घालू नको, पाय पसरून झोपू नको, अमक्यातमक्याशी बोलू नको- असली नको नकोची मुरड आई घालायला लागली की आईचाच राग येतो. या मागे असलेले धोके, काळजी समजण्याचे हे वय नसते, बरोबरीच्या भावाला ही बंधने नाहीत, मग मलाच का? असले अडमुठे प्रश्न पडू लागतात, कळत न कळत मुलांशी स्पर्धा करण्याकडे कल वाढू लागतो.

स्त्रीच्या या किशोरी रूपाचे आकर्षण साहित्यिकांना कसे वाटते? तिची मानसिकता समजावून घेऊन तिचे चित्रण होते की नाही? कवी लोकांना ही चाफेकळी कितीशी भूल घालते? या प्रश्नांचे कुतूहल थोडेफार शमवण्याचा हा प्रयत्न!

स्त्रीच्या दु:खाचे मूळ या वयापर्यंत येऊन तिच्या सर्व भावी आशाआकांक्षा धुळीत मिळविणाऱ्या समाजाचे चित्रण करणाऱ्या दोन प्रभावी कलाकृती विसाव्या शतकाच्या पहिल्या दोन दशकात मराठी वाचकांनी अनुभवल्या. पहिली आहे एक अजरामर कादंबरी 'पण लक्षात कोण घेतो' आणि दुसरी आहे एक सदासतेज नाट्यकृती 'शारदा!' वयात येण्यापूर्वी मुलीचा विवाह झाला पाहिजे या तत्कालीन समाजाच्या रूढीला बळी पडली ती किशोरवयीन कन्यका, जिला प्रेम, लग्न, शरीरसंबंध या शब्दांची अजून तोंडओळखही नाही, अशा भातुकली खेळायच्या वयामध्ये जिच्या जन्मोजन्मीच्या लग्नगाठी बांधल्या जात होत्या, अशा हजारो मुक्या कळ्यांचे त्या काळात कुस्करलेले जीवन साहित्याच्या माध्यमातून लोकांना अंतर्मुख करायला प्रवृत्त झाले होते. 'कान असून बहिऱ्या, डोळे असून आंधळ्या, तोंड असून मुक्या' अशा किशोरींची प्रतिनिधी म्हणजे यमू. विवाह म्हणजे काय हे कळण्याआधी विधवा झालेली यमू, सुंदर केशकलाप क्रूर रूढीने कापून विद्रूप केलेली यमू, जिचे सारे आयुष्य एक अंधार कोठडी झाले आहे अशी यमू...त्या काळातल्या अशा किती मुक्या यमू तोंड दाबून मुक्याचा मार सहन करत मुकाट जगल्या असतील. स्त्रीच्या आयुष्याचे इतके विद्रूपीकरण या बधिर समाजाला कसे सोसवले असेल? की शेवटी बलवान रूढीपुढे समाजातील विचारवंतही शरणागतीच पत्करतात? यमूच्या दु:खाला एखादा ह. ना. आपट्यांसारखा संवेदनाशील साहित्यिकच जाणून घेऊ शकतो आणि समाजापुढे एक स्वत:चेच विकृत रूप दाखवणारा आरसा धरून प्रश्न विचारू शकतो, की एखाद्या निष्पाप व्यक्तीचे आयुष्य असे उद्ध्वस्त करण्याचा कोणता हक्क समाजाला पोचतो?

लहान वयात मुलींचा विवाह होणे म्हणजे त्यांच्या शारीरिक स्वास्थ्यावर घाला

घालणे होय. पण शरीराच्या पलिकडे मुलीलाही मन, इच्छा, आकांक्षा आहेत याचा जराही विचार न करता एखाद्या म्हाताऱ्याशी तिचे लग्न लावून देणे म्हणजे तर आयुष्यभर तिच्या मन:स्वास्थ्यावर प्रहार करत राहणे आहे. जरठ- बालविवाह ही पद्धत म्हणजे स्त्रीला प्राणी समजण्याची अंतिम मर्यादा आहे. कोवळ्या शरीराची एखादी शारदा पैशासाठी स्वत:च्याच वडिलांकडून पंचाहत्तर वर्षांच्या जख्खड म्हाताऱ्याशी लग्नगाठीने बांधली जाते, ही घटनाच समाजातील बाईची किंमत दाखवणारी आहे. 'आम्ही गायी जातीच्या' हे शारदेचे करुण उद्‌गार त्या दशकातल्या सगळ्याच किशोरवयीन मुलींचे उद्‌गार आहेत. आत्महत्या करायला गेलेल्या शारदेला कोदंड वाचवतो, हे पाहून नाटकात प्रेक्षकांना सुटल्यासारखे वाटते, पण आयुष्यात म्हाताऱ्या नवऱ्यांशी गाठी बांधल्या गेलेल्या अशा कित्येक शारदांना तरुण कोदंड कोण भेटणार? गोवऱ्या स्मशानात गेलेल्या म्हाताऱ्यांशी जबरदस्तीने शृंगार आणि पुढे तरुण वय येण्यापूर्वीच आलेले वैधव्य हीच त्या काळातल्या किशोरींची नियती होती काय? शारदेचे दु:ख आजही प्रेक्षकांचे मन गलबलून टाकते, कारण त्या दु:खाची मुळे आमच्याच संस्कृतीच्या मातीत खोल गाडली गेलेली आहेत. हे अत्याचार करणारे आमचेच पूर्वज होते आणि या बळी गेलेल्या बायकाही आमच्याच रक्ताच्या होत्या. संमतीवयाचा सारडा कायदा ही समस्त शारदांच्या दु:खावर मारलेली एक छोटीशी फुंकर आहे, की जिच्यामुळे भविष्यातील निदान काही बालिका असल्या विद्रूप जन्मगाठीपासून बचावल्या असतील.

आधुनिक मराठी कथाविश्वात बालकिशोरींची मानसिकता आपल्या कथेतून चाणाक्षपणे आणि अगदी बारीकसारीक तपशिलांमधून टिपणारे कथाकार म्हणजे श्री. गंगाधर गाडगीळ! त्यांच्या प्रतिभेच्या आविष्कारात कितीतरी स्त्रिया केंद्रस्थानी आहेत, आयुष्याच्या विविध टप्प्यावरील स्त्री, तिच्या मानसिक जडणघडणीसह त्यांना बरोबर अधोरेखित करता येते, पण त्यातही छोट्या मुलींची भाषा, त्यांचे लहानसे जग, त्या जगातल्या घडामोडींमुळे त्या मुलींच्या जडणघडणीवर होणारे दीर्घ परिणाम अगदी रोजच्या जीवनातील छोट्या छोट्या प्रसंगातून गाडगीळ नेमकेपणाने टिपतात. पोरखेळ, सुषमाबाई शाळा सोडून जातात, मायलेकी, नवे जग, सोनेरी कवडसे इत्यादी अनेक कथांतून शाळकरी पोरींच्या अंतर्मनात कौशल्याने प्रवेश करून तिथले भावविश्व आपल्या कथेतून गाडगीळ उलगडताना दिसतात. आपल्या प्रभुत्वाचा घरादारावर प्रभाव पाडून सगळ्यांना मुठीत ठेवणारे वडील, त्यांच्या प्रभावाखाली दबून आपला आवाज हरवून बसलेली परावलंबी, भित्री आई आणि या दोघातला संघर्ष उघड्या डोळ्यांनी पाहात, आयुष्यात बायकोने नवऱ्याचे दडपण हे

असेच मुकेपणाने सहन करत जगायचे असते, तरच कुटुंब धडपणे, विभक्त न होता राहू शकते, असा धडा मनातल्या मनात स्वत:ला शिकवणारी घरातली लहान मुलगी हा आदिम घाट गाडगीळांच्या कथेत अनेकदा भेटतो. हे चित्र हुबेहूब जिवंत करण्यात त्यांना रस आहे, पण हे चित्र मोडण्याचे धाडस दाखवणाऱ्या व्यक्तीत त्यांना रस नाही. मध्यमवर्गीय कुटुंबाचा आरसा वाचकांपुढे त्यांना उभा करता येतो, पण ही विद्रूपता वाचकांवरच सोडून देण्याची त्यांची शैली आहे, त्यामुळे अन्याय होणाऱ्या स्त्रीची बाजू घेऊन हा लेखक लिहीत आहे असे कधी जाणवत नाही, तरीसुद्धा लहान मुलीच्या दृष्टिकोनातून तिला भावणारी मोठी माणसे रंगवण्याची गाडगीळांची हातोटी प्रभावीपणे वाचकाला खिळवून ठेवते.

'मायलेकी' मधली पद्मा ही एक अशीच शाळकरी गुणी मुलगी. शाळेत सर्व शिक्षिकांच्या कौतुकाचा विषय झालेली, सगळ्या मुलींचे नेतृत्व करणारी, सगळ्यांना हवीहवीशी चुणचुणीत मुलगी. शाळेत गॅदरिंगच्या वेळी तिने मैत्रिणींना बरोबर घेऊन नाच बसवला आहे. तिच्या अंगातील कलागुण पाहून ही मोठेपणी चांगली कलाकार होऊ शकेल अशी तिच्या शिक्षकांना खात्री आहे. पद्माला आपल्या अंगातल्या कौशल्याची जाणीव आहे, तिची एवढीशी अस्मिता या सगळ्या कौतुकाने कोठेतरी जागी होते आहे. इतर सामान्य मुलींपेक्षा आपल्या अंगात काहीतरी अनोखे आहे याचे भान तिला येत आहे. चाळीत राहणाऱ्या या कुटुंबातली आई, नानांच्या, म्हणजे वडिलांच्या डोळ्याच्या धाकाखाली पार दबून धसकलेली आहे. मुलीला गॅदरिंगसाठी एक आण्याचा गजरा घेऊन देण्याचे धाडस आणि त्यासाठी शेजारणीकडे पैसे उसने मागण्याइतकी मजल ही तिची अंतिम मर्यादा आहे. ही मुलगी तिची अत्यंत आवडती आहे. मायलेकींचे मैत्रिणींसारखे जवळचे नाते आहे, आईची बाळपणातली कधीच पुरी न होऊ शकलेली स्वप्ने ती मुलीमध्ये पाहते आहे. नाना हे एक चमत्कारिक, विक्षिप्त; आणि बायको व पोरीवर सदैव वडिलकीचा हक्क गाजविणारे गृहस्थ आहेत. बायको आणि मुलगी आनंदात असणे हे त्यांना कधीही सहन होत नाही, त्यांना त्रास देण्यात, रडविण्यात त्यांना कमालीचा आनंद होतो. शाळेच्या नृत्यात भाग घेण्यासाठी पद्माने गॅदरिंगला अजिबात जायचे नाही. नाच ही एक अत्यंत घाणेरडी गोष्ट आहे, पोरीने नाचलेले त्यांना अजिबात आवडणार नाही वगैरे बोलून ते तिला आयत्या वेळी गॅदरिंगला जायला बंदी करतात, तिची फुलाची वेणी फेकून देतात. आईने मध्ये पडावे, तिच्यामागे उभे राहावे, वडिलांशी भांडून आपला मार्ग मोकळा करावा अशी पद्माची उत्कट इच्छा असते, पण आई वडिलांपुढे इतकी भित्री, बावळट, लाचार बाई आहे की, एरवी तिला उत्तेजन देणारी आई तिच्यासाठी एक शब्दही वडिलांपुढे

बोलू शकत नाही. अशा आईबद्दल पद्माला प्रचंड तिरस्कार वाटतो. एरवी मैत्रिणीसारखी जवळ वाटणारी आई तिला निराधार करते. एका अत्यंत स्वार्थी, क्षुद्र मनाच्या माणसाला- की जो तिचा प्रत्यक्ष बाप आहे- आपला छळ करण्याचा काय अधिकार आहे असा प्रश्न ती स्वत:लाच विचारते. मोठेपणाची तिची सगळी स्वप्ने अशी उमलण्याआधीच गळून पडतात. 'मी कोणीतरी आहे' असं वाटणाऱ्या मनाला, 'रस्त्यावरच्या बेवारशी भटक्या कुत्र्याइतकीही मला किंमत नाही' याची दु:खद जाणीव होते. चांगल्या गोष्टींची जगात वाहवा होते हा तिचा जगावरचा विश्वास मोडून तोडून पडतो आणि छोट्याशा अस्मितेचा तुरा मानेवर उगवू लागलेली पद्मा, तो उमलण्यापूर्वीच मनानं घायाळ होऊन पडते. एका शाळकरी मुलीच्या उद्ध्वस्त भावविश्वाची ही कहाणी गाडगीळ फार परिणामकारक घटनांमधून सादर करतात.

याच्या अगदी उलट हलक्या फुलक्या संवादातून उलगडत जाते मामा-भाचीच्या नात्यातली 'सोनेरी कवडसे' ही कथा. अशोकमामाकडे पाहुणी आलेली भाची संगीता बारकाईने त्याच्या ब्रह्मचारी संसाराचे निरीक्षण करते. ती एवढीशी चिमुरडी पोर कधी लहान मुलीसारखी हट्टाने त्याच्याशी भांडण करते तर कधी एखाद्या म्हाताऱ्या आजीसारखा त्याला सल्ला देते. स्त्रीच्या आयुष्यातली ही विविध रूपे छोट्या मुलीमध्ये किती सुप्तपणे असतात याचा अनुभव देणारी ही कथा! 'मुक्या कळीत असते सारे झाड झोपलेले' असा सगळा हा घाट, गाडगीळांनी फार सुंदर उभा केला आहे. 'पुरुष' ही प्रतिमा लहान वयापासून मुलींच्या मनात कशी अंकुरली जाते याचे अत्यंत मनोज्ञ चित्रण वसुंधरा पटवर्धन यांच्या 'अंकुर' या कथेत आले आहे. मावशीकडे पाहुणी म्हणून आलेल्या लिलीला कॉलेजमधला अशोक, पुरुष म्हणून कसा जाणवतो? तो तिच्याकडे पाहातसुद्धा नाही. जेवताना पुस्तक वाचत बसतो, अंघोळ करताना ताना घेत राहातो. आरशासमोर उभे राहून केसांची वळणे जुळवत राहतो. लिलीला स्वप्न पडते, त्यात एक मुलगा बोटीत उभा असतो. 'अगदी गोरा गोरा खूप छान, त्याने गरम पॅन्ट घातली होती. रेशमी बुशकोट घातला होता आणि त्याला आपले गरूड पक्षासारखे दोन्ही खांद्यावर चांगले एवढाले पंख होते...' मावशी अशोकला नादिष्ट म्हणते तेव्हा लिलीला वाटते, 'पुरुष असाच हवा, त्याने असेच असायला हवे, त्याने कोणाचे ऐकता कामा नये!'

'मावशी विचारते, 'का?'

'तरच तो पुरुष'

'आणि मुलीने?'

'मुलीने मात्र ऐकायला पाहिजे. तरच ती मुलगी हं, मावशी,' दहाबारा

वर्षाच्या मुलींच्या मनातसुद्धा पुरुष ही प्रभावशाली आणि स्त्रीपेक्षा वेगळा अशी साचेबंद प्रतिमा कशी आकाराला येऊ लागते याचेच हे उदाहरण आहे. तो कुत्र्याला घेऊन फिरतो म्हणून तो शूर, तिच्याशी बोलत नाही म्हणून बाणेदार! पण तो एकदा जेवताना तिच्याशी बोलतो तेव्हा ती हरखून जाते, खरंतर तो म्हणतो, 'लीले, तुझा पाट पलीकडे घे.' तुसडेपणाने म्हटलेले हे बोलणेसुद्धा एखाद्या मुलीला एवढे कौतुकाचे वाटते. पुढे बाई झाल्यावर बायकांची हीच मनोवृत्ती विकसित होते, त्याचेच हे बीजरूप आहे. दुसऱ्यांच्या घरात काय पडेल ते काम मोलाने करणाऱ्या अगदी गरीब घरातल्या बकुळ या मुलीची मानसिकता वसुंधरा पटवर्धन यांनी 'बकुळ'मध्ये रंगवली आहे, या घरातल्या मुलींच्या रिबिनी, हेअरपीन्स, कानातली, गळ्यातली आवरता आवरता स्वत:ला घालून बघण्याचा मोह या मुलीला आवरत नाही. हे तिच्या वयाला अगदी साजेसेच वागणे आहे, त्यात चोरी करायची, वस्तू पळवायची असा काहीही हेतू नाही, पण एक दिवस ती पकडली जाते आणि त्या घरातली माणसे तिला पुष्कळ बोलतात आणि तेव्हापासून अशा सुखवस्तू घरातल्या माणसांबद्दल तिच्या मनात अढी निर्माण होते. तिला इतर चार मुलींसारखी शाळेला जायची इच्छा असते, पण ती कधीच पुरी होत नाही. मग अशा दबल्या गेलेल्या भावनांमधला राग कामातल्या चुका घडवून आणतो. तिला रागावलेल्या मुलीचा फ्रॉक इस्त्री करताना चुकून जळतो, हातातून नेमक्या वस्तू पडून फुटतात. आयुष्यातल्या छोट्या छोट्या इच्छा पुऱ्या झाल्या नाहीत आणि लहान वयात बालकामगारांचे हलाखीचे जिणे जगायला लागले की छोट्यांनाही कसे मानसिक दबलेपण येते याचे परिणामकारक चित्रण लेखिकेने या कथेत केले आहे.

सखोल व्यक्तिचित्रणातून माणसाच्या अज्ञात मनाचे पापुद्रे उलगडण्याचे कौशल्याचे काम आधुनिक कथालेखिका आशा बगे आपल्या अनेक दीर्घ कथातून करतात. 'रुक्मिणी' ही त्यांची अशीच एक गाजलेली दीर्घकथा! ही काही बाल्यरूपातील स्त्रीची कथा नाही. एका समंजस विचारी तरुण मुलीची ही कथा आहे. पण तिच्या मनातील वादळाचे मूळ तिच्या बालपणाच्या आयुष्याशी निगडित आहे. पिढीजात श्रीमंत, दानशूर अशा इनामदारांच्या घरातील तरुण मुलाचे स्थळ रेणूला सांगून आले आहे, पण या घरातल्या माणसांशी जुळवून घेणे रेणूला फार अवघड वाटते आहे. लहानपणापासून आपण इनामदारांचे आश्रित असल्याची भावना तिच्या मनात रुजली आहे आणि लग्नासाठी मागणी घालणे हा त्या आश्रयाचाच एक भाग आहे असा गंड रेणूच्या मनात निर्माण झाला आहे. आईविना पोरकी रेणू इनामदारांच्याच वाड्यात आजी आणि वडिलांबरोबर राहाते आहे. तिचे वडील त्यांच्याच देवळात

कीर्तन करतात आणि घरी येणारा अन्नधान्याचा शिधाही इनामदारांकडून येतो. रेणू शाळकरी, परकरी पोर. तिच्याबद्दल इनामदारीण बाई सहानुभूती दाखवतात. कुवारीण म्हणून तिला नेहमी जेवायला बोलावतात, त्यामुळे लहानपणापासूनच दुसऱ्यांच्या अन्नावर पोसलेले आपण आश्रित, आपल्याला नेहमीच कमीपणा घ्यावा लागणार, आपल्याला हवे तसे जगण्याचे स्वातंत्र्य कधीच मिळणार नाही असे अगदी कोवळ्या वयातही रेणूला वाटत राहाते; त्यातून तिच्या छोट्याशा जगातली बंडाची भाषा तिला कळते. मोठ्या वयात घडणाऱ्या घटनांची पाळेमुळे कशी बालपणात रुतलेली असतात याचे अनोखे चित्रण या कथेत पाहायला मिळते. स्त्रीचे मुलगीपण आणि तरुणपण यातला पूल अतिशय तरल कौशल्याने आशा बगे यांनी या कथेत गुंफला आहे.

मराठी स्त्री-साहित्यामध्ये जवळजवळ शंभर वर्षांचा संपन्न वारसा लाभलेला वाङ्मय प्रकार म्हणजे स्त्रियांची आत्मचरित्रे. ही आत्मचरित्रे अत्यंत प्रामाणिकपणे लिहिली गेल्याने त्यात येणारे स्त्री-जीवन म्हणजे समाजातील स्त्रीच्या स्थानाचे धावते चित्रीकरण आहे. गेल्या शतकाच्या पूर्वार्धात, विशेषत: ज्या स्त्रियांनी आत्मचरित्रे लिहली, त्या स्त्रिया स्मृतीच्या वाटेवर मागे मागे जात आपल्या बाळपणीच्या रम्य आठवणीत काही काळ रमलेल्या दिसतात, पण विशेष म्हणजे त्या तत्कालीन परिस्थिती, अवतीभोवतीची माणसे यांच्याबद्दल अधिक लिहितात, पण स्वत:बद्दल फारशा बोलताना दिसत नाहीत. लक्ष्मीबाई टिळकांची 'स्मृतिचित्रे'देखील लक्ष्मीबाईच्या बाळपणाबद्दल फार काही बोलत नाहीत, फक्त या वयातली एकच आठवण अशी त्यांनी सांगितली आहे. त्या अकरा वर्षांच्या झाल्या होत्या, अंगापिंडाने चांगल्या धष्टपुष्ट होत्या म्हणून वयाने आणखी मोठ्या वयाच्या दिसायच्या. या मुलीचे अजून लग्न होत नाही म्हणून घरची मंडळी काळजीत होती. एकदा त्या मैत्रिणीकडे खेळायला गेल्या होत्या, दोघीजणी झोक्यावर बसून मोठ्याने गाणी गात होत्या. अभ्यासाला त्रास होतो म्हणून त्या मैत्रिणीच्या मोठ्या भावाने येऊन त्यांना घरी हाकलून दिले. या मैत्रिणीच्या घरात पुन्हा म्हणून कधी पाऊल ठेवायचे नाही असा निश्चय करून त्या रागाने बाहेर पडल्या. पुढे ज्येष्ठ कवी ना. वा. टिळक यांच्याशी त्यांचा विवाह झाला, तेव्हा आपल्याला हाकलून देणारा हाच तो मुलगा हे त्यांच्या लक्षात आले आणि ज्या घरात त्या पाऊल टाकणार नव्हत्या त्याच घरात कायमच्या राहायला आल्या. अगदी हलक्याफुलक्या खुसखुशीत शैलीत त्यांनी हा प्रसंग लिहिला आहे. खरं तर, लक्ष्मीबाईंनी त्यांच्या बाळपणाविषयी काही अधिक लिहले असते तर त्या काळातल्या मुलींचे जीवन अधिक ठळकपणे कळले असते. पार्वतीबाई आठवले

यांची 'माझी कहाणी' आणि महर्षी कर्वे यांच्या द्वितीय पत्नी व पार्वतीबाईंच्या भगिनी बाया कर्वे यांचे 'माझे पुराण' या आत्मचरित्रातून शंभर-सव्वाशे वर्षापूर्वीचे मुलींचे जीवन थोडेफार रेखाटता येते. जिथे मुलांसाठीसुद्धा शाळा नव्हत्या. अशा कोकणातल्या एका छोट्या गावी पार्वतीबाईंचा जन्म झाला. शाळेत जाण्याचा प्रश्नच नव्हता. भातशेतीची कामे, निवडणे, टिपणे, पूजेची तयारी करणे, भांडी घासणे, धुणे धुणे, लहान भावंडांना अंघोळी घालणे ही कामे पाचव्या-सहाव्या वयापासून मुलींना करावी लागत. आईचा पाळणा दरवर्षाला हलता असल्यामुळे धाकट्या भावंडांची जबाबदारी लहान वयातच मुलींवर पडे. पार्वतीबाईंचं लग्नही वयाच्या ११ व्या वर्षी झाले. त्यांनी लग्नापूर्वी आपला नवरा पाहिलाही नव्हता. तो एका पायाने अधू आहे आणि त्याला फक्त १५ रुपये पगार मिळतो हे त्यांना समजले, तेव्हा अशा माणसाशी त्यांना अजिबात लग्न करायचे नव्हते, पण वडीलधाऱ्या माणसांना विरोध करायची त्यावेळी कुणाची टाप नव्हती. मोठ्या माणसांच्या दहशतीखाली अशा कित्येक स्त्रियांची स्वप्ने त्या काळी धुळीला मिळाली असतील. अजूनही खालच्या स्तरावरील समाजात लहान वयात मुलीचे लग्न आणि तिच्या इच्छेविरुद्ध कोणाच्याही गळ्यात तिला बांधणे हे अनेक बालिकांचे भागधेय आहे, मात्र अजूनही साहित्यातून अशा बालिकांचे चित्रण प्रभावाने येत नाही. जी काही थोडीफार आत्मचरित्रे समाजातील वेगवेगळ्या स्तरातील स्त्रियांनी लिहिली आहेत, त्यात त्यांच्या बाळजीवनाचे चित्रण थोडेफार बघायला मिळते, त्यातील एक 'बिनपटाची चौकट' या इंदुमती जोंधळे यांच्या पुस्तकाचा उल्लेख करायला हवा. दुकानात कोणाला तरी उधार माल दिल्याच्या क्षुल्लक कारणावरून वडिलांनी आईला भयंकर चोपले. आई खाली जात्यावर पडून डोकं आपटून मेली, या भयंकर घटनेची साक्षीदार होती ही दहा वर्षाची मुलगी. तिने बिचारीने निष्पापपणे झालेली घटना कोर्टात जशीच्या तशी सांगितली, यामुळे आपलाच बाप गोत्यात येऊन आपण कायमचे उघडे पडू ही कल्पना त्या बिचारीला या वयात कशी येणार? या वयातच खऱ्याचे खोटे करायची शिकवण तिला मिळाली आणि आपला खरा जबाब तिला बदलावा लागला. इतक्या लहानपणी मनावर झालेल्या या आघाताने तिचे सारे भावविश्वच बदलून गेले, बाल्य करपून गेले आणि ती अकाली प्रौढ बनली. वडील तुरुंगात, धाकटी दोन भावंडे अनाथालयात, ती एका मुलींच्या अनाथालयात. दुसरीकडे नातेवाईकांनी घरदार, चीजवस्तू लुबाडलेल्या. अशा या बालआठवणींनी हे आत्मचरित्र डोळ्यात पाणी उभे करते. मुलींच्या अनाथालयातल्या अनेक घडामोडी मुलींच्या नजरेतून यामुळे वाचकांपुढे येतात.

ती डोलत होतीशी- डोलत नव्हती

अन बोलत नव्हतीशी - बोलत होती
ती गुंगत असता-गुंफीत होती
ती फुलेच तिजला परी हुंगत होती
अन् अधिकच कळता - जी कळतही नव्हती.
ती तिचीच धूसरशी - रूपे होती (आरती प्रभू)

अशी स्त्रीची किशोरी प्रतिमा कवींना भुरळ न घालती तरच नवल. माधव ज्युलियन, बालकवी, भा. रा. तांबे, बा. भ. बोरकर, वा. गो. मायदेव, पु. शि. रेगे, आरती प्रभू, शांता शेळके, अरुणा ढेरे इत्यादी अनेक कवींच्या प्रतिभेला या उमलत्या रूपातील स्त्री भुरळ घालताना दिसते. पुरुष कवींना तिचे शरीरविभ्रम, मोहक हालचाली, गोड चेहरा, स्वप्नाळू डोळे, लाल ओठ, गुलाबी गाल मोह पाडतात. एखाद्या बालकवींना ती निसर्गातली फुलराणी वाटते, तिची निरागसता कोवळ्या फुलांसारखी सुवासिक होते. पहाटेच्या वेळेला पडणाऱ्या पहिल्या किरणांसाठी ती प्रेयसी होऊन वाट पाहाते आहे असे वाटते.

गर्द सभोती रान साजणी
तू तर चाफेकळी
काय हरवले सांग शोधिसी
या यमुनेच्या जळी

या ओळीतील वनमालासुद्धा मुग्धा चाफेकळीच आहे. वर्डस्वर्थच्या ल्यूसी ग्रे सारखी ती वनकन्या आहे, वास्तव जगाच्या क्रूरतेपासून दूर निसर्गाच्या आंतरिक आनंदमय जीवनात ती रमते आहे.

'तुझ्या गळा माझ्या गळा, गुंफू मोत्यांच्या माळा
तूज कंठी मज अंगठी, आणखी शेला कोणाला?

म्हणत मोठ्या भावाने चिडवल्यावर त्याच्याशी गट्टी फू करणारी भा. रा. तांब्यांची किशोरी लोभसपणे मन भुलवणारी आहे.

'पाऊल पडले एक तुझे हे जरी यौवनी
दुजे पण घोटाळे शैशवी
अनुभूतीच्या रणाअलीकडे आशेच्या नंदनी
तरल तू झुळूक भावचंदनी!

अशा 'कौमार्यस्मिता' वरील अनेक कविता माधव ज्युलियनांनी लिहिल्या आहेत. पुलावरील वळणावरून चपलेपरी जाणारी ही बाला, वाऱ्यावर तरंगणारे तिचे कुरळे केस, टवटवीत चेहऱ्यावरची सरळ मोकळी वृत्ती, विशाल डोळ्यांमधली

चमक, बुद्धीचे तेज, हासून बघणारी ही धिटुकली, तिच्याशी लुटुपुटीच्या संसाराची भातुकली खेळावी असे कवीला वाटतं.

'खुळी लाजरी पोर' मध्येही पाहता - पाहता बालवयातून किशोरीचे रूप धारण करणाऱ्या पोरीकडे कवी कौतुकजन्य आश्चर्यानं पाहाताना दिसतो. ज्या वडिलांनी तिला अंगाखांद्यावर खेळवले, ज्यांच्या समवेत ती परकर चोळी नेसून गरगर फुगड्या घालून दंगा करायची तीच मुलगी कळीचे फूल होता होता वडिलांपुढे लाजलाजून चूर होऊ लागली. वडील-मुलीच्या नात्याचे हे एक फार विलोभनीय चित्र माधव ज्युलियन या कवितेत रेखाटताना दिसतात. हीच नात्यातली अबोध गोडी 'हास बालिके' मध्येही दिसते.

काही नको कारण तुज
फुलवाया वदनाम्बुज
बोल मुके तर हितगुज, उघड माणिके...

मुग्धपणातील हे कन्यासुख वडील-मुलीच्या नात्यातल्या प्रीतीचे रूप आहे. आई-मुलगी या कदाचित मोठेपणी जास्ती जवळ येऊन जिवाभावाच्या मैत्रिणी होतात, पण मुलीला लहान वयात वडिलांची ओढ अधिक असते, पुरुषाबद्दलच्या आपल्या कल्पनांचे आदर्श आपल्या अबोध मनात मुलगी याच वयात टिपत असावी. मात्र माधव ज्युलियनांव्यतिरिक्त वडील आणि मुलीचे नाते अन्य कोणी कवींनी रेखाटलेले दिसले नाही. बहुतेक कवी 'उमलण्या आधीचे स्त्रीरूप' याच शारीर भावनेने कन्यारूपाकडे पाहताना दिसतात. शांताबाईंच्या 'झोपेचा गाव', 'कळ्यांचे दिवस फुलांच्या राती' मध्ये अशा कितीतरी शाळकरी कन्या वेगवेगळ्या रूपात भेटत राहतात. बागुलबुवाला घाबरणारी बाला आईला म्हणते 'आई फक्त अंगावर टाक तुझा हात - मग मुळीच नाही मी भिणार काळोखात' पण तीच कन्या थोडी मोठी झाली की, मैत्रिणी-मैत्रिणींच्या गप्पा रंगू लागतात. झोपाळ्यावर बसून गाणी उंच जाऊ लागतात. कारणाविना उगाच खुसूखुसू हसू येऊ लागते. कुठेतरी कशाची तरी गूढ अनामिक हुरहुर लागण्याचे वय येतो.

अंगाभेवती झुळूक खेळते
जाईजुईच्या वासाची
पायामध्ये घोळ लोळतो
चुनडी कोऱ्या वासाची
अशा चुनडीचे मोल नका पुसू
फांदीच्या साळुंक्या ग, तशा बहिणी दिसू.

फांदीवरच्या या साळुंक्या लवकरच आपल्या घरी उडणार असतात. या वयातल्या आठवणी मात्र आयुष्यभर पुढे बाई सांभाळताना दिसते. शांताबाईंच्या 'गोंदण'मधली एक शाळेची आठवण- खिडकीपाशी एक मुलगी स्वत:मध्येच गढलेली.

गालावरती दोन्ही हात, नजर पुस्तकात बुडलेली असे. स्वत: स्वत:चेच रूप मोठेपणीही खुणावते. तिचे - म्हणजेच स्वत:चेच लक्ष वेधण्यासाठी त्या खाणाखुणा करतात, पण ती आपली वाचनात गुंग -

तिची नजर हरवलेली, तिची मुद्रा कासावीस

स्वप्नपक्षी फडफडणारा गालावरून फिरवी पीस

खिडकी बाहेर निळे आभाळ पाखरांचे किलबिल सूर

अर्धीकच्ची तुरट स्वप्ने...क्षितिज जवळ - क्षितिज दूर....

बाळपणीच्या या आठवणींनी शब्द मुके होतात, हुंदके गळ्यात अडतात आणि पापणीभर थेंबात शाळा, वर्ग, ती मुलगी सारे बुडून जाते.

डोळ्यात स्वप्ने दाटून येण्याचे हे वयच असे अवखळ. कवी अरुणा ढेरेंना अशा वयाच्या मुलींकडे पाहून वाटते, ही दंवाच्या डोळ्यांची, खारीच्या पायांची, मधाच्या पोळ्यासारखी पोर. जमिनीखाली बी, तशी भवताल पांघरून झोपली आहे. निरागस, बिनघोर. उद्या हिच्यातून तडकून उठेल ती कोण जाणे कोण असेल? भविष्यामध्ये ही एखादी वेडीभाबडी बाई होईल? की सोशिकपणे संस्कृतीची किडकी फळे सांभाळणारी हताश? की पाकळी-पाकळीने स्वत:चा बळी देणारी बेहोश? मात्र हिला मातीचे बळ मिळो, पाखरांच्या संवादाचे सुख कळो आणि स्वप्नांच्या शिरशिरीतली ओल कळण्याइतकी स्वत:ची खोल ओळख होवो, अशी प्रार्थना ही कवी करताना दिसते.

कवितेतले या वयाचे स्त्रीरूप मनोरम वाटले तरी ते वास्तवाशी फार जवळचे नसते. काल्पनिक जगातली स्त्री नेहमीच सुंदर असते, तिच्याभोवती गूढपणाचे एक स्वच्छंद रम्य आवरण असते. भर उन्हात अनवाणी पायांनी चटाचट पावले टाकत, कामगार वडीलांना गिरणीत डबा पोचवायला निघालेल्या एखाद्या किशोरीचे श्री. दत्ता हलसगीकर यांच्या कवितेतल्यासारखे चित्रण मराठी कवितेत अभावानेच दिसते. आणखी एक अपवाद— संजीवनी बोकील यांनी रेखाटलेल्या 'आई, सोडू नको माझी शाळा' म्हणून विनवण्या करणाऱ्या कामगार कन्येचा!

खरंतर बालसाहित्यात अशा वयाच्या मुली भेटायला हव्यात, पण तिथेही ना धो. ताम्हनकरांचा गोट्या, भा. रा. भागवतांचा फास्टर फेणे, सुधाकर प्रभूचा राजू

प्रधान, प्रकाश संतांचा लंपन ही शूर नायक मंडळी कथांच्या केंद्रस्थानी आहेत, पण या तिघांच्या तुलनेत उठून दिसणारी एक 'वीरबाला' आहे ती म्हणजे ताम्हनकरांची चिंगी. गेल्या तीन, चार पिढ्यांना या चिंगीच्या खट्याळपणाने अक्षरश: वेड लावले. चिंगी अतिशय बुद्धिमान, चौकस, पण नको ते उपद्व्याप करणारी, मोठ्यांचे अनुकरण करताना स्वत:वर संकटे ओढवून घेणारी आणि म्हणून नेहमी नेहमी आईवडिलांचा मार खाणारी मुलगी. बाबा डॉक्टर, म्हणून जणू हिलाही सगळी औषधे माहिती. गरीब दूधवालीला बाटलीभर औषध पाजून चिंगी उलट जास्तच आजारी पाडून ठेवते, मग वडिलांनी औषधाला हात लावायची बंदी केल्यावर आईचा हात कापला तरी चिंगी औषध आणून देत नाही, कारण औषधाला हात लावायचा नाही. भाषेतल्या वाक्प्रचारांचा अर्थ ती जसाच्या तसा घेते आणि मग एकच धमाल उडवून देते. 'चमचा लिंबू तोंडात धरा' म्हटल्यावर ती एकदा चमचा, मग लिंबू तोंडात धरते आणि घशात गोटी अडकवून घेते. शाळा तपासणीसाठी 'उद्या ही पीडा यायचीच' असे बाईंनी म्हटल्यावर ती तपासनीसांना तुमचे नाव 'पीडा' आहे ना म्हणून विचारते आणि बाईंचा मार खाते, 'डोक्यात कांदे बटाटे भरलेत' असे म्हटल्यावर 'उद्या त्यांचा छान रस्सा करता येईल' असे तिला खरंच वाटते. कधी मूर्ख, कधी बावळट, कधी प्रामाणिक- पण नेहमीच निरागस अशी चिंगी प्रत्येक बाईच्याच मनात कायमची दडलेली नसते का? याच चिंगीच्या चौकसपणामुळे बायकांच्या डब्यात बुरखा घेऊन बसलेला चोरही सापडतो, कारण बुरखा वर करण्याच्या कुतूहलात तिला त्याच्या मिशाही दिसतात आणि या मिशावाल्या बाईबद्दल ती मोठ्याने सांगत सुटते. चिंगीच्या गमतीजमती काळानुरूप जुन्या झाल्या नाहीत, आजही वाचताना आपल्या अवतीभोवतीच्या सात-आठ वर्षाच्या अशा चिमुरड्या चिंग्या आपल्याला आठवत राहातात.

आठवणींच्या गल्लीबोळात शिरताना मराठी साहित्यात चमकून दिसलेली ही काही बालकिशोरी रूपे, ही काही सर्वकष जंत्री नव्हे, ही फक्त एक झलक आहे, काही प्रातिनिधिक मनभावन रूपांची. कवितेत हे रूप काव्यात्म आविष्कारात येते, आत्मचरित्रातून कधी वास्तवाच्या कठोर निकषांवर घासूनपुसून दिसते, नाटकातून शोकात्म पातळीवर विचार करायला लावते, कथेतून कधी तिच्या मानसिकतेचा मागोवा घेतला जातो. कुटुंबातले तिचे स्थान, नात्याची गुंफण, तिच्यावर होणारे संस्कार, यातून घडणारे तिच्या भावी जीवनाचे शिल्प उभे राहते. बालसाहित्यातून तिच्या मिश्किल रूपाची छटा जाणवते. तरीसुद्धा जाणवत राहाते की या चाफेकळ्यांची हवी तेवढी दखल प्रतिभावंतांनी घेतलेली नाही. तशी तरुणी, प्रौढा, वृद्धा ही स्त्रीरूपे

त्यांची सुखदुःखे बोलून दाखवू शकतात, त्यामुळे कदाचित स्त्री आणि पुरुष दोन्ही प्रकारच्या लेखकांना त्यांच्या मानसिक जडणघडणी समजू शकतात, पण जे वय स्वतःबद्दल बोलत नाही, ते वय समजणे अधिक अवघड, त्यामुळे कदाचित या वयाची भाषा अधिक नाटकी होते, कधी वयापेक्षा जास्त शहाणी वाटते, कधी ती निसर्ग प्रतिमांच्या फुलोऱ्यातून उभी राहते, कधी त्याच्याभोवती गूढवलय निर्माण केले जाते. कधी त्यांच्या प्रतिमा एकदम स्मार्ट, सुंदर बोलक्या, बुद्धिमान म्हणून येतात, तर कधी एकदम बिचाऱ्या, लाजऱ्या, गरीब स्वभावाच्या, शोषित अशा येतात. त्यांचे वास्तवाला जवळचे चित्र फार थोड्या साहित्यात जाणवते. या वयाची मानसिकता खोलवर जाऊन शोधण्याचा प्रयत्न दिसत नाही, वरवरची निरागसता, बोलकेपणा, चंचलपणा, पोरपणा यात दडलेली मनोवृत्ती आणि ती अशी का होते याचाही विचार व्हायला हवा, छोट्या कुटुंबातही आज या वयाची मुलगी थोडी दुर्लक्षितच असते, तशीच ती साहित्यातही आहे की काय?

शिक्षणाचा प्रसार सर्वदूर होऊ लागल्यावर आज लहानसहान गावातल्या मुलींपर्यंतही शालेय शिक्षण पोहोचू लागले आहे. शिक्षण भविष्याची स्वप्ने घेऊन येते. मी पुढे कोण होणार? हे प्रश्न या वयात पडू लागतात. बहीण- भावांमध्ये केला जाणारा दुजाभाव, घरच्या कामाचा या मुलींना उचलावा लागणारा भार, धाकट्या भावंडांची देखभाल, गरिबीमुळे अर्धवट सोडावे लागणारे शिक्षण, शेतीची कामे, बाई म्हणून समाजाची पडणारी वाकडी नजर, पौष्टिक अन्नाचा अभाव, अंधश्रद्धांच्या पकडीमुळे येणारी असुरक्षितता-बालपणानजीकच्या टप्प्यावर या लाखो मुलींची स्वप्ने उमलण्याआधीच आजही कोमेजून जातात आणि पुढे बाईपणाच्या रगाड्यात त्यांची चाकोरी भरडली जाते. अशा मुलींचे जीवन सर्जनशील लेखकांनी लेखणीतून साकारायला हवे. बाईबद्दलची सहानुभूती फक्त ती मोठी झाल्यावरच साहित्यात दिसायला हवी का?

मुंबईसारख्या मोठ्या शहरातून झोपडपट्ट्यात किंवा रस्त्यावरही उघडा संसार थाटलेल्या लोकांची संख्या कमी नाही. यांच्या मुलींचे बालपण कसे असेल? धुणीभांडी, घरकाम, फरशी पुसणे, पोरे सांभाळणे, अशी पडेल ती कामे करणाऱ्या हजारो बालकामगार मुली आज शहरातून आहेत. दोन, चार यत्ता शिकल्यावर त्यांचे शिक्षण आणि त्याचप्रमाणे बालपणही संपते. लहानशा घरात नको त्या वयात नको त्या गोष्टी या मुली पाहातात, टीव्ही, सिनेमे यातून स्त्रीच्या आयुष्याबद्दलचे धडे लहानपणीच मिळवतात, जाहिराती पाहून फसवी स्वप्ने उराशी बाळगतात, अनेकदा वयात येण्यापूर्वीच त्यांचे सेक्सलाईफही सुरू होते, झटपट पैसा मिळवण्याची चटक

लागते आणि कुमारी वयातच आयुष्यातल्या सगळ्या चांगल्या-वाईट गोष्टींची चव समजते. बदललेली भणंग सामाजिक परिस्थिती या किशोरींचे किशोरीपणच करपवून टाकते. अशा किशोरींना कोण शब्दबद्ध करणार? चौकटीबाहेरचे जग साहित्यापासून किती काळ अस्पर्शित राहणार? जेव्हा या स्तरावरच्या मुली मोठ्या होतील तेव्हाच कदाचित त्यांच्या या लक्तरे होऊ घातलेल्या आयुष्याची दुःखे वेशीवर टांगली जातील.

यमू आणि शारदेपासून सुरू झालेला हा प्रवास किती वाटा आणि वळणे घेत आज एका मुक्त स्त्रीच्या पुढील पिढीचे स्वप्न साकारणाऱ्या, लहान वयातच उंच गगनात भरारी मारू लागलेल्या मुलींपर्यंत झाला आणि हा बदल फक्त एका शतकातला आहे, हे पाहाणेसुद्धा आश्चर्यचकित करणारे आहे. पण पाश्चात्य देशांचे वारे आपल्याकडे इतके जोराने वाहू लागले आहेत, की आपली कुटुंब व्यवस्था, नीतिमत्ता त्यांच्या रेट्याने कोलमडू लागेल की काय, असे वाटू लागले आहे. अमेरिकेमध्ये आज शाळकरी मुलींना गर्भनिरोधक साधने पुरवावी लागतात, लहान वयात कुमारी माता बनलेल्यांची संख्याही कमी नाही. काही वर्षांपूर्वी 'स्पेअर रिब' या स्त्रीवादी मासिकाने 'गर्ल्स आर पॉवरफुल' नावाचा एक अहवाल छापला होता. यासाठी अक्षरशः हजारो मुलींच्या मुलाखती घेण्यात आल्या होत्या. या मुलींनी 'आपले पालक मुलगा व मुलगी यात भेद करतात' अशी मोठ्या प्रमाणात तक्रार केली होती. वयात येण्यापूर्वीच येणाऱ्या शरीरसंबंधाबद्दल शाळेने शिक्षण द्यावे आणि यामुळे येणाऱ्या धोक्यांची जाणीव करून द्यावी अशीही मागणी केली होती. इतक्या सरसकटपणे हा प्रश्न आपल्याकडे अजून तरी नसावा, पण पुढच्या काळात तो निर्माण होणार नाही असेही सांगता येत नाही. वाऱ्यावादळापासून अशा दीपकळ्यांना जपणे हे एक आव्हान आहे, कुटुंबव्यवस्था भक्कम असेल तर अशा कळ्यांची नैसर्गिकरीत्या फुले उमलण्याचे बळ त्यांना मिळेलही!

०-०-०

१७. आई बदलते आहे?

एखाद्या सण-समारंभाच्या निमित्ताने आमच्या कुटुंबातल्या आम्ही सगळ्या बायका एकत्र जमलो की, कपाटातले फोटोंचे जुने-नवे आल्बम काढून ते पाहत बसणं, हा आमचा आवडता उद्योग आहे.

माझ्या आजीपासून ते माझ्या नातीपर्यंतच्या पाच पिढ्या एकमेकींच्या जणू हातात हात घालून, इथे एक आया-आयांची साखळी करून उभ्या आहेत. पिवळसर कागदावर जर्जर झालेला, केव्हाही फाटेल असा एक फोटो आहे माझ्या आजीचा.

नऊवारी साडी कपाळावर चिरी
खणाची चोळी नजर कावरीबावरी
पिढ्यान् पिढ्या बसलीय आजी
वटवृक्षाच्या सावलीला गाय जशी!

आजीला दहा मुलं झाली. पाच जगली, पाच गेली. बिचारीचं निम्मं आयुष्य बाळंतपणात आणि मुलांच्या खस्ता काढण्यात गेलं. ती स्वत: शिकलेली नव्हती, पण तिला पुस्तकं वाचता यायची. मुलांना गोष्टी सांगून त्यांच्यावर चांगले संस्कार करावेत, म्हणून ती कामाधामातून मुलांसाठी मुद्दाम रात्री वेळ काढायची. मुलांनी शिकावं, रोज शाळेत जावं, अभ्यास करावा— यासाठी तिच्यातली आई सारखी धडपडायची. घर सारवणं, चुलीवरचा स्वयंपाक, निवडणं-टिपणं, सणवार, पाहुण्यांची उस्तवार—एकामागून एक तिची कामं सतत चालू असायची आणि वर आजोबांचा धाक. घरातली सगळी चाकं फिरायची ती त्यांच्या मर्जीने. आज भाजी काय करायची इथपासून तर मुलांनी कपडे काय घालायचे, वयात येण्यापूर्वीच मुलीने लुगडं नेसायचं, उंबरठ्याबाहेर यायचं नाही... असा सगळीकडे त्यांचा वरचष्मा! तसा आजीला स्वत:चा आवाजच नव्हता. तिला खूप वाटत होतं, मुलीला शिकवावं; पण मुलगी सातवी पास झाली आणि आजोबांनी तिचं लग्न ठरवून टाकलं. जावई पसंत आहे की नाही— ना बायकोला विचारलं, ना मुलीला. आणि आजीच का, तिच्या पिढीतल्या सगळ्याच बायकांची ही गत होती. झाडं वाढतात तशी मुलं वाढत. ती चेंडू, विटी-दांडू, आट्यापाट्या—आपापसात काहीबाही खेळत. खाण्याचे नाना पदार्थ करून मुलांचे लाड करायला आयांना सवडही नव्हती आणि पैसाही

नव्हता. मुलांशी बोलणं व्हायचं, तेही काही कामाच्या निमित्ताने. एरवी मुलांशी संवाद? छे! असं काही तिच्या मनातही येत नसेल. वर्षाला दोन, फार तर तीन कपड्यांचे जोड— तेही मोठ्याचे कपडे धाकट्याला, असं करत तीन-चार भावंडांमध्ये फिरायचे. शिस्त लावायला वडिलांचा धाक असे. मुलाबाळांनी भरलेल्या गोकुळात आजीमधली आई अगदी तृप्त दिसायची. फोटोतल्या तिच्या चेहऱ्यावरसुद्धा ते समाधान दिसत असायचं.

आल्बमच्या पुढच्या पानावर चित्र एकदम बदललेलं आहे - माझी आई!

पाचवारी साडी, साडीला किनार जरीची
केसांचा अंबाडा, अंबाड्यावर वेणी फुलांची
कपाळावर कुंकू, कुंकवाची टिकली इवलीशी
किती नटली तरी आई आपली साधीशी!

आईचं फोटोतलं रूप आजही माझ्या डोळ्यांपुढे अगदी जसंच्या तसं आहे. सुरुवातीला तिने नऊवारीने सुरुवात केली, पण पुढे ती खेड्यातून पुण्यासारख्या शहरात आली. सेवासदनमध्ये प्रौढांच्या वर्गात पुन्हा तिने अभ्यासाचा श्री गणेशा केला. कधी बसने, तर कधी सायकलवरून ती हिंडू लागली. त्याच सुमारास तिने कधी तरी पाचवारी साडी नेसायला सुरुवात करण्याचं धाडस केलं. आम्ही तीन भावंडं. आमच्यामध्ये तिने प्रयत्नपूर्वक योग्य अंतर राखलं. मराठमोळ्या पोहे-उप्पीटाबरोबर ती घरी इडली-डोसा बनवू लागली. कधी सगळ्या कुटुंबाबरोबर हॉटेलात जेवायला येऊ लागली. आमचं कुटुंब म्हणजे आता फक्त आई-वडील आणि आम्ही तीन मुलं. सुटसुटीत छोटं कुटुंब. वडील तसे रागीट, थोडे जुन्या मताचे; पण आई समजूतदार, शांत, नव्या मताची. तसं तिचं सगळंच म्हणणं काही वडील ऐकून घेणारे नव्हते; पण मुलांच्या बाबतीत न पटलेला निर्णय तिने कधीच मानला नाही. हळूहळू, पण आपल्या मनासारखं करवून घ्यायची कला तिच्यात होती. आमची खेळणी, कपडे, खाण्या-पिण्याच्या वस्तू यांची खरेदी तीच करायची. 'देवबाप्पा', 'मायाबाजार'सारखे लहान मुलांचे चित्रपट ती आम्हाला आवर्जून दाखवायची. आम्ही आजारी पडलो की, तीच दवाखान्यात न्यायची. जमिनीवर ओळीने गाद्या घालून तिच्याबरोबर आम्ही झोपायचो. तिच्या कुशीतली ऊब प्रत्येकालाच हवी असायची. तिच्या कौतुकाच्या शब्दासाठी तिने सांगितलेलं, न सांगितलेलं कुठलंही काम करायची आमची तयारी असायची.

मी मुलगी आणि माझे दोन भाऊ मुलगे— पण म्हणून कामात वा खाण्यात तिने कधीच भेदभाव केला नाही. स्त्री-पुरुष समता वगैरे शब्द तिच्या काळी नव्हते,

पण आम्ही सर्व मुलं तिला समान होतो. किंबहुना, मुलगी म्हणून मीच तिच्या अधिक जवळ होते, असं मला वाटायचं. माझं शिक्षण पूर्ण होईपर्यंत माझ्या लग्नाचा विषय काढायचा नाही, हे तिने वडिलांना छान पटवलं होतं. आर्थिक दृष्ट्या कमावत्या स्त्रीला घरात किंमत असते, हे तिच्या उदाहरणानेच मला शिकवलं होतं. जुन्या-नव्या आईच्या रूपाचा एक सुरेख संस्कृतीसंगम मला तिच्या जगण्यात दिसे. तिने कधी रूढी-परंपरांचं अवडंबर माजवलं नाही, पण देवघरात आणि आमच्या मनात दिवा लावायला ती कधी चुकली नाही.

आल्बमच्या पुढच्या पानावर मला माझी चित्रं दिसू लागतात... चित्रंच चित्रं! कधी रागाने मुलांना बोलणारी, कधी प्रेमाने जवळ घेणारी, कधी त्यांच्या यशाने हुरळून-आनंदून गेलेली, तर कधी त्यांच्या चुकांमुळे निराश झालेली, खचून गेलेली. आईपणसुद्धा चुकत-चुकत घडत जातं, तशी मी आई म्हणून कित्येकदा मुलांकडूनसुद्धा काही गोष्टी शिकत, घडत गेले. नवरा-बायको, मुलगा-मुलगी हे आमचं चौघांचं चौकोनी कुटुंब! लग्नानंतर मी आई कधी व्हायचं, हेसुद्धा आम्ही दोघांनी मिळून ठरवलं. पहिल्या महिन्यापासून त्यांच्या लशी, औषधं, खाण्या-पिण्याच्या वेळा, तंत्र याबद्दल मी आई म्हणून जागरूक होते. त्यांना कुठल्या शाळेत, कुठल्या माध्यमात घालायचं— हे फक्त वडिलांनी ठरवायचा काळ आता मागे गेला होता. त्यामुळे मुलांबाबतच्या कुठल्याही निर्णयात मी कधी आग्रहाने, कधी चर्चेने, तर प्रसंगी भांडूनही माझी मतं पटवून देत होते. मुलांसाठी शैक्षणिक खेळणी, अवांतर वाचनाची पुस्तकं, त्या काळच्या फॅशनचे तयार कपडे; नृत्य, गाणं, पोहणं, क्रिकेट यांसारख्या त्यांच्या अवांतर छंदांसाठी वेळ आणि पैसा उपलब्ध करणं, सुट्टीत त्यांना भारतातील प्रेक्षणीय स्थळं दाखवून आणणं, ही कामं आमच्या पिढीतल्या आयांनी केव्हाच आपल्या अंगावर घेतली होती. त्यासाठी झाशीच्या राणीसारखं पोर पाठीशी घेऊन आम्ही स्कूटरी चालवू लागलो होतो. त्यासाठी साड्यांबरोबर पंजाबी ड्रेसही आमचाच झाला.

नोकरी, स्वयंपाकपाणी, मुलांच्या शाळा, अभ्यास, छंद, खेळ आणि लहरी सांभाळताना आम्हाला सर्कशीतल्या ट्रॅपीझवर खेळ करणाऱ्यांसारखी कसरत करावी लागत होती; पण त्यातही आनंद होता. स्पर्धेच्या युगात मुलं मोठी होण्यासाठी हे करणं, यात आमचा आईपणा सुखावत होता. कधी नोकरीच्या ठिकाणी जास्त वेळ थांबावं लागलं की, घरी आल्यावर मुलांचे एवढेसे झालेले हिरमुसले चेहरे पाहिले की, अपराधी वाटायचं; पण आपली आई प्राध्यापक आहे, हे सांगताना त्यांच्या चेहऱ्यावरचा अभिमान पाहिला की अपराधीपणा पळून जायचा. नोकरीवर जाणाऱ्या

आमच्या पिढीतल्या कित्येक आयांना अनुभव होता की, आपली मुलं लवकर स्वावलंबी होतात. स्वत:ची अंघोळ, कपडे घालणं, जेवण वाढून घेणं, अभ्यास करणं, घर सांभाळणं अशी किती छोटी-मोठी कामं मुलं समजूतदारपणे करू लागली होती. कुशल माळी झाडं कापून-कापून त्यांना आकार देत नाही, तर ती छान वाढावीत म्हणून वेळच्या वेळी त्यांना पाणी, खतं देतो— सूर्यप्रकाश भरपूर मिळेल याची व्यवस्था करतो आणि त्यातूनही लागलीच कीड, तरच फांदी छाटतो; हे आमच्या पिढीतल्या आम्ही आया चुकत-माकत शिकत गेलो. मुलं हेच आमचं सर्वस्व नव्हतं; तर आमचं आम्हाला करिअर होतं, महत्त्वाकांक्षा होत्या. त्यामुळे आई-बाबा आणि मुलांमधलं योग्य अंतर आम्ही राखून होतो. आई जास्त जवळची होती मुलांना, पण बाबाचा अजून 'ए बाबा' झाला नव्हता.

पुढच्या अनेक पानांवर आहेत मुली, सुना, त्यांच्या मैत्रिणी, असंख्य तरुण आया. आमच्या खांद्यावर उभी असलेली ही आजची आयांची पिढी. त्यांच्या भाषेत आमच्यापेक्षा 'कूल.' तशा शिक्षणाने, करिअर करण्याच्या जीवनशैलीने आमच्या प्रचंड स्पर्धात्मक युगातलं आणि जागतिकीकरणाच्या रेट्यातलं आईपण त्यांनी छान पेललंय. एक मूल, फार तर दोन— पण त्यांनाच नीट वाढवायचं, हे मोठंच आव्हान आजच्या बदललेल्या काळात त्यांच्यापुढे आहे. आईपणाची चाहूल लागल्यापासून लाखो रुपयांची तरतूद करणं आज गरजेचं झालंय. डॉक्टरची बिलं, शाळाप्रवेशाचे अवाढव्य आकडे, वर्षाच्या फिया, कपडे, बूट, क्लासेस, जिम, समर कॅम्प्स, ट्रेकिंग— या मुलांच्या अत्यावश्यक गरजा भागवण्यासाठी आईची आर्थिक आवक आता 'मस्ट' बनलीय.

सुप्रिया चार महिन्यांची असल्यापासून आपल्या मुलीला, गार्गीला पाळणाघरात ठेवून कामावर जाते. अपूर्वा आज बॅडमिंटनसाठी नॅशनल लेव्हलला सिलेक्ट झालीय, पण त्याचं खरं श्रेय तिच्या आईला— दीपाला द्यायला हवं. गेली दहा वर्षं दीपा तिला जिमखान्याच्या कोर्टवर स्कूटरने नित्यनेमाने घेऊन जाते, आणते. पहाटे तिला व्यायामासाठी घेऊन जाते, तिचा स्टॅमिना वाढवण्यासाठी तिला नेमून दिलेलं डाएट सांभाळते. लेकीच्या यशात आईचाही मोठा वाटा आहेच की! मतिमंद मुलांना सांभाळणं, हे तर आईपुढे मोठंच आव्हान असतं. अभ्यासात स्वत: अत्यंत बुद्धिमान असणाऱ्या शिवालीने सागर मतिमंद आहे हे एकदा स्वीकारलं, पण मग ती गप्प बसली नाही. तिने झगडून त्याला नॉर्मल मुलांच्या शाळेत घातलं. तो हळूहळू का होईना, पण बारावी झाला. तिने त्याला दहा वर्षाचा असल्यापासून स्कूटरदुरुस्तीचं काम शिकवायला सुरुवात केली होती. आज बंगल्याच्या आवारातच त्याने स्वत:चं

स्कूटरदुरुस्तीचं छोटं गॅरेज उभारलंय. बेताच्या आर्थिक परिस्थितीतल्या संगीताने मुलाचं शिक्षणासाठी परदेशात जायचं स्वप्न स्वतःच्या प्रॉव्हिडंट फंडातून कर्ज काढून पूर्ण केलंय. स्वतःचे दागिने तारण ठेवून सोनालीने एकुलत्या एका मुलीला डॉक्टर करण्यासाठी फीचे पंचवीस लाख रुपये उभे केले.

जग इतकं झपाट्याने बदलत चाललंय! कोणत्याही शिक्षणासाठी प्रवेश घ्यायचा, तर प्रत्येक ठिकाणी गळेकापू स्पर्धा आहे. शाळकरी मुलांनाही मोहात पाडतील अशी कित्येक मायावी आकर्षणं बाहेरच्या जगात आहेत. व्यसनं, वाईट संगत, मुलींबद्दलचं विकृत आकर्षण, मोबाईल मॅनिया, कॉम्प्युटर गेम्स, त्यातल्या धोकादायक साइट्स, हॉटेलिंग, मोटरसायकलीवरून वाऱ्याच्या वेगाने भरधाव उडत जाण्याचं वेड, रात्री उशिरापर्यंत बाहेर भटकण्याचं– पार्ट्या करण्याचं आकर्षण, या सगळ्या भोवतालच्या चक्रव्यूहातून मुलांना सुखरूपपणे बाहेर काढून रांगेला लावणं हे सोपं काम नाही. आपल्या धावपळीच्या आयुष्यात सजगपणे आईपण निभावणं, हे आईपणालाच मोठं आव्हान आहे.

आपल्या कामांच्या गर्दीतही अगदी लहानपणापासून मुलांशी मोकळेपणाने संवाद साधणं अभिजीतला महत्त्वाचं वाटतं. आई आणि मुलगी-मुलगा यांचं नातं मैत्रीचं असायला हवं. शाळेत त्यांचे मित्र-मैत्रिणी कोण, कोणत्या विषयावर ते गप्पा मारतात, दिवसभर त्यांनी काय काय केलं याच्या दिलखुलास गप्पा रात्री व्हायला हव्यात. 'मी माझी कोणतीच मतं मुलांवर लादत नाही; पण निर्णय घेताना त्यांनी आई-वडिलांशी आधी मोकळेपणानं बोलावं, अशी शिकवण मात्र मी त्यांच्यात नक्कीच रुजवली आहे' असं पल्लवीला वाटतं. मुलांनी दुसऱ्या आयांशी आपली तुलना करू नये, आपले बरे-वाईट गुण समजून घ्यावेत, अशी अपेक्षा क्षितिजा करते. आईइतकंच लहानपणापासून बाबा अमृताचं सगळं— अगदी तिचं आजारपण काढण्यापासून— करत आलाय. म्हणून ती आईप्रमाणे बाबाशीही आपलं हितगुज शेअर करते, याचा मानसीला आनंद वाटतो.

खरंच, आल्बमची पुढची एकेक पानं मी उलटत जाते, तेव्हा मला एकेका 'सुपर मदर'चं दर्शन होऊ लागतं. त्या कुंकू लावत नाहीत, मंगळसूत्र-बांगड्या घालत नाहीत, जीन्स-टी शर्ट घालतात; म्हणून त्यांची आईपणाची प्रतिमा डागाळते, असं मला बिलकुल वाटत नाही. जोपर्यंत आपल्या अपत्याबद्दलचा ओलावा त्यांच्या मनात मायेचे पाझर निर्माण करतो, तोपर्यंत त्या कितीही आधुनिक राहिल्या तरी त्याची काळजी करण्याचं कारण नाही.

आमच्या आल्बमच्या शेवटच्या पानावर पाच वर्षांच्या नातीचा— शाल्मलीचा

फोटो आहे. 'तू मोठेपणी कोण होणार?' असं विचारलं की, तिचं उत्तर असतं, ''आई! मला आई व्हायचंय!'' आई होण्याचं स्वप्न प्रत्येक स्त्रीच्या मनात अगदी बालपणापासून असं रक्तातच रुजलं असावं. ही छोटी मुलगी भविष्यातली आई कशी असेल, असा विचार मी करायला लागले की वाटतं— गेल्या कित्येक पिढ्यांत आईची वेषभूषा बदलली, जीवनशैली बदलली, घरातल्या भूमिका बदलल्या, स्वतःची स्वतःला ओळख पटली; पण तिच्यातल्या आईचं रूप नाही बदललं. श्यामचे ओले पाय ती आता आपल्या पदराने नाही पुसणार, कृतज्ञता व्यक्त करण्यासाठी समुद्रात नाणी नाही फेकणार; पण श्यामच्या आईसारखंच निसर्गावर प्रेम करायला शिकवील, विहिरीत ढकलून पोहायला शिकवील, स्पृश्य-अस्पृश्य असा कोणताच जातिभेद मानणार नाही, आपण सगळी माणसं आहोत असं मानवतावादी शिक्षण देईल.

कोणतीच अपेक्षा न ठेवणारं निरपेक्ष प्रेम, पोटातली माया, स्पर्शातली ऊब आणि सान्निध्यातली सुरक्षितता म्हणजे आई. आई म्हणजे घर, घर म्हणजे आई– हे समीकरण इतकं घट्ट आहे की, आईविना घराची कल्पनाच करता येत नाही. पिढ्या बदलतील, काळ पुढे जाईल, माणसं नव्याने येतील, जुनी जातील; पण आई सदैव तीच असेल. शब्दकोशात तिची व्याख्या सापडायची नाही; ती सापडेल फक्त तिच्या सहवासात, सावलीसारखी ती आपल्या हृदयात सदैव तेवत असण्यात!

०-०-०

१८. करिअर आणि ग्रीन पेरेंटिंग

वीस वर्षांपूर्वी सुमती आणि श्रीरंग यांनी मूल होऊ न देण्याचा निर्णय घेतला होता. दोघंही न्यूयॉर्कला एका मोठ्या इस्पितळात नोकरीला होती. दिवसाचे चोवीस तास दोघेही आपल्या कामाला बांधील होते. दोघांचीही करिअर भरात होती आणि वरच्या जागा मिळविण्याची दोघांचीही महत्त्वाकांक्षा होती. अशा परिस्थितीत मूल होऊ देणं, ते वाढवणं दोघांनाही नामंजूर होतं आणि त्यांनी आयुष्यभर तो नियम पाळलाही.

शेखर आणि सोनाली दोघंही सॉफ्टवेअर इंजिनिअर. लग्नानंतर वर्षभरातच सोनालीला दिवस राहिले. कॉर्पोरेट ऑफिसच्या वेळा पाळणं अशक्य झालं. सोनालीनं नोकरी सोडली. त्यावेळी तिला महिना सत्तर हजार पगार होता. मूल मोठं झाल्यावर नोकरी करू असं तिनं स्वत:ला बजावलं. आता मूल सांभाळणं हीच तिची पूर्ण वेळ जबाबदारी आहे. तिची नोकरी हा प्रश्नच मागे पडला आहे.

प्रीतीचं लग्न ठरलं आहे. तिच्या ऑफिसच्या वेळा दुपारी तीन ते रात्री अकरा अशा आहेत. हा प्रेमविवाह आहे. तरीपण नवऱ्यासकट तिच्या घरच्यांना या वेळात घरातली स्त्री बाहेर जाणं मान्य नाही. तिनं नोकरी सोडावी असंही त्यांना वाटत नाही. महिना पन्नास हजारावर पाणी सोडायची त्यांची तयारी नाही आणि तिच्या आवडीचं इतकं चांगलं काम सोडून दुसरी नोकरी बघायची तिला इच्छा नाही. विशेषत: मूल झाल्यावर काय करणार हा प्रश्न नवऱ्याला भेडसावणारा आहे.

अडीच महिन्याचा मुलगा थंडीवाऱ्यातच नव्हे तर भर हिमवर्षावातही पहाटे साडेसहाला गाडीच्या मागच्या कारसीटला बांधून, त्याला दहा मैलावरच्या डे केअर सेंटरला सोडून, न्यूजर्सीमधील सीमा पुढच्या अर्ध्या तासाच्या ड्रायव्हिंगनंतर मेट्रो स्टेशनवर येते. तिथे एक तास प्रवास करून पुढे पंधरा मिनिटे चालत नऊ पूर्वी ऑफिस गाठते. पुन्हा संध्याकाळी हीच कसरत करत रात्री सातच्या पुढे घरी पोचते. या कसरतीला दिवसा सुरुवात करण्यापूर्वी ती आपले दूध यंत्रावर काढते. ते योग्य त्या तापमानाच्या भांड्यात बंद करून डे केअरमध्ये देते आणि दुपारी जेवण झाल्यावर भरून आलेले ऊर ऑफीसमध्ये असलेल्या एका स्वतंत्र खोलीत पुन्हा रिते करून भरून

ठेवते. तिचे बाई आणि आई नामक एक मशीन झाले आहे. मुलाची डे केअरची सवय मोडू नये म्हणून कधी भारतातून तीन चार महिन्यासाठी जाणाऱ्या आई वा सासूकडे मूल ठेवण्याची तिची तयारी नाही. शिवाय आयत्यावेळी चांगले डे केअर मिळण्याचाही प्रश्न असतो.

भार्गवीने दिवस गेल्याचे कळल्याबरोबरच आपल्या भावी अपत्यासाठी डे केअरमध्ये प्रवेशासाठी अर्ज केला आहे.

पहिले मूल चार वर्षांचे झाल्यावर दुसऱ्या मुलाची इच्छा असूनही सोनाक्षी त्याचा विचार करू शकत नाही. कारण एकतर तिचा नवरा तिच्यापासून विमानाने तीन तासाच्या अंतरावर राहतो आणि फक्त शनिवार-रविवार घरी येतो, त्यामुळे दोन मुलांची जबाबदारी नोकरी करून, परदेशात एकटीने घेणे दोघांनाही पसंत नाही.

हिंजवडीमध्ये एका परदेशी बँकेत नोकरी करणाऱ्या अस्मिताला दर दोन महिन्यांनी पंधरा, वीस दिवसासाठी परदेशात जावे लागते. पगार पौंडाच्या हिशेबात मिळतो. एकूणच अशी करिअर मान्य करणारा नवरा मिळेल का आणि पुढे मूल झाल्यावर त्याचे काय, हा प्रश्न- करिअर का संसार- असा तिला भेडसावतो आहे.

मूल झाल्यावर नोकरी सोडून रितानं बाळाचं संगोपन करायचं ठरवलं, पण मूल होण्यापूर्वी इंजिनिअर झाल्यापासून सात-आठ वर्षे नोकरी करणाऱ्या रिताला एक प्रचंड पोकळी आणि मानसिक अस्थैर्य जाणवू लागले, मूल शाळेत गेल्यावर पुन्हा नोकरी मागायला गेली असता तिला उत्तर मिळाले, 'वन्स यू क्रॉस द ब्रिज, द ब्रिज बर्न्स!' परतीच्या वाटेचे सारे दोर कापलेले आणि तंत्रज्ञानही दर क्षणी इतकं पुढं जाणारं की, चार वर्षात त्या प्रवाहात तुम्ही कुठच्या कुठे मागे गडप होऊन जाता.

एकीकडे करिअर आणि दुसरीकडे संसार-नवरा-मूल हा प्रश्न काही आजचा नाही. स्त्री घराबाहेर पडून नोकरी करायला लागली त्याला आज किमान साठ वर्षे लोटून गेली. त्या काळात स्त्रिया सर्रासपणे नोकरी करणाऱ्या नव्हत्या. सुरुवातीला तर शाळेत वा महाविद्यालयात शिक्षिका, प्राध्यापिका अगर सरकारी कचेरीमधून ठराविक तास काम करणाऱ्या होत्या. शाळांच्या सुट्ट्या हा स्त्रियांच्या दृष्टीने एक फायद्याचा मुद्दा होता. घरातली सासू वा माहेरी आई मुलांना सांभाळत असे. घरात एखादी सांभाळणारी बाई ठेवूनही हा प्रश्न थोडाफार सुटत असे. या नंतरच्या काळात पाळणाघरे निघाली आणि काही स्त्रियांनी मुले सांभाळण्याचा व्यवसाय करून इतरांच्या सोयी सांभाळल्या. नोकरी करणाऱ्या स्त्रिया आपल्या मुलांचे प्रश्न आपापल्या परीने सोडवीत होत्या. दोन, अडीच वर्षापासून प्लेग्रुपची संकल्पना या गरजेतूनच विकसित होत गेली.

आज अनेक उच्चशिक्षित स्त्रियांच्या नोकरीचे स्वरूपच बदलले आहे. कॉर्पोरेट ऑफिसमध्ये नोकरी करणाऱ्या हजारो स्त्रियांना कामाच्या वेळेची बंधने नाहीत. भरपूर पगार लोकांना दिसतो, पण त्यामागे सतत, चोवीस तास, रात्री- अपरात्रीही कामाशी असलेली बांधिलकी दिसत नाही. स्त्री म्हणून कोणतेही जादा फायदे मागू नका, सवलती मागू नका, स्पर्धात्मक जगात स्त्री म्हणून मागे राहू नका, सत्तेच्या-अधिकाराच्या जागा नाकारू नका, त्या मिळविण्यासाठी सतत धडपड करा. तांत्रिक प्रगतीच्या या युगात आपण सतत मध्यप्रवाहात असलं पाहिजे. प्रॉजेक्टस्, सेमिनार्स, वर्कशॉप्स, प्रमोशन या निमित्ताने जगाच्या कुठल्याही कानाकोपऱ्यात केव्हाही संधी वा निमंत्रण आले तर जाण्याची तयारी ठेवा, तुम्ही प्राध्यापक असा, बँकेत ऑफिसर असा, व्यवस्थापक असा, तुमचे कार्यक्षेत्र कुठलेही असो, आज जी स्त्री महत्त्वाकांक्षेने स्वत:च्या कार्यक्षेत्रात स्वत:ला झोकून देते, तिच्यासाठी ती फक्त एक महत्त्वाची व्यक्ती असते. पुरुष जितक्या समर्थपणे आयुष्यात यशाच्या एकेक पायऱ्या चढत जातो, तितक्याच समर्थपणे स्त्रीदेखील या पायऱ्या पार वरच्या शिखरापर्यंत चढू शकते, त्यासाठी लागणारी बुद्धी, कार्यमग्नता, निष्ठा, वेळ, एकाग्रता यात स्त्री म्हणून ती कुठेही मागे नाही. खरे म्हणजे महात्मा फुले, प्राचार्य आगरकरांनी शंभर वर्षांपूर्वी पाहिलेल्या स्वप्नांचे हे आज दिसणारे फलित आहे. स्त्री शिक्षणाच्या आणि स्वातंत्र्याच्या ज्या कल्पना आमच्या मनामध्ये कधीकाळी अंकुरित होत गेल्या, त्यांना निदान काही फळे लागण्याचा काळ आला आहे. केवळ भारतातच नव्हे, आज जगभरातच स्त्री एक व्यक्ती म्हणून आपली करिअर घडविण्यासाठी प्रचंड परिश्रम करताना दिसते आहे.

पण केवळ करिअरिस्ट म्हणून स्त्री जगू शकत नाही. विवाह हा पुरुषाच्या व्यावसायिक महत्त्वाकांक्षेच्या आड येत नाही, उलट विवाहानंतर त्याला मानसिक, शारीरिक स्वास्थ्य लाभते. स्वातंत्र्य, समता, समानसंधी इत्यादी अनेक गोष्टींचा जाणीवपूर्वक पाठपुरावा केला तर लग्नानंतर येणाऱ्या जबाबदाऱ्या, बंधने आणि शिवाय मुलाचा जन्म, त्याचे संगोपन आणि त्यासाठी वेळ देणं ही गोष्ट आज स्त्रीसाठी सोपी राहिलेली नाही. वरच्या उदाहरणात सुमती आणि श्रीरंग यांनी वीस वर्षांपूर्वी आपण मुलासाठी वेळ देऊ शकणार नाही आणि त्याचे हाल होतील, आपल्या करिअरवर परिणाम होईल म्हणून मूल न होऊन देण्याचा त्यावेळी घेतलेला निर्णय थक्क करणारा वाटला होता. मुलाला जन्म देण्यासाठी आणि त्यानंतर त्याची स्वत:च्या हातानं देखभाल व्हावी म्हणून सॉफ्टवेअर इंजिनिअरची नोकरी सोडताना सोनालीला काहीच वाईट वाटलं नसेल? 'आईपण'हाच पर्याय तिनं निवडला की

तिला निवडावा लागला? मूल हेच तिचं आता एकमेव जग झालं आहे, मग त्यासाठी एवढ्या शिक्षणाची खरंच गरज होती का? रात्री अकरापर्यंत बायकोनं नोकरीच्या ठिकाणी असणं प्रीतीच्या भावी नवऱ्याला पसंत नाही, म्हणून तिचं लग्नच लांबणीवर पडतं आहे, आणि मूल झाल्यावर इतक्या उशिरापर्यंत त्याची जबाबदारी घ्यायला कोणाची तयारी असणार आहे? सीमा अमेरिकेत आहे, पण तिच्याबरोबर तिच्या बाळाची फरफट होत नाही का? तो फक्त अडीच महिन्याचा आहे आणि तेव्हापासून डे केअरमध्ये दिवसाचे आठ तास राहातो आहे. थंडीवाऱ्यात, हिमवर्षावात आईबरोबर प्रवास करतो आहे. त्याची मानसिकता, आईची ओढ, प्रेमाची भूक आणि आईचं स्तन्य बाटलीतून पिणं याबद्दल त्या जिवाला काय वाटतं? आणि आईला तरी ही सगळी कसरत करण्यात, विशेषत: ऑफीसमध्ये बाटलीत स्वत:चे दूध काढून ठेवण्यात, काय समाधान मिळत असेल? की आम्ही आम्हालाच स्वातंत्र्य नावाच्या सोनेरी पिंजऱ्यात कोंडून घेतलंय? भार्गवीला तर मूल होण्याआधीच डे केअरला नाव घालण्याची घाई, कारण चांगलं डे-केअर नाही मिळालं तर तिच्या नोकरीवरच गदा यायची. सोनाक्षीला एका मुलाला सोबत म्हणून दुसरं मूल हवंय, पण एका मुलाला एकटीनं वाढवणं आणि तेही नोकरी सांभाळून, अशा वेळी दुसऱ्या मुलाची जबाबदारी घेणं, म्हणजे आपलंच काम दुप्पट करणं आणि दोघांवरही अन्याय करणं! सभोवतालचं हे वास्तव पाहणाऱ्या आणि दर दोन महिन्यांनी पंधरावीस दिवस परदेशी राहावं लागणाऱ्या अस्मिताला लग्नच करावंसं वाटत नाही यात तिची काय चूक आहे? मूल थोडं मोठं झाल्यावर चार पाच वर्षांच्या गॅपनंतर पुन्हा नोकरीकडे वळू इच्छिणाऱ्या रिताला आपण प्रवाहातून खूप मागे राहिलोय असं जाणवणं म्हणजे स्वत:च स्वत:ची अधोगती करणं असं वाटलं तर ते चूक आहे का?

ही सर्व उदाहरणे एकटी दुकटीची नाहीत, आज थोड्याफार फरकानं नवविवाहित स्त्रियांपुढे हा मोठा प्रश्न आहे. त्यात मानसिक कुतरओढ आहे, तडजोड आहे, वेळेची धडपड आहे, मुलांच्या आरोग्याची आणि सुरक्षिततेची एक नकळत कुरतडणारी चिंता आहे.

आजच्या स्त्रीचं बायबल अशी प्रचंड जाहिरात झालेलं आणि जगभर ज्याचा भरपूर खप आहे अशा विल्यम्स आणि मार्था सिअर्स यांच्या 'द बेबी बुक'ने तर बिचाऱ्या स्त्रियांच्या मनात अपराधीपणाची भावना निर्माण केली नसेल तरच नवल. 'ग्रीन पेरंटिंग' ही कळीची भाषा त्यांनीच लोकप्रिय केली. 'अॅटॅचमेंट पेरंटिंग'चा डंका पिटला. तुमच्या बाळाला तुमच्या शरीराची ऊब द्या, त्याला जवळ घ्या, कुरवाळा, अंगावर पाजा, झोपताना जवळ घ्या, त्याच्याशी बोला, त्याला अंघोळ घाला,

खेळवा, घरात राहू द्या. मुलाचं अन्न तयार डब्यातून विकत आणू नका, मुलांसाठी तुम्ही भाज्या, फळं, धान्य, कडधान्य यांचं सूप, पातळ अन्न स्वत: तयार करा, त्याला गरम गरम ताजं अन्न भरवा, तयार डायपर्स वापरू नका, कापडी लंगोट शिवा, ते जास्त आरामदायक असतात. आपण मुलांना ही माया द्यायला कमी पडलो, तर आपण पालक होण्याच्या लायकीचे नाही, शिवाय उद्या मूल शारीरिक वा मानसिकरीत्या अतिरेकी वा अस्थिर झाले तर त्याची जबाबदारी आईवडिलांची आहे.

खरे तर, या उपदेशात नवीन काहीच नाही. भारतीय बायका-आणि अमेरिकनही- अगदी आता आताच्या पिढीपर्यंत- हे सगळे करत आल्या आहेत. अमेरिकेत आत्ताच्या आणि या पुढच्या पिढीत भारतात या गोष्टी सांभाळणे कितपत व्यवहार्य आहे? ग्रीन पेरंटिंग किती वर्ष? एकटी आई (सिंगल मदर) हे सगळं करताना पैसे कुठून आणणार? आणि यासाठी भरपगारी रजा कोण देणार? ही अमेरिकन आयांची चिंता आहे. जिथे सत्तर, पंचाहत्तर टक्के बायका नोकरी करतात, त्यांना या 'ग्रीन पेरंटिंग' कल्पनेची भयंकर भीती वाटते आणि आपण मुलांच्या बाबतीत काहीतरी अन्याय करत आहोत अशी अपराधी भावनाही बोचत राहते.

फ्रेंच भाषेत प्रसिद्ध झालेल्या आणि बेस्ट सेलर म्हणून गाजलेल्या एलिझाबेथ बॅडिन्स्टरच्या Le conflict : La fame and La Mere (The conflict : woman and mother) या पुस्तकानं 'ग्रीन पेरंटिंग' या अवास्तव कल्पनेवर हल्ला चढवण्याचं धाडस केलं. या संकल्पनेनं पुरुषांनी केला नसेल इतका आई या भूमिकेचा बळी घेतला आहे, असं लिनं छातीठोकपणे प्रतिपादन केलंय. 'हे सर्व आपणच करायला हवं?' असं स्त्रियांना वाटायला लावणं म्हणजे त्यांना भावनिक तुरुंगात अडकवणं आहे, स्त्री स्वातंत्र्याच्या चळवळीला बसलेला हा प्रचंड हादरा आहे. स्त्रीनं स्तन्यपान केलं पाहिजे असं पुस्तकं सांगतात, सरकारी प्रचार होतो. लेखिका म्हणते की, मला स्तन्यपान करायला आवडत होते. माझ्या लेकीला ते करायला आवडत नाही. तेव्हा स्तन्यपान करायचे की नाही हे ठरवणं हा आईचा अधिकार आहे. ते न करू इच्छिणाऱ्या वा न करू शकणाऱ्या आयांनी स्वत:ची आई म्हणून किंमत कमी करून घेण्याचे काहीही कारण नाही व तशी करण्याचा समाजालाही हक्क नाही. गर्भारपणाच्या काळात आणि नव्यानं आई झाल्यावर स्त्रियांवर दुसऱ्यांनी सांगितलेल्या गोष्टींचा पटकन प्रभाव पडतो. आपल्याला अशी कल्पना करायला आवडतं की आईपण ही एक न बदलता येण्याजोगी आणि नैसर्गिक कायद्याप्रमाणे असलेली गोष्ट आहे, पण त्याच्यासोबत येणाऱ्या अनेक वाईट गोष्टी आपण

विसरतो. गर्भाशय भाड्यानं देणं, दुसऱ्याच्या मुलासाठी स्तन्यपान विकणं किंवा गर्भपात वा मुलांना जन्मत: टाकणं, मारणं या आईपणातल्या वाईट गोष्टी आहेत. आईपणाभोवती एक प्रतिष्ठेचं वलय आहे. त्यामुळे काही उच्चभ्रू समाजात मुलं असणं ही मिरवण्याची गोष्ट असते. अनेक इंग्लिश, अमेरिकन नट्या आपली खुली मन:प्रवृत्ती दाखवण्यासाठी आपल्या मुलांबरोबर इतर पोरंही दत्तक घेताना दिसतात. अँजेलीना जोली अथवा मॅडोनाने अशी अफ्रिकन-एशियन मुलं दत्तक घेऊन त्यांच्याबरोबरचे आपले फोटोही प्रसिद्ध केले आहेत. आपल्याकडे सुश्मिता सेनच्या दत्तक मुलीबरोबर तिचेही फोटो प्रसिद्ध झाले आहेत. मात्र व्यवस्थितपणे नियोजन करून काढलेल्या या फोटोंमधून या पोरांना सांभाळणाऱ्या नॅनीज किंवा आयांचे फोटो कधी छापून येत नाहीत. नाहीतर स्वत:चे छपन्न नखरे सांभाळणाऱ्या या बायकांनी कधीतरी 'ग्रीन पेरंटिंग' केले असेल का?

मुलाला आई हवी, तिनं त्याचं सगळं करायला हवं, हे आदर्श म्हणून सगळं मान्य, पण आजच्या कॉर्पोरेट संस्कृतीत हे कितपत शक्य आहे? अशा कल्पनांनी आपण त्या स्त्रीला दुहेरी त्रास देत असतो. एकतर आई म्हणून आपल्या सर्व जबाबदाऱ्या पार पाडा आणि दुसऱ्या बाजूला व्यक्ती म्हणून नोकरी आणि करिअरही करा. ही सर्कस करताना आपल्या मुलाबद्दलच्या प्रचंड भावनिक ओढीनं ती वाटेल तेवढे श्रम करायला तयार असते, आणि आई म्हणून आपण कुठे कमी पडू नये यासाठी दिवसाच्या चोवीस तासाहून अधिक वेळ स्वत:ला सज्ज ठेवत असते. नोकरीवर जाताना फ्रिजमध्ये स्वत:चे दूध काढून ठेवायचे किंवा नोकरीच्या वेळात मध्ये मध्ये ते साठवून टिकवून ठेवायचे हा त्यातीलच एक प्रकार; आपल्याकडेही तो आता सुरू झाला आहे आणि काही वर्षांनी सर्रास होणार आहे.

शंभर वर्षापूर्वी अमेरिकेत जेव्हा स्त्री स्वातंत्र्याच्या चळवळीची पहिली अवस्था जोमात होती, त्यावेळी सार्वजनिक स्वयंपाकगृह आणि पाळणाघरांची स्वप्नं स्त्रियांनी पाहिली होती, आता इतक्या वर्षांनी या गोष्टीचा विचार करता स्त्रीवाद्यांना वाटतं की फक्त फास्ट फूडची चलती झाली आणि आमची मुलं जाडजूड (ओबीज) बनली. दुसऱ्या देशातून आलेल्या गरीब बायका आमच्या मुलांना सांभाळायला म्हणून आम्ही ठेवल्या आणि त्यावेळी त्यांची पोरं मात्र त्यांच्या मायदेशात आजी-आजोबांकडे वाढत आहेत किंवा रस्त्यावर उघडी- नागडी खेळत आहेत.

या प्रश्नांना अंतिम उत्तरे नाहीत आणि हे प्रश्न ज्याचे त्याने सोडवायचे हे खरे असले तरी 'मूल' जन्माला येणं हा अंतिमत: समाजाच्या सातत्याचा अविभाज्य घटक असतो, म्हणून मुलाला वाढविण्याची जबाबदारी एकट्या आईची वा वडिलांची

नसते. ती एका कुटुंबाची आणि पर्यायाने समाजाची असते. स्त्री मध्यप्रवाहात येणार आणि व्यक्ती म्हणून तिच्या बुद्धीस्वातंत्र्याचा वापर करणार हे एकदा मान्य केलं की तिचे प्रश्न हे केवळ तिचे खाजगी राहून चालणार नाहीत.

जिथे स्त्रिया नोकरीला आहेत, तिथे पाळणाघरे असली पाहिजेत असा (माझ्या समजुतीप्रमाणे) फतवा निघाला होता. स्त्रियांच्या कार्यक्षेत्राच्या आवारात अशी उत्तम व्यवस्था हवी. कामामध्ये तिला सवलत देऊन तिला मुलाला भेटण्याची व स्तन्यपान देण्याची सोय हवी. किमानपक्षी अशी एखादी खाजगी खोली हवी जिथे ती दूध काढू शकते, चांगल्या स्थितीत शीतकपाटात ठेवू शकते. किती कॉर्पोरेट ऑफिसेसमधून अशी उत्तम 'डे केअर सेंटर्स' आहेत? किती महाविद्यालयातून अथवा विद्यापीठांमधून पाळणाघरे आहेत? किती सरकारी कचेऱ्यात, कारखान्यात, रुग्णालयात, आईबरोबर मुलाला कामावर आणून त्याची उत्तम व्यवस्था राखण्याची सोय आहे? हे का होत नाही? बायका ही मागणी का उचलून धरत नाहीत? मुंबईसारख्या महानगरात दहा, बारा तास घराबाहेर पडणारी स्त्री आपला अर्धा जीव पोरात ठेवून येते. आजी-आजोबांच्या सान्निध्यात राहणाऱ्या मुलांचे मनस्वास्थ्य अधिक चांगले असते असे एक संशोधन झाले आहे. पण आजकाल विवाहोत्तर स्वतंत्र राहणाऱ्या जोडप्यांना आजी-आजोबा जवळ नको असतात, त्यांच्याकडे मुले ठेवण्याची बऱ्याच बायकांची इच्छा नसते, अनेकदा आजी-आजोबांना ही उस्तवार सोसत नाही. -वा नको असते. यामध्ये अनेक मानपान गुंतलेले असतात. घर कामवाल्या बाईवर सोपवणेही अनेकदा व्यवहार्य नसते. शेवटी घरगुती छोटी छोटी पाळणाघरे मुलांचे आश्रयस्थान बनतात.

आज गरज आहे ती उत्तम व्यावसायिक पाळणाघरे वा डे केअर सेंटर्सची, जिथे प्रशिक्षित, मायाळू स्त्रिया सहा-आठ आठवड्यांच्या मुलांपासून शाळेत जाणाऱ्या मुलांना सांभाळतील, आईची माया देतील. खाऊ, खेळ, बगीचा, झोप, हस्तकला, पुस्तकं, प्रशिक्षित अशा स्त्रीचा सहवास, आरोग्याच्या सोयी हे सर्व उत्तमरीत्या पुरवणारी खाजगी संस्था स्त्रियांच्या मनावरचे ताण पुष्कळसे हलके करू शकेल. परदेशात अनेक ठिकाणी अशी उत्तम सेंटर्स आहेत, ज्यांच्या जिवावर आई बाहेर राहू शकते. शेवटी ही एक तडजोडच आहे. पण त्या तडजोडीला एक शिस्त, व्यावसायिक नीतिमत्ता आणि प्रेमाची जोड मिळाली तर आत्मनिर्भरतेकडे जाणाऱ्या स्त्रीच्या मनावरचे अपराधीपणाचे ओझे थोडेफार हलके होऊ शकेल.

०-०-०

१९. आजी

आजी या शब्दाबद्दल मला विलक्षण कुतूहल आहे. खरं तर माझ्या आजीचं आणि माझं लहानपणी अजिबात पटायचं नाही, जगातल्या समस्त आज्यांबद्दल मला मोठा कळवळा आहे असंही नाही, पण माझ्या आसपासच्या जगातल्या, संबंधात आलेल्या वा न आलेल्या, देशातल्या वा परदेशातल्या, साहित्यातल्या वा चित्रकलेतल्या इतक्या आज्या माझ्या स्मृतिपटलावर कोरल्या गेलेल्या आहेत, की आजी या कल्पनेचं एक बहुआयामी शिल्पच माझ्या मनामध्ये तयार झालेलं आहे.

त्यातली पहिली आहे माझी आजी, जी काळाच्या पडद्याआड होऊनसुद्धा चाळीस वर्षं लोटली, पण तिचं वागणं, बोलणं, नेसणं, हसणं सगळं माझ्या मनात आजही ताजं आहे. आजोळच्या घरी तिचा फोटो आहे, पण फोटोतली आजी आजोबांशेजारी फक्त एक त्या काळातल्या बायकांचं प्रतिनिधित्व करणारी प्रतिमा आहे. आजी खूप गोरीपान होती, आम्हा सगळ्यांहून कितीतरी. एकदा भर दुपारी उन्हातून ती आमच्याकडे आली, तेव्हा तर ती मावळत्या सूर्यासारखी इतकी लालबुंद झाली होती की, मला तर वाटलं की ती एखाद्या गोऱ्या युरोपिअन बाईचीच मुलगी असेल. तिच्या गोऱ्यापान कपाळावर लालबुंद मोठी थोरली चिरी असायची आणि अंघोळ करतानासुद्धा ती धुवायची नाही. मोरीतून उभं लावून घेऊन (हा तिचाच शब्द) ती फणीघराच्या पेटीपुढे बसायची. फणीघराची पेटी, त्यातलं मेण, कोरडं पिंजर (कुंकू), बारीक दात्यांची फणी, तिरपा कलणारा आरसा या गोष्टी आता एखाद्या पुराण वस्तूसंग्रहलयातच बहुधा पाहायला मिळतील. बायकांनी टॉवेल, पंचा वापरायची त्यावेळी बहुधा पद्धत नसावी. ओल्या अंगावर लुगडं लपेटून (उभं लावून) यायचं आणि त्याच्याच पदराच्या टोकानं पहिलं कुंकू पुसून - नव्हे वाढवून - त्या जागी दुसरी चिरी रेखायची. चिरी म्हणजे चंद्राची सुंदर रेखीव कोर! मेणानं ती आधी काढून घ्यायची आणि मग त्यावर पिंजर टाकून ती रेखायची. आजीचा हा सकाळचा कार्यक्रम बराच वेळ चाले. तिची उंची असेल जेमतेम पाच फूट आणि तिच्या केसांची नक्की चार फूट असेल. आडव्या बारीक फणीनं एवढे केस विंचरता विंचरता ती नुसती घामाघूम व्हायची. अथपासून इतिपर्यंत पांढऱ्या शुभ्र झालेल्या एवढ्या केसांचा अंबाडा घालेपर्यंत ती दमून जायची. दातांच्या कवळीचं

आणि तिचं कधी जमलं नाही, त्यामुळे काहीतरी खात असल्यासारखा तिचा खालचा जबडा सारखा हलत राही. तिला चिवडा आवडायचा. पण खाता यायचा नाही. तिचा एक पितळी खलबत्ता होता, त्यात घालून आपल्याला आवडेल तो जिन्नस ती कुटून खाई. अगदी विडासुद्धा. चणीनं ती एवढीशी, नाजूक आणि त्यात नऊवारी पातळाचा बोंगा, कुठून कुठून ती कुठले कुठले भाग आत खोचत जाई, मला कधी कळायचं नाही, पण एवढ लांबरुंद लुगडं असूनसुद्धा पोटऱ्यापासूनचे तिचे गोरेपान पाय त्यातून उघडेच असायचे.

आजी स्वयंपाक छान करायची. तिच्या हातालाच चव होती, पण प्रचंड हळुबाई. माझ्या धाकट्या भावाच्या जन्माच्यावेळी आईच्या बाळंतपणासाठी ती आमच्याकडे आली होती. आई दवाखान्यात, तेव्हा माझा ताबा आजीकडे. ती तिच्या बारीक फणीनं इतके मुळापासून माझे केस विंचरायची की मला वाटायचं ही ओरबाडून माझ्या कातडीचं रक्त काढणार. माझ्या लांबरुंद केसांच्या दोन बाजूला दोन पाचपेडी वेण्या ती करकचून घालायची, तेव्हा वेणी घालणं हा माझ्या रडण्या-ओरडण्याचा कार्यक्रम होत असे. आमच्या घरातल्या ओट्याशी उभं राहून गॅसवर स्वयंपाक करणं तिला फार अवघड जाई. एकतर उंची पुरायची नाही, आमची घाई असायची शाळेची, मग तिला काही सुधरायचं नाही, इकडचं भांडं उगाच तिकडे ठेव, तिकडंच इकडे सरकावून ठेव असं काहीतरी अर्थहीन करत राहायची. मग माझी रोज चिडचीड व्हायची. तिला खूप बोलायला लागायचं, कोण कुठल्या दूरच्या माणसांच्या काय काय गोष्टी अगदी रंगवून रंगवून सांगत असायची. तिची काही काही भाषा पण आम्हाला समजायची नाही. 'गुदस्ता काय झालं...'' ''महाले करायला हवा बरं का?'' वगैरे काही काही शब्द ती वापरायला लागली की, त्या शब्दांचीच आम्हाला गंमत वाटायची आणि आम्ही हसायला लागलो की तिला वाटायचं आम्ही तिलाच हसतोय.

तिला तब्येतीनं होत नसूनसुद्धा आईचं बाळंतपण करायला ती मुद्दाम आमच्याकडे येऊन राहिली होती, त्याची जाणीव त्या पोरवयात आम्हाला नव्हती. पुढं आईकडून कधी बोलण्यातून कळे, की तिचं सगळं आयुष्यच आजोबांच्या डोळ्याच्या धाकाखाली होतं. वयाच्या सातव्या, आठव्या वर्षी लग्न झालं. तीस वर्षाचा बिजवर नवरा, पण आजीच्या आईची मुलं आजीच्या पाठीवर जगत नव्हती, म्हणून कोणीसं तिचं लौकर लग्न करून द्यायला सांगितलं होतं, पूर्वीच्या काळी काय, वयाचं अंतर- बिजवरपणा हा विचारच नसावा. आजोबा सहा, सव्वासहा फूट उंच, अंगानं धट्टेकट्टे, पैलवानकी केलेले आणि ही फुलासारखी एवढीशी मुलगी. पाठोपाठची

सतत बाळंतपणं, घरी करणारं दुसरं कोणी नाही. तिच्या तब्येतीवर परिणाम झाला आणि आजोबांच्या धाकामुळे मानसिकरीत्याही ती दुबळी झाली. घरात तिच्या शब्दाला सुना आल्यावरही कधी मान मिळाला नाही, कुटुंबात एखादी व्यक्ती काहीवेळा विनाकारण उपेक्षित राहाते, सगळ्यांनीच तिला शिडशिड करावं अशी, आजी तसं आयुष्य जगली, फक्त तिची मुलगी, म्हणजे माझी आई, हे तिचं मानसिक विसाव्याचं एकमेव स्थान होतं आणि आईच्या कर्तृत्वाचा तिला विलक्षण अभिमान होता. त्या काळातसुद्धा तिचं वाचन चांगलं होतं. रोजचा पेपर वाचायची. त्यातल्या राजकीय घडामोडींवर भाष्य करायची. नेहरू गेलेले वाचले तेव्हा स्वत:चा कोणी नातेवाईक जावा अशा हळहळीनं बोलली, तिच्या लकबीनं डाव्या हाताच्या पदरानं डोळे टिपले. दिवस मावळला. हळूहळू संध्याकाळ होत जावी, तशी त्यानंतर ती पाचसहा दिवसातच गेली. आजोबा वयानं मोठे होते तरी भरल्या कुंकवानं आपण आधी जावं अशी तिची फार इच्छा होती आणि ती पूर्ण झाली. तिच्यानंतर दोनच महिन्यांनी आजोबा गेले. वृक्षाच्या आधारानं चढलेला वेल तुटल्यावर वृक्षच कोसळला.

आजी गेली आणि आमचं आजोळ संपलं. दर सुट्टीतली खेडेगावात जाऊन लांबरुंद मोठ्या वाड्यात राहायची मजा संपली. धुरानं भरलेले डोळे पुसत चुलीवरची तिच्या हातची गरमागरम भाकरी आणि अंबाडीची भाजी खायचे दिवस संपले. तिची सोन्याची एकदाणी, केसातली सोन्याची वेणी आणि सोन्याची फुलं मी तिच्या घरी हक्कानं घालायची, तो माझा हक्कही संपला. ती वेणी मोठ्या मामीनं परवा लग्नात नातसुनेला देताना पाहिली आणि माझ्या डोळ्यांना धार लागली. आजी बसायची तो माजघरातला झोका रिकामपणी किती वेळ मनात झुलत राहिला.

खऱ्याखुऱ्या हाडामासाच्या आजीपासून आजी नावाचं एक मिथक मनात उमलत गेलं. आजीचा बटवा, त्यातली नाना प्रकारची औषधं, मुळ्या, खोडाचे तुकडे, त्याला असलेला एक जुनाट औषधी वास, औषधांपेक्षाही ज्या मायेनं आणि आत्मविश्वासानं ती औषध दिली जायची, त्यामुळे निम्मं दुखणं आधीच बरं व्हायचं या गोष्टीतून आलेल्या कल्पना; सानेगुरूजींच्या शामची आईमधली तिखट पण तितकीच प्रेमळ दुर्वांची आजी, आचार्य अत्र्यांच्या कवितेतली 'आजीच्या जवळी घड्याळ कसले आहे चमत्कारिक' असली वेळकाळाच्या खुणा घड्याळाविना घड्याळाप्रमाणे बरोबर सांगणारी आजी आणि दे धमाल करून लांडग्या-कोल्ह्यांच्या वाघसिंहाच्या हातावर तुरी देऊन पळणारी 'चल रे भोपळ्या टुणूक टुणूक' करत 'म्हातारी बितारी कोणी नाही' असे ठणकवणारी आजी. या आजीची तर मला फार आठवण यायची. 'लेकीकडे जाईन तूप रोटी खाईन' हे तिचे उद्गारही किती अर्थपूर्ण

आहेत. सुनांच्या राज्यात सासूला कुठली तूपरोटी मिळणार? तूप रोटी खाऊन धष्टपुष्ट व्हायचं आणि मग मरणाला सामोरं जायला यायचं पुन्हा माघारी. कावेबाजपणा, दुष्टपणा, क्रौर्य, यांचं प्रतीक म्हणजे म्हातारीला भेटलेली रानटी जनावरं. रोजच्या जीवनातल्या लढाईला तोंड देण्यासाठी म्हाताऱ्या आईला आधार म्हणजे लेकीचं घर. लोककथांच्या लोकधारेतून आलेलं हे सत्य आजीबाईंच्या कथेतून किती निर्व्याजपणे उलगडलं जातं.

नातवंडं म्हणजे आजीच्या मावळत्या जीवनातलं सकाळचं कोवळं ऊन! माध्यान्हीच्या तळपत्या उन्हासारखी मधली तरुण पिढी बाजूला ठेवून या उगवत्या-मावळत्या उन्हाची घट्ट नाती जमतात. पिढीचं वयाचं अंतर या नात्यातल्या प्रेमरज्जूंना सैल करू शकत नाही. दुधापेक्षा दुधावरची साय आता आजीबाईंना जास्त जपाविशी वाटते. तरुण वयात स्वत:ची मुलं वाढवताना हातातून बरंच काही सुटून गेलं होतं, त्याची जाणीव नातवंडांना हातावर खेळवताना होऊ लागते. नुसते चांगले कपडे, चांगलं चुंगलं खायला आणि चांगली शाळा एवढं मुलांना देऊन भागत नाही, मुलांना मोठ्यांचा सहवास लागतो, माया लागते, त्यांच्याबरोबर मूल होऊन खेळणारी मोठी माणसं लागतात, त्यांना कल्पनेच्या जगात हळुवार हातानं नेऊन सोडणाऱ्या छान छान गोष्टींचा खजिना त्यांच्यापुढे सतत रिता करावा लागतो. नातवंडं झालं की, आजीला हे सारं आपोआप जमत जातं. 'म्हातारी उडता नयेचि तिजला, माता मदीया अशी' असं मुक्तेश्वरांच्या नलदमयंती स्वरातला हंस म्हणत असला तरी कल्पनेच्या राज्यात म्हातारी मोठाल्या भराऱ्या घेऊ शकते आणि उडू पाहणाऱ्या नातवंडांनाही आपल्याबरोबर उडायला शिकवत असते. भोपळ्यातल्या कल्पक म्हातारीएवढीच लिटल रेड रायडिंग हूड मधली आजी लहानपणी अशीच तिच्या धिटाईनं मनात घर करून बसली होती. आम्ही रायडिंगहूडला ठकी करून टाकलं होतं. आजीसाठी अरण्यातून ठकी खाऊचा डबा घेऊन जाते आणि हे कळलेला लांडगोबा आजीचं रूप घेऊन पांघरुणाखाली ठकीला खायला लपून बसतो. बिचाऱ्या ठकीला काही हे माहिती नसतं. झोपडीतल्या अंधारात ती आपली पांघरुणातल्या आजीला विचारत राहाते, आजी तुझे हात असे बारकुडे कसे? आजी म्हणते, "काय करू बाई, म्हातारी झाले नं?" नखं एवढी वाढली कशी, तेच उत्तर! दात एवढे पुढे कसे? आणि मग आमच्या अंगाचा नुसता थरकाप उडायचा. पांघरूण भिरकावून देऊन लांडगा ठकीच्या अंगावर झडप मारणार...इतक्यात, पण आजी नक्की येईल ना - कितीतरी वेळा गोष्ट वाचूनही आणि आजी ठकीला वाचवणार हे माहीत असूनही...प्रत्येकवेळी आजी येईपर्यंत नव्यानं मी माझा श्वास रोखून धरायची...न जाणो या खेपेला आजी

एक मिनिटानं उशीरा आली तर!

आयुष्याच्या चक्रनेमिक्रमात आपण शेवटच्या पायरीवर उभे आहोत आणि ज्येष्ठता यादीप्रमाणे आपलाच नंबर लागायला हवा याची प्रखर जाण 'आजी'पण येतानाच होत असावी. आजी ही तिसऱ्या पिढीची प्रतिनिधी! मावळताना ऊनपण हरवलेल्या उन्हासारखी ती क्षितिजावर पसरत जात जात मनानंसुद्धा मोठी होत जाते. एखाद्या फक्त सावली देणाऱ्या वटवृक्षासारखी. जवळचं होतं नव्हतं ते आयुष्यभर देऊन झाल्यावर वृक्षाजवळ शेवटी राहाते ती फक्त सावली. म्हाताऱ्या माणसाचंही असंच असतं. त्याचं घरात, आसपास असणं हे आश्वासक असतं, न बोलता, न सांगता घरादारावर पाझरणारं असतं.

पण अशी माया पांघरणारी किती घरं आहेत? किती घरांना आज अशी सावलीची झाडं हवी आहेत? भंडाऱ्याला गेलो होतो तेव्हा तिथं एक वृद्धाश्रम पाहिला होता. शेकडो आजी आजोबा, तिथं होते. सगळे शेतकरी, कामकारी वर्गातले होते. त्यांनी तिथं छान बागा फुलवल्या होत्या. थोडी शेती केली होती. मग त्यांना हा आश्रम कशासाठी? मला वाटायचं हे शहरातलंच फॅड आहे. खेड्यापाड्यातून अजून घरं म्हणजे नांदती गोकुळं आहेत. ऐसपैस वाड्यावस्तीवर आजीआजोबांना आपली हक्काची जागा आहे. आजीभोवती नातवंडांचा गराडा आहे. आजोबा शेतीतले आपले अनुभवी हात नातवंडांच्या हाती सोपवत आहेत. आश्रमात एकेकाच्या कथा ऐकता ऐकता लक्षात यायला लागलं की, आता शहरं आणि खेडी यांच्या मनोवृत्तीत आणि जीवनशैलीत तसा काही फरक राहिलेला नाही. शहरात माझ्या अवतीभवती आता पंचतारांकित वृद्धाश्रमसुद्धा उभे रहात आहेत, स्विमिंग टँक, जिमनॅशियम, सोशल क्लब, सगळ्यांसकट! मध्यंतरी वृद्धांसाठीच फक्त असलेल्या एका ओनरशिप कॉम्प्लेक्सची जाहिरात आली होती. वृद्धांचं शहर, घ्या सगळ्या सुखसोयी आणि जगा आनंदात आजीबाई, कशाला हवी आहेत सासू सुनांची भांडणं, भरल्या घरात एकटेपण अनुभवणं, घरातल्यांनी दिवसभर बाहेर राहणं, त्यांची वाट पाहत दिवस काढणं, आल्यावरही कोणी विचारपूस न करणं, घरातल्या घरात दिवसेंदिवससुद्धा कुणाशी सुखसंवाद न होणं. तुमच्या त्या चिऊकाऊच्या गोष्टी हव्यात कुठे आता नातवंडांना? नातवंडांचा गराडा तरी कुठे आहे? असलंच तर एखादं दुसरं, त्यांना टीव्ही आहे. कार्टून फिल्मस् आहेत. बर्थ डे पार्ट्या आहेत आणि आई नोकरीवर गेली की सांभाळणारी पाळणाघरं आहेत. तिथं पैसे टाकले की मुलांची सोय, हवाय कशाला घरात म्हाताऱ्या माणसांचा शिळशिळाट? उगाच स्वयंपाकात मध्येमध्ये लुडबुड करायची, बाहेरचे आले तर सारखं काहीतरी बोलायला यायचं, पोरांचं मन आईबापांविरुद्ध

फितवायचं, शेजाऱ्या-पाजाऱ्यांबरोबर चकाट्या पिटायच्या, नाहीतर सुनेची गाऱ्हाणी सांगायची. दिवसभर मोठ्यांदा टीव्ही लावून बसायचं, नाहीतर तोंड बंद करून सुतक्यासारखं दिवसभर चूपचाप बसायचं, स्वातंत्र्य म्हणून काही नाहीच...म्हणूनच या स्वातंत्र्यासाठी वृद्धाश्रम, वृद्धांची ओनरशिप कॉम्प्लेक्सेस...आजीबाई, एका नव्या प्रकारच्या जीवनाची सुरुवात आता होऊ लागली आहे, तुम्ही तयार असा...

मी न्यूयॉर्कला ज्या माझ्या एका मैत्रिणीकडे उतरले होते तिथे शेजारी एक आजीबाई राहायच्या, मला अर्थात तिथल्या पद्धतीप्रमाणे त्या कधी दिसल्या नाहीत. माझ्या मैत्रिणीलाही गेल्या कित्येक वर्षात त्यांचं दर्शन नव्हतं, पण तिनं सांगितलेली त्यांची हकीगत मात्र विलक्षण बोलकी होती. आजीबाई नव्वदीच्या पुढे होत्या. त्यांचा बाजारहाट करणारी एक बाई आठवड्यातून एकदा त्यांना काय हवं नको बघून जायची. रविवारी सकाळी आजीबाईंना मेकअप करण्यासाठी एक बाई यायची, तिनं त्यांना नटवायचं, सजवायचं, चाकाच्या गाडीत बसवून बाहेरच्या खोलीत आणून ठेवायचं, कारण दुपारी आजींचा मुलगा- तोच सत्तरीचा होता - सून वगैरे त्यांना भेटायला येत असत. आपला सुरकुतलेला म्हातारा चेहरा, रंग उडालेले गाल वगैरे दुसऱ्यांपुढे दाखवणं त्यांना - त्यांच्या संस्कृतीला मान्य नव्हतं - त्यामुळे एकट्या राहाणाऱ्या आजीबाईसुद्धा आपलं सुखद दर्शन लोकांना व्हावं यासाठी जागरूक होत्या. मला वाटलं, मृत्यू त्यांना न्यायला आला तरी आजी त्याला म्हणतील, ''थांब बाबा थोडा, माझा मेकप होऊ दे.''

यातली गंमत सोडली तरी माणसाचा एकटेपणा या संस्कृतीनं किती सहज गृहीत धरला आहे ते अचंबित करणारं आहे. शहरातल्या धकाधकीच्या जीवनात आता वृद्धांना स्थान राहिलेलं नाही. कित्येक वृद्ध जोडपी किंवा अगदी एकेकटी म्हातारी माणसं आता अमेरिकेच्या दक्षिण भागातील अनेक खेड्यातून घरं घेऊन एकेकटी राहाताना दिसतात. अशा एका कॉलनीत एका स्नेह्यांकडे उतरले होते तेव्हा सारख्या ॲम्ब्युलन्स आवाज करत यायच्या, चौकशी केल्यावर समजलं अनेक म्हातारी माणसं एकेकटी राहतात आणि काही व्हायला लागलं की, एकशे एकला फोन करतात, पाच मिनिटांच्या आत ॲम्ब्युलन्स येऊन त्यांना इस्पितळात दाखल करतात. माझ्या स्नेहीबाईंनी सांगितलं, त्यांच्या शेजारी पण एक अशीच जख्खड म्हातारीबाई राहत होती. घराच्या भिंती पातळ होत्या, तिच्या बारीकसारीक हालचालीही त्यांना कळत, तिनं या लोकांना सांगून ठेवलं होतं की ज्या दिवशी तिला फोनही करण्याची ताकद राहणार नाही, तेव्हा ती तिच्या अंथरुणावर ठेवलेलं बटण दाबत राहील. घंटा वाजायला लागली म्हणजे समजा मी मेले म्हणून...मी ऐकता ऐकता

आपली कल्पना करत होते की, समजा, तेवढं बटण दाबायलाही तिला अवधी मिळाला नाही तर...''वॉटर वॉटर एव्हरी व्हेअर, बट नॉट अ ड्रॉप टू ड्रिंक'' अशा कोलरिजच्या एका कवितेतल्या ओळींची मला आठवण झाली आणि त्या ओळींचा अर्थ एका नव्या संदर्भात वेगळाच जाणवून गेला. हजारो माणसांचा समुद्र भोवती असताना एक माणूससुद्धा शेवटच्या सोबतीला आपलं असू नये? माणूस नावाच्या म्हाताऱ्या बेटाला आपण इतकं वाळीत टाकलंय का, की त्याच्या अंतिम क्षणी त्याचा हात हातात घेऊन क्षणभर बसायलाही कोणाला सवड नसावी?

कोणाला कसं आणि कुठे मरण येईल हे कुणालाच सांगता येत नाही, पण 'संध्याछाया भिवविती हृदया' अशा अवस्थेत 'पैलतीरी नेत्र लागलेल्या' माणसाला निदान प्रेमाचे काही क्षण तरी या जगानं बहाल करावेत अशी माफक अपेक्षा तरी का करू नये? युरोपच्या उत्तर टोकाला असलेल्या फिनलंड देशातील हेलसिंकी शहरातल्या एका उपनगरातल्या रम्य वस्तीतील घरात टेबलाशी बसून मी हा लेख लिहीत आहे. माझ्या समोरची भिंत काचेची आहे आणि त्यापलिकडे दहा पंधरा फुटांवर असलेल्या कुंपणाच्या भिंतीपर्यंत एक छोटेखानी सुंदर बाग आहे. ओळीनं रंगीत फुलांची झाडं आहेत. एक चेरीचं झाड कुरणामधोमध उमललेलं आणि लाल काळ्या चेरीनं नुसतं लगडलेलं आहे. मागच्या बाजूला सुगंधी गुलाबांचे गुच्छ लगडलेले आहेत. या इतक्या सुंदर नंदनवनासारख्या बागेचा निर्माता कोण आहे याचा एक दिवस अचानक शोध लागला. आसपास अनेक घरं असूनही कोणी राहात आहे की नाही असं वाटावं इतक्या नीरवतेतून एक आजीबाई पहाटे पहाटे बागकाम करीत. थंडी असली की, डोक्याभोवती बॉनेट, पायघोळ स्कर्ट, ब्लाऊज अशा पेहरावात आणि वसंतातल्या उन्हानं आपली माया थोडीशी देऊ केली की, मग गंजीफ्रॉक, हाफचड्डीत आजीबाई प्रत्येक फुलाची चौकशी करून जात. सायकलवरून रपेट मारून येत, नाहीतर नुसत्याच बिकिनीत जवळच्या समुद्रावर स्नानाला जात. दुपारी कुठलं तरी वाद्य वाजवत बसत, नाहीतर चेरीखाली खुर्ची टाकून वाचत बसत. अगदी निरखून पाहिलं तरच आजीबाई सत्तरी-पंचाहत्तरीच्यावर असणार असं जाणवे, नाहीतर एखाद्या तरुण स्त्रीच्या उत्साहात आणि आनंदात त्या जीवनाचा उपभोग घेताहेत हे जाणवत राही. वृद्धांच्या क्लबमध्येही त्या जात असतील. कधी संगीताच्या तालावर नृत्याची चार पावलं टाकत असतील. बॉयफ्रेंडला घेऊन कधी बाहेर जेवायला जात असतील. नाहीतर समोर बिअरचा ग्लास ठेवून, हातातली सिगरेट ओढत एखाद्या रेस्टॉरंटच्या बाहेर रस्त्यावरच्या खुर्चीत निवांत बसून गोड हिवाळा उपभोगत असतील. आसपासची माणसं पाहता या चित्रात काहीच काल्पनिक नाही. वय झालं म्हणून मारून मुटकून

देवाधर्मात स्वत:ला बुडवून घेणारी ही संस्कृती नाही. जीवनाचा आनंद, उपभोग यांचा आकंठ आस्वाद घेण्याच्या या संस्कृतीत म्हणूनच म्हाताऱ्यांनी एकटं राहाणं किंवा वयात आलेल्या मुलांनी लगेच आपली स्वतंत्र घर करून राहाणं यात कोणाला काही वावगं वाटत नाही. व्यक्तिस्वातंत्र्य सर्वात अधिक महत्त्वाचं!

ऐन तारुण्यात आलेलं वैधव्य, परस्वाधीनता, केशवपन, लाल अलवण नेसायला, विषयवासना चाळवू नयेत म्हणून वाट्याला आलेलं बेचव अन्न आणि अंधाऱ्या माजघरात कुजून, नासून गेलेलं सारं आयुष्य! वयाच्या तेराव्या-चौदाव्या वर्षी नवरा म्हणजे काय हे कळण्यापूर्वीच म्हातारी केलेली आयुष्यं- माझ्या किती आज्या, पणज्या, खापरपणज्या - पुस्तकातूनच फक्त भेटलेल्या! नव्हेत- अगदी माझ्या तरुणपणापर्यंत पाह्यलेल्या, बोललेल्या, दूरच्या नात्यातल्या. आज इथं माझ्यापुढं येऊन उभ्या आहेत. त्यांच्या आठवणीसुद्धा इथल्या संस्कृतीशी विसंगत, वेड्यावाकड्या वाटाव्यात अशा...

काळ बदलतो आहे, नव्या विचारांच्या लाटा येतात, फुटतात, पसरतात, वाळूवर नवी चित्र उमटतात, ती पुसून पुन्हा नवी येण्यासाठी नवनव्या लाटांचे ओघ तयार असतात. छपन्नाव्या वर्षी माझी आजी गेली तेव्हा ती सत्तरीची म्हातारी वाटत होती, केस पिकले होते, दात पडले होते. माझी आई पंचेचाळीसाव्या वर्षी आजी झाली तेव्हा ती चांगली तरुण होती, नोकरी करत होती, केसांना डाय करत होती, छान नीटनेटकं राहत होती. आज वयाची सत्तरी ओलांडली तरी काहीतरी करावं अशी तिला सतत आस आहे. नवी पुस्तकं वाचायची, चांगली भाषणं ऐकायची, भरतकाम, विणकाम करायचं, फिरायला जायचं, नाटक सिनेमा चांगला असला तर आवर्जून जायचं. 'या जगण्यावर, या जन्मावर शतदा प्रेम करावे' अशी वृत्ती असली की माणूस नाही म्हातारं होत, निदान मनानं तरी. समाज त्याला म्हातारं करतो ही गोष्ट निराळी. पण शेवटी आपण आपल्या ऊर्मीशी प्रामाणिक राहाणं महत्त्वाचं. परिपूर्ण पिकलेलं फळ कसं अंतर्बाह्य रसदार असतं तशा वय वाढत गेल्यावर अधिकाधिक सुंदर दिसणाऱ्या दोन बायका मला नक्की ठाऊक आहेत. अशा आणखीही काही असतील. एक दुर्गा भागवत आणि दुसऱ्या रोहिणी भाटे. दोघी आपल्या क्षेत्रातली शिखरं गाठण्यासाठी आयुष्यभर परिश्रम केलेल्या. दुर्गाबाईंच्या शेवटच्या आयुष्यातील विस्मृती आल्यावरची काही वर्ष सोडली तर प्रत्येक वेळी त्या अधिकाधिक चांगल्या दिसायच्या. त्यांचा बुटकेपणा, नऊवारी नेसणं, अंगावरच्या सुरकुत्या या सगळ्यांना सुंदरपणा यायचा त्यांच्या स्नेहार्द्र दृष्टीमुळे, पातळ ओठातून झिरपणाऱ्या सुहास्यामुळे आणि हलकासा स्पर्श करत बोललेल्या चार मायेच्या

निर्व्याज शब्दांमुळे. आजीपण इतकं सुंदर असू शकतं याची प्रथम जाणीव त्यांच्या सहवासातल्या काही चुटपुटत्या क्षणांमुळे झाली. दुसऱ्या आमच्या बेबीताई म्हणजे रोहिणी भाटे. त्यांच्या हृदयावरच्या दोनतीन शस्त्रक्रिया झाल्या होत्या यावर कोणाचा विश्वासही बसणार नाही. ऐंशीच्या घरात बेबीताईंची त्वचा इतकी नितळ आणि पारदर्शी होती, चेहरा एखाद्या उमललेल्या फुलासारखा ताजा टवटवीत, बोलण्यातलं मार्दव मधासारखं गोड आणि प्रवाही, हालचालीतलं चापल्य अजूनही लवलवीत, साध्या भाषणातसुद्धा नृत्यातली उदाहरणं देताना इतक्या सुंदर लयीत हातवारे करतील की या आता नृत्य सुरू करतील असं वाटावं. या दोघी आज्यांच्या तरुणपणाच रहस्य मला वाटतं त्यांच्या सर्जनशीलतेत आहे. दुर्गाबाई सतत अभ्यासात, नवीन लेखनाच्या, संशोधनाच्या तयारीत तर बेबीताईंच्या डोक्यात सतत नवीन रचनांचा ध्यास, काही अमूर्त संकल्पनांना साक्षात्व देण्याचे प्रयोग. दोघींच्या अंतर्मनातील या सर्जक ऊर्मींनी त्यांच्या बाह्य रंगरूपाला चिरंतन तारुण्य बहाल केलं असावं.

आजी, स्त्रीच्या आयुष्यातल्या विविध टप्प्यांमधला शेवटचा टप्पा. कौमार्य हा तिच्या स्त्रीत्वाच्या जडणघडणीचा काळ, उमलण्याचा, फुलू लागण्याचा, भोवतीचे जग समजून घेण्याचा, स्वप्ने पाहण्याचा, कर्तृत्वाची दिशा ठरविण्याचा, स्वत:ला ओळखू लागण्याचा, रुजवण्याचा आणि आणखी कितीतरी शब्दात न बांधता येईल असा! तारुण्य हा तर स्त्रीच्या आयुष्यातला सर्वोच्च सुखाचा आनंदाचा काळ, पूर्ण उमललेल्या, दाही दिशांना सुगंध दरवळणाऱ्या फुलाचा काळ, निर्मितीक्षम शरीरातून जिवंत मानवी कलाकृती घडविण्याचा काळ, आत्मविश्वासाचा, प्रगाढ प्रेमात स्वत:ला विसरण्याचा काळ, दुसऱ्याला जिंकण्याचा आणि स्वत:ला जिंकू देण्याचा काळ, सगळं जग जणू आपल्या सुखासाठीच निर्माण झालंय अशा धुंदीत राहाण्याचा काळ, झोकून देण्याचा आणि झुकवण्याचा काळ, स्वत:च स्वत:ला सापडण्याच्या काळात शरीराला अंकुर फुटू लागतो. फुलाच्या पाकळ्या खाली गळू लागतात आणि फळ आकाराला येऊ लागते. मातृत्व हा स्त्रीपणाच्या परिपूर्तीतल्या समाधानाचा क्षण. उंच कड्यावरून धावणारा प्रवाह आता सखल भागावरून वाहू लागतो. माया, वात्सल्य, काळजी, जबाबदारी या शब्दांचे अर्थ नव्याने कळू लागतात. वाढलेल्या झाडाला स्वत:पेक्षा नव्या रोपट्याच्या फुलण्याची चिंता अधिक लागते. स्वत:च्या आनंदापेक्षा दुसऱ्याचा आनंद अधिक समाधान देऊ लागतो. बाई आपलं बाईपण विसरते तेव्हा खरी आई होते. जीवनाला आलेली गतिमानता हळूहळू मंदावू लागते तेव्हा आजीपण जवळ यायला लागलेलं असतं. आपल्यातल्याच छोट्या प्रवाहांच्या आता महानद्या झालेल्या असतात. दूरवरून समुद्राची गाज ऐकू येऊ लागलेली असते. थोडा

आनंद, थोडे दु:ख, थोडी आशा, थोडी निराशा, थोडा उपभोग, थोडं वैराग्य, आठवणीतला भूतकाळ आणि धूसर भविष्यकाळ; थोडं कडू, थोडं गोड, थोडी छाया, थोडा प्रकाश...हेलावून टाकणारं एखादं वळण, आयुष्याचे सोबती कोणी पुढे कोणी मागे, पण चहूकडून घेरून टाकणारा एकटेपणा, कधी हवासा वाटणारा, कधी नकोसा जीवघेणा, मन क्षणात जीवनावर प्रेम करायला लावणारं तर क्षणात स्वत:ला सोडवून घेऊ बघणारं. आणि शरीर? ते तर जन्मापासून स्त्रीपणात अडकलेलं, त्याच्याच माध्यमातून तर जीवनाची रहस्ये समजावून घेतलेली, भरलेला ग्लास थेंबाथेंबानं रिकामा होत जावा तसे शरीरातले सगळे रसरसते चैतन्याचे झरे डोळ्यादेखत आटत चाललेले आणि सैलसर पोकळीची एक शांत जाणीव अंतर्मनात व्यापून राहिलेली. हे सगळं स्त्रीपणाचं संचित घेत घेत आजी घडत जाते. जगातल्या सगळ्या चांगल्या-वाईटाला स्वत:त सामावून घेण्याची स्त्रीकडे एक उपजत कला असते. तिचा परिपाक या जडणघडणीत कामाला येतो. तिला आता कोणाकडून काही नको असते. कोणाला काही हवे असले तर तिथे मात्र स्वत:ला जोडून द्यायचे असते. अशा हवेपणाची पोकळी हात पुढे करून नातवंडं मागत असतात, म्हणून आजी पुढे सरसावते आणि नातवंडांना कवेत घेते, जिवाशिवाचं मीलन असंही असतं. परमेश्वराचं एक रूप – नुकतं या मानवी जगात पदार्पण केलेलं, आणि एक मानवी जीवनाकडून पुन्हा परमेश्वराकडे जाण्याच्या वाटेवर असलेलं!

० - ० - ०

२०. भय इथले संपत नाही...!

भय हा माणसाचा स्थायीभाव आहे. निर्भय माणसाच्या मनातही कशा ना कशाचे भय असतेच. गुहेत राहणाऱ्या आदिमानवाला अंधाराचे, प्राण्यांचे भय होते. राज्यावरील हल्ले, लढाया, आक्रमणे, लूट, बायकांना पळवणे, सक्तीने धर्मांतर करायला लावणे, अशी सुलतानी संकटांची भीती इतिहासातल्या कित्येक पिढ्यांनी अनुभवली. आजच्या आधुनिक काळातही संकटाचे स्वरूप बदलले, पण भीतीची सावली आणखी गडद झाली. दहशतवादी हल्ले, जातीय दंगली, अत्याचार, अपघात, राजकीय मुस्कटदाबी, महागाई– अशी एक ना दोन भीतीची अनेक भुते सामान्य माणसाची मानगूट आजही घट्ट पकडून आहेत. दोन जागतिक महायुद्धे, त्यामध्ये लाखोंच्या संख्येने झालेली मनुष्यहानी आणि अणुबाँबने नष्ट झालेली हिरोशिमा-नागासाकीसारखी शहरे— यांनी निर्माण केलेले भीतीचे ढग अजून विरलेले नाहीत. उलट, विज्ञानाच्या विराट भस्मासुराने एखादे दिवशी जगाच्या डोक्यावर हात ठेवला, तर सारी मानवजात नष्ट होण्याच्या शक्यतेचे बीज मनात कुठे तरी पेरले गेले. भूकंप, महापूर, वादळे, ज्वालामुखी अशांसारख्या अस्मानी संकटांची भीती तर मानवजातीच्या जन्मापासूनच आहे. म्हातारपण, आजारपण आणि मृत्यू यांच्या भयापासून मुक्त झालेले गौतम बुद्धासारखे महात्मे जगाच्या पाठीवर विरळाच.

पण या प्रकारची चिरकालीन भुते स्त्री-पुरुष असा भेदभाव करीत नाहीत. स्त्रियांइतकेच पुरुषही या भयाचे बळी असतात. पण स्त्रिया मात्र याव्यतिरिक्त इतक्या वेगवेगळ्या प्रकारच्या भीतींनी दडपलेल्या असतात की, वर्षानुवर्षे या भयांसोबत राहिल्याने आपण कित्येक भयगंडांचे बळी आहोत, हेही त्या विसरून जातात. भित्रेपणा हा दोष बायकांच्या बाबतीत स्थायीभाव समजला जातो. शूर-निर्भय स्त्री समाजाला पचत नाही, त्याला ती पुरुषी वाटते. झुरळाला, उंदराला पाहून दहा फूट लांब पळणारी स्त्री ही समाजाला आवडते. तिचं भित्रं असणं पुरुषाला पराक्रमी ठरवणारं असतं.

बाईचं बाई असणं, हे बाईला किती प्रकारची भीती घालून असतं, हे पुरुषांच्या लक्षात येणार नाही. समज आलेल्या मुलीपासून ते म्हाताऱ्या बाईपर्यंत आपल्यावर एखाद्या परिस्थितीत बलात्कार तर होणार नाही ना, ही भीती प्रत्येक बाईच्या मनात जन्मजात असतेच.

एवढेच काय, वृत्तपत्रात येणाऱ्या भयानक बातम्या वाचून अगदी तान्ह्या मुलीबद्दलसुद्धा ही भीती आईच्या मनात असते आणि कोठेवाडी प्रकरणापासून म्हाताऱ्यासुद्धा असल्या अघोरी अत्याचारांपासून सुटत नाहीत, हे भयानक वास्तवही स्त्रियांच्या मनात ठाण मांडून आहे. लैंगिक अत्याचार, अपहरण, फसवून वाममार्गाला लावणं, स्त्रीला परस्पर विकून टाकणं— असल्या गोष्टी स्त्रियांच्याच वाट्याला येतात, त्यामुळे स्त्री असण्याचं एक भय अबोध मनात सतत जागं असतं.

लग्न ही घटना स्त्री-पुरुष दोघांच्याही आयुष्याला वळण लावणारी असते. शरीरसंबंधांचं कुतूहलमिश्रित भय दोघांच्याही मनात असतं, पण स्त्रिया वैवाहिक आयुष्यातल्या प्रत्येक पायरीवर भयग्रस्त असतात आणि त्याची सुरुवात होते सौंदर्याच्या कल्पनांनी. स्त्रियांच्या या सौंदर्याच्या वेडाने जगातील निम्मी बाजारपेठ तरी प्रसाधने आणि वस्त्रप्रावरणांनी व्यापलेली आहे. आपण दुसऱ्याच्या नजरेला वाईट दिसू, या भयाच्या दडपणाखाली स्त्रिया सतत सुंदर कसे राहता येईल या खटपटीत असतात. त्वचा मुलायम राहावी, चेहरा उजळ दिसावा, केस लांबसडक व काळेभोर असावेत– एवढ्या तीन गोष्टींसाठी किमान तीन हजार प्रकारची प्रसाधने उपलब्ध आहेत; त्यामागे सुंदर न दिसण्यामागची भीती ही फार मोठी प्रेरक शक्ती आहे. वजन वाढून बेढब दिसू लागण्याची भीती तर ८०% स्त्रियांमध्ये असते. मग त्यासाठी खाण्या-पिण्यावर बंधने, व्यायाम, महागडी ट्रीटमेंट, शस्त्रक्रिया वगैरेंसाठी स्त्रिया आयुष्यभर चिंता करत पैसे खर्च करतात. केस पांढरे होणे, त्वचा रुक्ष-राठ होणे, म्हातारपणामुळे चेहऱ्यावर, शरीरावर सुरकुत्या पडणे, स्नायू-स्तन शिथिल होणे— या गोष्टी वयोमानानुसार निसर्गनियमांप्रमाणे घडतात, असे मानून त्यांना सामोऱ्या जाणाऱ्या स्त्रियांचे प्रमाण दहा टक्केसुद्धा नसेल. एकूणच, बायकांमध्ये म्हातारपणी आपण कशा दिसू याचा चिंतायुक्त भयगंड असतोच. म्हणून चाळिशीपासूनच तरुणपण टिकण्यासाठी कृत्रिम उपाय करायला सुरुवात होते. त्यामध्ये प्रसाधने, औषधे, शस्त्रक्रिया, मसाज यांसारखे उपचार सुरू होतात आणि त्यावर आर्थिक परिस्थितीनुसार लाखो रुपये खर्च होतात.

बाई असल्यामुळे वैवाहिक आयुष्यात शारीरिक, मानसिक, आर्थिक घडामोडींच्या भीतीच्या छायेखाली किती तरी स्त्रिया आयुष्यभर राहतात. विवाह करून स्त्री स्वतःचे घर सोडून नवऱ्याच्या घरी जाते. यामुळे नव्या घरातल्या नव्या माणसांमध्ये आपण किती रुजू, किती गोष्टींत तडजोड करावी लागेल, किती बाबतींत मुस्कटदाबी होईल याची भीती लग्न ठरल्यापासूनच स्त्रीच्या मनात असते. त्याला अनिश्चिततेची, असुरक्षिततेचीही एक किनार असते. शरीरमीलनाबद्दलचीही भीती बाईच्या मनात असते आणि त्याची

जागा आनंदाच्या अनुभवाने घेण्यासाठी काही काळ जावा लागतो. मग नको तेव्हा पाळी चुकणार नाही ना, हवे तेव्हा दिवस जातील ना, गर्भारपण-बाळंतपण व्यवस्थित होईल ना— ही भीती असतेच; पण त्याच्याच जोडीला आता होणारे मूल मुलगा असेल ना, नसेल तर पाडावे लागेल का, अशी नवऱ्याच्या आणि सासरच्यांच्या धाकधपटशाची भीती कित्येक स्त्रियांच्या वाट्याला येते. ज्या गोष्टी आपल्या हातात नाहीत, त्याबद्दल असलेल्या नियंत्रणाखाली दबलेली स्त्री भीतीच्या छायेत सतत वावरते. यातूनच स्त्रीभ्रूणहत्येच्या आणि जन्मल्यावर होणाऱ्या स्त्रीलिंगी अर्भकांच्या मोठ्या संख्येने हत्या घडून येतात. नव्वद टक्के स्त्रिया विरोध करू शकत नाहीत. विरोध केल्यामुळे होणाऱ्या परिणामांची भीती त्यांच्या मनात असतेच. नवरा सोडून देईल आणि असे परित्यक्तेचे जीवन किती भयावह आहे याची कल्पना असल्याने अपरिहार्यतेतून आलेल्या भीतीची स्त्री बळी ठरते.

सासरची माणसे— विशेषत: नवरा वर्चस्व गाजवणारा असतो, तेव्हा तर बारीकसारीक बाबतीतही स्त्री सतत दडपणाखाली वावरते. 'तू बावळट आहेस, मूर्ख आहेस...तुला काही कळत नाही...गप्प बस—' असं जाता-येता ऐकावं लागणारी बाई स्वत:ला खरंच बावळट, मूर्ख समजू लागते. स्वयंपाकाला उशीर झाला, पोळ्या करपल्या, भाजीत मीठ जास्त पडले किंवा भाजी आळणी झाली... घर स्वच्छ ठेवत नाही, घरात पसारा असतो, कपडे स्वच्छ निघाले नाहीत, चुरगाळले, इस्त्री केली नाही... ऑफिसमधून आल्या-आल्या चहा-खाणं मिळालं नाही... एवढंच काय, मैत्रिणींशी किंवा माहेरच्यांशी फोनवर जास्त वेळ बोलत बसली, बाहेरून यायला उशीर झाला— असल्या क्षुल्लक कारणास्तव बोलणी खाणारी बाई भीतीच्या छायेखाली आयुष्यभर असते. साधीसुधी कामे करतानाही ती धडपडू लागते, चाचरू लागते आणि हळूहळू कुठल्याही कामातला आत्मविश्वास गमावू लागते. या मानसिक दडपणामुळे कित्येकदा शारीरिक व्याधीही उद्भवतात.

देव हा बायकांचा आणखी एक महत्त्वाचा भयविषय. देव हा निर्माता म्हणून त्याच्याविषयी श्रद्धा, भक्ती, आदर, प्रेम हे समजू शकते पण निर्गुण, निराकार देवाला मनुष्यस्वभावाचे नियम लावण्याची सवय बायकांना लागलेली आहे. अमुक-अमुक व्रत केले नाही, तर देव कोपेल... बोललेला नवस वेळेत फेडला नाही, तर देव काही वाईट करेल... परंपरेप्रमाणे देवाचे सण-उत्सव केले नाहीत किंवा त्यात काही बदल केला, तर घरात काही वाईट घटना घडेल— अशा कल्पनांची पक्की बैठक स्त्री-पुरुष दोघांमध्ये असते. पण स्त्रियांमध्ये जास्त प्रकर्षाने, कारण तार्किक विचार करण्याचे सामर्थ्य त्यांच्यामध्ये संस्कृतीरक्षकांनी निर्माण होऊ दिलेले नसते.

एवढी संतसाहित्याची विशुद्ध भक्तीची परंपरा महाराष्ट्रात निर्माण होऊनही कर्मकांडांचे प्रस्थ समाजातून कमी झाले नाही, त्यामागे देवाबद्दलची भीतीची भावना हे प्रमुख कारण आहे.

स्त्रिया नोकरी करायला लागल्या, या घटनेलाही काही वर्षांत शंभर वर्षे पूर्ण होतील; पण अजूनही सार्वजनिक जीवनात स्त्रिया मोकळेपणाने मिसळू शकत नाहीत. पूर्ण ऑफिसात सर्व पुरुष आणि एखादीच स्त्री असेल, तर तिला असुरक्षित व अडचणीचे वाटते. पुरुष सहकाऱ्यांशी स्त्रिया एरवीही अलिप्तपणे वागतात. कोणी मोकळेपणाने वागण्याचा फायदा घेईल वा वेगळे अर्थ काढेल, ही भीती स्त्रीच्या मनात असतेच. एखादा सहकारी चांगला मित्र होऊ शकेल असे वाटले, तरी विवाहित स्त्रीला मित्र असणे हा लगेच टीकेचा विषय होतो आणि नवऱ्यालाही बायकोचा मित्र ही कल्पना सहन करण्याच्या पलीकडची वाटते. नोकरीच्या ठिकाणी काही कारणास्तव उशिरापर्यंत थांबावे लागले किंवा स्कूटर वा गाडीने एखादा सहकारी सोडायला आला, तरी घरचे— विशेषत: नवरा काय म्हणेल, या भीतीने तिच्या छातीत धडधडू लागते. सहकाऱ्याबरोबर एकटीने प्रवास करावा लागला; तरी बाईच्या मनात बाई म्हणून भीती असतेच, शिवाय नवऱ्याच्या डोळ्यांचा धाकही असतो. त्यामुळे आव्हानात्मक, स्पर्धात्मक जागा मिळवण्यापासून बायका थोड्या दूर असतात.

ग्लास सिलिंग किंवा काचेचं छप्पर ही बायकांच्याबद्दलची एक व्यावसायिक कल्पना आहे. बायकांना वरच्या जागा दिसतात, पण तिथे पोचण्यात पुरुषी व्यवस्थेचे अडथळे असतात, असे म्हटले जाते. खरं तर तिथपर्यंतची शिडी न चढण्याचीच बायकांची मनोवृत्ती असते. वरची जागा मिळाली की निर्णय घ्यावे लागतील, जास्त वेळ थांबावे लागेल, विरोधकांना तोंड द्यावे लागेल, बदली होऊ शकेल, या भीतीने अनेक कर्तबगार स्त्रियाही आहे त्याच पदावर राहून नेहमीच्याच चाकोरीतून जाणे पसंत करतात. ज्या तीन-चार टक्के स्त्रिया हे अडथळे निर्भयपणे ओलांडून आव्हान स्वीकारतात, त्यांचे म्हणूनच कौतुक होते.

पैशाच्या नियोजनाबाबतही स्त्रिया अशाच एक पाऊल मागे असतात. भरपूर पगार मिळवणाऱ्या स्त्रियांच्या बचतीची योजना त्या करत नाहीत, नवरा अगर दुसरा एखादा पुरुष करतो. शेअर्स, बँकेच्या योजना, कंपन्यांमध्ये पैसे गुंतवणे याबाबत स्त्रिया अनभिज्ञ असतात; कारण उगाच पैसे बुडले तर, अशी भीतीची भावना त्यांच्यामध्ये असते. स्त्रियांच्या आयुष्याला वेढून राहिलेल्या भयाची ही एक लहानशी चुणूक.

वैयक्तिक आयुष्यात यापेक्षाही किती तरी वेगळ्या भीतींचे मेघ अनेकांच्या आयुष्यावर सतत दाटलेले असतात. व्यसनाधीन आणि मारहाण करणारा नवरा, वाईट नादाला लागलेली मुलं, असहाय परावलंबी वृद्धपण, आयुष्याला व्यापून उरलेला एकाकीपणा यांचा विषारी विळखा तर कोणत्याही आर्थिक परिस्थितीतल्या किंवा वयाच्या कोणत्याही टप्प्यावर स्त्रीला वेढून बसतो आणि माणसाच्या जगण्यातलं स्वास्थ्य हिरावून घेतो. पारतंत्र्य, परावलंबित्व, मनाचं दौर्बल्य, अस्वस्थपणा, बेचैनी हे सगळे परिस्थितीशी धैर्यानं सामना न करता येण्याच्या भयापोटीच जन्माला येतात. कुटुंबात, समाजात मिळणारे दुय्यम स्थान, दडपलेपणा, स्त्री आहोत म्हणजे काही तरी कमी आहोत असे मानण्याची वृत्ती— या सगळ्या प्रवृत्तींमुळे स्त्री भयाची शिकार जास्त मोठ्या प्रमाणात होते. अलीकडच्या काळात स्त्रिया मध्य प्रवाहाकडे येऊ लागल्या आहेत, त्यामुळे काही प्रमाणात तरी त्यांच्यावरील भयाचा पगडा कमी होत आहे आणि भयमुक्त जीवनातला आनंद त्या घेऊ लागल्या आहेत. पण आजही स्त्री कुटुंबात वा समाजात सुरक्षित नाही. वृत्तपत्रांतून येणाऱ्या काही बातम्या आजही अंगावर शहारे आणणाऱ्या आहेत.

भय ही समस्या केवळ आपल्यापुरतीच नाही. जगातल्या सर्व स्त्रिया भयग्रस्त आहेत आणि आयुष्यातील सर्व भये कधीच संपत नाहीत. एकावर मात केली की, दुसरे समोर उभे राहते— हेच जीवन आहे आणि त्यातून निर्भयपणाकडे वाटचाल करता येणे, हे जगण्याचे आव्हान आहे. निर्भयपणा म्हणजे भीती नसणे नव्हे, निर्भयता म्हणजे भीतीवर मात करण्याचे सामर्थ्य येणे.

यासाठी पहिली पायरी म्हणजे, आपण कोणत्या दडपणाखाली आहोत याचा स्वतःला अंदाज येणे. भयग्रस्त माणसाला आपण भीतीच्या छायेत वावरत आहोत, याचेच भान येणे कठीण असते. हा आपल्या नशिबाचाच भाग आहे किंवा 'आपले आयुष्य असेच जाणार', अशा नैराश्याच्या पगड्याखाली दबून आहे ते मुकाट्याने सहन करण्याचीच वृत्ती बनते. आपण इतरांना कसे हवे आहोत तसेच स्वतःला बनवण्याची क्रिया सुरू होते आणि हळूहळू आपल्या स्व-चा मृत्यू होऊ लागतो. भयात जगणे हा स्वत्वाचा अपमान आहे. स्वतःची किंमत कमी करणे, म्हणजे स्वतःला पिंजऱ्यात कोंडून घेणे. सॉक्रेटिसचे एक वाक्य फार सुंदर आहे— 'करेज इज द नॉलेज ऑफ व्हॉट इज नॉट टू बी फिअर्ड.' कशाला घाबरायचं नाही याचं भान येणे म्हणजे धैर्य आणि हे धैर्य मिळवण्यासाठी प्रथम स्वतःवर विश्वास हवा; आपली मानसिक ताकद किती आहे याची स्वतःला ओळख हवी. भयाचे अडथळे पार करताना आपण सुरुवातीला पडणार, धडपडणार, कधी सपशेल आपटी

खाणार, कधी एकाकी पडणार— याची तयारी ठेवायला हवी. पण भयाने नव्या विचारांपासून, नव्या कृतींपासून, धोका पत्करण्यापासून, धडपडल्यावर पुन्हा उठण्यापासून आपल्याला परावृत्त करायला नको. भयाशी सामना म्हणजे स्वत:तील दुर्बळपणाशी सामना; म्हणून तो अधिक कठीण आहे.

स्वत:चा स्वत:च्या उक्ती-कृतीवर विश्वास असेल, तर दुसरे काय म्हणतील याची पर्वा करण्याची गरज नाही. गप्प बसण्यापेक्षा आपल्याला काय पटतं, काय पटत नाही याबद्दल दुसऱ्याशी संवाद साधणं अधिक श्रेयस्कर. भीतीची दहशत निर्माण करणाऱ्यांच्या विरोधात बंड करायचं, तर आपल्या पूर्ण सामर्थ्यानिशी आपल्याला उभं राहता यायला हवं. त्यासाठी दुसरा वाकवेल तसं न वाकण्यासाठी आपल्याकडे काय मानसिक शस्त्रास्त्रे आहेत, आपल्या स्वभावातला कोणता पैलू आपल्याला खंबीर आधार देऊ शकतो, नकारार्थी भावनांवर मात करण्यासाठी कोणते विधायक विचार आपण समर्थपणे उभे करू शकतो याची चांगली जुळणी केली तर भय ही निर्भयतेकडे जाण्यासाठी संधी आहे, असे वाटेल. अंतर्गत स्वातंत्र्य आणि सामर्थ्याची जाणीव झालेली कोणतीही स्त्री एका विश्वासाच्या, आनंदाच्या भयमुक्त प्रदेशाकडे वाटचाल करू शकते.

०-०-०

२१. स्त्री- शंभर वर्षांनंतर...

'रुकय्या चक्क बुरख्याविना रस्त्यातून चालली होती, कारण रस्त्यावर एकही पुरुष नव्हता. सगळे पुरुष मर्दान्यात पडदानशीन होते आणि निमूटपणे स्वयंपाकाची कामं करत होते. स्त्रिया अत्यंत निर्भयपणे रस्त्यातून हिंडत होत्या, कारण पुरुष अंत:पुरात असल्यामुळे त्यांना कोणत्याच गोष्टीचं भय नव्हतं. त्यांच्यातील अनेक जणी संशोधक होत्या आणि जीवनाला उपयुक्त असं संशोधन त्यांनी केलं होतं. शत्रूशी दोन हात करण्यासाठी सूर्यशक्ती वापरून त्यांनी शत्रूला पळवून लावलं होतं. मुख्य म्हणजे, इथे शांतता नांदता होती; कारण हे स्त्रीराज्य होतं.'

बंगालमधील एक मुस्लिम शिक्षिका रुकय्या शेखावत हुसेन हिने १९०५ रोजी लिहिलेल्या 'सुलतानाचं स्वप्न' या कथेतील हा काही भाग. जेव्हा स्त्री घराबाहेर शिक्षणासाठीसुद्धा सार्वत्रिक बाहेर पडत नव्हती, त्या वेळी एका स्त्रीचं जीवन कसं मुक्त असावं याचं चित्रण करणारी.

काळ धावत असतो आणि काळाबरोबर माणसाचं आयुष्यही. शंभर वर्षांपूर्वीची स्त्री आणि आजची स्त्री अंतर्बाह्य बदलली. दागिन्यांची मढलेली, स्वयंपाक-सणवारांत दिवसाचे चोवीस तास बुडालेली, स्वत:चा स्वतंत्र आवाज हरवलेली, स्वत:ची ओळख नसलेली आणि घरामध्ये दुय्यम-तिय्यम दर्जाचे स्थान असलेली कालची स्त्री. गेल्या शंभर वर्षांत हे चित्र वेगानं पालटलं. उच्चशिक्षित, घरदार-मुलांचं सगळं करून पुन्हा नोकरी करणारी, वाहन चालवणारी, सुटसुटीत-सोईचे कपडे वापरणारी, स्वत:च्या हक्कांबद्दल जागरूक असणारी आत्मनिर्भर अशी आजची स्त्री. शंभर वर्षांत इतकी उलथापालथ घडून आली तिच्या आयुष्यात! मग खरंच आणखी शंभर वर्षं उलटल्यावर दिसणारी स्त्री कशी असेल? काळाची चक्रं वेगानं पुढे सरकल्यावर स्वत:चं कर्तृत्व अधिक झळाळीनं सिद्ध करणारी, की बदललेल्या परिस्थितीच्या रेट्यात स्त्रीत्वाचा बळी गेलेली?

ही गती. जेटयुगात अक्षरश: पंख लावून जगभर फिरतीय. जग आता इतकं इतकं जवळ आलंय की ब्रेकफास्टला पॅरिस, लंचला टोकिओ, न्यूयॉर्कमध्ये मीटिंग, खरेदी दुबईत आणि झोपायला सिडनीत— असा तिचा रोजचा प्रवास आहे. आणि हो— अधून-

मधून मुंबई-पुण्यात आली तरी दिल्ली, कोलकता, बेंगळूर, चेन्नई अशा तिच्या दिवसभर फेऱ्या चालू असतातच. तिचा बॉयफ्रेंड कामासाठी चंद्रावर गेलाय, पण तिला अजूनही स्पेस ट्रॅव्हलची एकही संधी मिळाली नाही, म्हणून ही कंपनी सोडून ती कदाचित दुसरीकडे जाईलही; पण इथेही ती टॉपमोस्ट पोझिशनवर आहे. महिन्याच्या महिन्याला ती आठ आकडी पगार मिळवते, त्याला दहा आकडी पगार आहे; पण तरीही दोघांच्या पगारांत कसंबसंच भागतं, अशी त्याला रुखरुख आहेच. वेगशी तिनं लग्न वगैरे केलेलं नाही. तो तिचा तिसरा मित्र आहे, पण सध्या तिचं त्याच्याशी बरं चाललं आहे. तो सध्या चंद्रावर असल्याने तिचा आणखी एक मित्र सध्या तिच्याजवळ राहतो आहे आणि वेगची याला पूर्ण सहमती आहे. तिथे चंद्रावरती त्यालाही एक अमेरिकन मैत्रीण आहेच की! आणि वेगचं मत विचारतो कोण? तो थोडाच लग्नाचा नवरा आहे?

गती ही स्वतंत्र बाण्याची, स्वत:च्या मतानं चालणारी, स्वत:ला हवा तसाच पोशाख करणारी, स्वत:ची जीवनशैली स्वत:च निर्माण केलेली एक आधुनिक तरुण स्त्री आहे. तिचं करिअर, तिचं चोवीस तास त्यात बिझी असणं, तिची निर्णयक्षमता यामुळे ती बाई आहे की पुरुष आहे, हे तिच्या दृष्टीनं गौण आहे. किंबहुना, तिच्या जगभर पसरलेल्या सगळ्या ऑफिसमधल्या पुरुषांपेक्षा ती किती तरी अधिक बुद्धिवान आणि कार्यक्षम आहे. एका दिडशे मजल्याच्या उंच आकाशस्पर्शी इमारतीत तिचा बंगलेवजा फ्लॅट शंभराव्या मजल्यावर आहे. तिची कार एलेव्हेटरवरून पार तिच्या फ्लॅटपर्यंत येते आणि तिच्या इमारतीच्या गच्चीवरून तिला हेलिकॉप्टरनं मुंबईतल्या मुंबईतसुद्धा हवाई प्रवासाची सोय आहे. त्यामुळे एक होतं की, तिला तिच्या खालच्या पायरीवर असलेल्या कोणी स्त्रिया दिसत नाहीत; पण तिची नजर सतत वर असल्याने फक्त आपल्यापेक्षा वर असणाऱ्या स्त्रिया तिला दिसतात आणि तिची महत्त्वाकांक्षा पंख लावून तिला आणखी वर-वर घेऊन जायला बघते.

शंभर वर्षांपूर्वी तिच्या पणजीनं २०१३ मध्ये लिहिलेलं 'भारतीय स्त्री' नावाचं एक पुस्तक तिनं अगदी जपून ठेवलंय. एक तर कागदी बांधणीचं पुस्तक ही आता दुर्मिळ चीज आहे. तिचं स्वत:चं हजारो पुस्तकांचं ग्रंथालय तिच्या सहा इंच लांबी-रुंदीच्या किंडलवर सुरक्षित आहे. दुसरं कारण म्हणजे, शंभर वर्षांपूर्वी भारतीय स्त्री किती मागासलेली होती, लग्न करत होती, मुलं होऊ देत होती, त्यासाठी कित्येकदा करिअरचा बळी देत होती... काही जणी तर पतीला परमेश्वर मानून त्याच्या प्राप्तीसाठी उपासतापास, व्रतवैकल्येसुद्धा करत होत्या— हे सगळं वाचून ती मनातल्या मनात हसत होती. तिच्या घरात स्वयंपाकघर नावाची चीजच नव्हती. एका

कपाटात असलेली तयार अन्नाची पाकिटं आणि एक ॲडव्हान्स मायक्रोवेव्ह. पाच मिनिटांत हवी ती चीज तयार! शिवाय जगभरातून हव्या त्या वस्तू अगदी घरपोच मिळत होत्या. चायनातून राईस, इटलीतून पिझ्झा, स्विस् ॲपल्स, फ्लोरिडा ऑरेंजेस... काय हवं ते घरबसल्या! आपण एक परिपूर्ण, स्वतंत्र स्त्री आहोत, या आनंदात गती आपलं आयुष्य अगदी मजेत अनुभवत होती. पण तरी झोपेतून जाग आल्यावर कधी एकटं का वाटे? कधी उदासीन मन का ग्रासून जाई? कधी एखाद्या गोड-गुलाबी छोट्या बाळाला उराशी धरून मनसोक्त पाजतो आहोत, असलं 'अभद्र' स्वप्न का पडे? कधी तरी ही सत्ता, ऐश्वर्य, धावपळ सोडून देऊन दोघांनी निसर्गाच्या कुशीत एखादी झोपडी बांधून राहावंसं का वाटतं? छे, असले विचार कुरतडू लागले की, ती एक पेग घेते आणि नेहमीच्या गतिमान आयुष्यावर स्वार होते.

शहरातले सगळे भव्य-दिव्य, झगमगणारे जीवन पाहून माझे तर डोळे दिपून गेले. पण शहराचा पूर्व भाग एकदम खड्ड्यात बुडाल्यासारखा आणि अंधारलेला. उंच-उंच इमारती सोडून आतल्या बाजूला वळले तो काय, काळाची पावलं पुढे न पडता झपझप मागे पडत गेली की काय— असं वाटू लागलं. ऑक्टोपससारखी वेडीवाकडी पसरत गेलेली दाट वस्तीची झोपडपट्टी... मुंग्यांच्या वारुळासारखी. तोंडाला रंगरंगोटी करून रस्त्यावर गर्दी करून उभ्या असलेल्या हजारो तरुण मुली— अर्धनग्न आणि गिऱ्हाइकाच्या शोधात. इथे बार आहेत, त्यात नाचणाऱ्या नग्न पोरी आहेत, वेश्याव्यवसाय आहे, बायकांची खरेदी- विक्री आहे, रस्त्यावर होणारे बलात्कार आहेत, बेकारी आहे, रोगराई आहे, घाण आहे... सगळं काही आहे. त्यांच्या आज्या-पणज्यांच्या म्हणे भाजीच्या, फळांच्या गाड्या होत्या. कुणी शेतावर कामं करायच्या, कुणी इमारतीच्या बांधकामावर मजूर होत्या. कुणी मोलकरणीची कामं— झाडूपोछा, धुणंभांडी, स्वयंपाकपाणी मोलानं करायच्या. रस्त्यावरचे कागद-कचरा गोळा करून विकायच्या. लहान मुलं सांभाळून पैसे मिळवायच्या. नवरे दारुडे असले तरी काटकसर करून संसार चालवायच्या.

आता सगळंच चित्र बदललं. मोठाले मॉल आले— रस्त्यावर कोण भाजीपाला घेतंय? शेती सगळी मशीननं होतीय. दूध मशीन काढतंय, तण मशीन काढतंय. इमारतीचे मजल्यांवर मजले क्रेन चढवतायत. घरची कामं डिशवॉशर, वॉशिंग मशीन करतायत. स्वयंपाकाची तयार पाकिटं मिळतायत. मुलांना अगदी दहाव्या दिवसापासून सांभाळणारी डे केअर आहेत. हव्या आहेत कशाला बायका असली कामं करायला? बायका हव्या आहेत, पण त्या दुसऱ्या कामासाठी. पूर्वीच्या शारीरिक श्रमापेक्षा किती तरी सोपं काम– सेक्स मशीनचं. त्यांनी छान-छान नटावं, कपडे काढून धुंदपणे

नाचावं, पुरुषांना आव्हान करावं, त्यांना सेक्सचा भरपूर आनंद द्यावा, तारुण्य या ना त्या मार्गानं टिकवून ठेवावं आणि विनासायास भरपूर पैसा मिळवावा. आजकाल गिऱ्हाइकं खूप वाढलीयेत आणि त्या प्रमाणात बायका कमी.

आश्चर्य वाटलं ना? अहो, चांगल्या सुशिक्षित, पांढरपेशा, उच्च वर्गातले पुरुष आज सेक्सची भूक भागवण्यासाठी बायकांच्या शोधात फिरतात. ठाऊक आहे, या सगळ्याला कोण जबाबदार आहे? तुमची पिढी! शंभर वर्षांपूर्वी तुम्ही जे उद्योग केलेत ना, त्याची फळं आम्ही बायका आज भोगतोय. स्त्रीभ्रूणाची जन्माला येण्यापूर्वीच गर्भातच हत्या! लाखोंच्या संख्येनं बायकांना मारून टाकलंत तुम्ही. एक वर्षाच्या आतल्या लाखो मुलींचा संशयास्पद मृत्यू... कुपोषणानं पाच वर्षांच्या आतल्या चाळीस टक्के मुलींचा मृत्यू... वयात आल्या-आल्या मुलींची लग्नं आणि लहान वयात त्यांच्यावर लादलेली बाळंतपणं...सांगा, हे सगळं थांबवण्यासाठी काय उपाययोजना केलीत तुम्ही? भविष्याचा, पुढच्या पिढीचा— निदान ज्यांना अभिमानाने जन्माला घातलंत, त्या मुलांच्या तरी संसाराचा विचार केलात तुम्ही? तुमच्या वेळी मुलींचा जन्मदर हजारी आठशे चाळीस इतका खाली उतरला होता, आज तो हजारी चारशे इतका खाली आला आहे. प्रत्येक मुलाला थोडीच लग्नाची बायको मिळणार आहे? वस्तू दुर्मिळ झाली की तिची किंमत वाढते, असं अर्थशास्त्र सांगतं; पण बायकांच्या बाबतीत असं होत नाही. पुरुषांपेक्षा बायका कमी झाल्या की— त्यांच्यावरचे अत्याचार वाढतात, बलात्कार वाढतात, त्यांना रस्त्यावर शरीर विकायची वेळ येते. आज हे प्रमाण खूप वाढलंय. तुम्हाला माहितीय? सुसंस्कृत, मध्यम वर्गातल्या बायका आज १९ व्या शतकातल्यासारख्या पुन्हा घरीच डांबून ठेवल्या जातायत, त्यांच्या सुरक्षिततेसाठी. त्या शिकलेल्या आहेत, करिअर करू शकणाऱ्या आहेत; पण त्यांच्या नवऱ्यांना त्या पतिव्रता म्हणून राहायला हव्यात, त्यांची द्रौपदी व्हायला नको. त्या एका नवऱ्याशी एकनिष्ठ राहायला हव्यात, म्हणून पुन्हा घर नावाच्या तुरुंगात त्या बंदोबस्तात आहेत. त्यांनाही आपण परंपरा पाळतो, साग्रसंगीत जेवण-खाण करतो, नवऱ्यासाठी उपासतापास करतो, मुलांसाठी आपला सर्व वेळ देतो, नवऱ्यासाठी सदैव तरुण व सुंदर राहण्याची धडपड करतो, हिंदू धर्मातले सर्व सणवार यथासांग करतो, लग्न-मुंजी आपल्या वैभवाला शोभेशा थाटामाटात करतो, सोनं एक लाख रुपयांना दहा ग्रॅम असं असलं तरी आपण ते खरेदी करून दागदागिने करतो... या सर्व गोष्टींचा अतिशय अभिमान आहे. आमच्या खापरपणज्या, पणज्या, आज्या, आया अशाच जगल्या; आम्हीही अशाच जगतो. शतकं उलटली तरी जगत राहणार. या मध्यमवर्गामुळेच समाजातील कुटुंबव्यवस्था व नीतिमूल्ये या

बाविसाव्या शतकातूनही टिकून आहेत, अशा त्यांच्या समाजाच्या महाअधिवेशनात घोषणा होत असतात.

शहरात इतकं हिंडले, पण कुठे वृद्ध मंडळी दिसली नाहीत. मग गुगलवर सर्च केलं तेव्हा कळलं की, त्यांच्यासाठी प्रत्येक शहराबाहेर स्वतंत्र वसाहती आहेत. आता मुख्य शहरात वृद्धांना राहताच येत नाही. निवृत्तीचं वय आता पन्नास आहे आणि त्यानंतर त्यांना गावाबाहेरच्या वृद्धाश्रमातच राहावं लागतं. उगाच माझा मुलगा, माझा नातू— असं करत तरुण माणसांच्या जीवनात ढवळाढवळ करता येत नाही.

इतिश्री नावाची श्रीमंत वृद्धांची एक वसाहत पाहायला गेले. खरं तर परदेशातच आले की काय, असं वाटलं. इथले रुंद रस्ते, सुंदर घरं, निसर्गरम्य बागा, चाकांच्या खुर्चीवरून मजेत फिरणारे जख्ख तरुण-तरुणी. हो, त्यातल्या एकाही बाई किंवा पुरुषाकडे पाहून हे वृद्ध आहेत, असं वाटत नव्हतं. बायका तर शर्ट-पॅन्टमध्ये. केस बारीक कापलेले, चेहऱ्यावर मेकअप, डोळ्यांवर गॉगल, ओठांवर इंग्रजी भाषा! यांना यंग सिनिअर्स म्हणतात; म्हातारे वगैरे म्हटलेलं त्यांना बिलकुल चालत नाही. पन्नास ते एकशे दहा वर्षांपर्यंतच्या बायका इथे आहेत; पण बघा– एकीचेही केस पांढरे नाहीत, की एकीच्याही चेहऱ्यावर सुरकुती नाही. स्क्रीन स्ट्रेचिंगची ऑपरेशनं, स्क्रीन ग्राफ्टिंगची ऑपरेशनं त्या वारंवार करून स्वत:ला तरुण ठेवत असतात. यातल्या कित्येकींची हार्ट ट्रान्सप्लांटची ऑपरेशन तीन-चारदा झाली आहेत. पण त्या नियमित जिमला जातात, खाण्या-पिण्यावर बंधन ठेवतात, मित्रांबरोबर अजून सेक्स-लाईफ एन्जॉय करतात, जगभर फिरतात. अगदी उत्तर ध्रुव, दक्षिण ध्रुव, कॅरेबियन आयलंड्स आणि हो— नायजेरियालासुद्धा जातात. कारण तो जगातला एकमेव गरीब देश आहे. इतकी पोटं खपाटीला गेलेली माणसं... पोटाचा नगारा झालेली, बुबुळं बाहेर आलेली नागडी-उघडी... शेंबडी पोरं असं अभिजात दारिद्र्य कुठं पाहायला मिळतं आजकाल? म्हणून टुरिस्ट कंपन्या त्यांना मुद्दाम घेऊन जातात, प्रेक्षणीय माणसं एन्जॉय करायला.

एकूण काय, ओल्ड एज इज गोल्डन एज. आयुष्यात भरपूर पैसा कमावला, पण कामाच्या रगाड्याखाली मजा करता आली नाही. आता मजा, आराम, प्रवास, करमणूक... इथं काय हवं ते मिळतं. जगातला कुठलाही डॉक्टर इथे ई-ट्रीटमेंट द्यायला हजर असतो, कम्प्युटरवर! त्यामुळे ना चिंता, ना काळजी. पण त्यामुळेच पाहता-पाहता इथे पेंढा भरून ठेवलेल्या मृत प्राण्यांसारखे माणसांचे चेहरे मला दिसायला लागले. आधुनिक शोधांनी शंभरीच्या पुढे जगवलेली माणसं. ना त्यांच्या

चेहऱ्यावर जिवंतपणाच्या खुणा, ना उत्साहाची सळसळ. असोशी फक्त जिवंत राहण्याची आणि मिळेल ते सुख भोगण्याची. पैसा आहे, सोई आहेत, साधनं आहेत, मरण लांबवता येतं आहे; पण सोबतीला कोणी नाही, प्रेम नाही, कुणाचा आश्वासक स्पर्श नाही, ओलाव्याचा शाब्दिक आधार नाही. स्वत:ला वृद्ध न समजता पैसा देऊन प्रेम विकत घेणाऱ्या बायका. एका खोलीत डोकावले. एका नव्वदीच्या तरुणीचा मेकअप चालू होता. तिला कसंबसं चाकांच्या खुर्चीत बसवलं होतं, फुलाफुलांचा गाऊन घातला होता, रूज लावून गाल गुलाबी केले होते. हे सगळं काय चाललंय?— चौकशी केली. शंभरीतल्या एका तरुणाबरोबर तिचं त्या दिवशी लग्न होतं— आजीबाई हनीमूनची स्वप्नं पाहण्यात रंगून गेल्या होत्या!

० - ० - ०

डॉ. अश्विनी रमेश धोंगडे

शिक्षण : एम. ए. (इंग्रजी), पीएच. डी.

व्यवसाय : पुणे येथील एस. एन. डी.टी.महाविद्यालय इंग्रजी विषयाचे अध्यापन १९७० सालापासून. १९९२ पासून प्राचार्य, २००७ फेब्रुवारी निवृत्त

प्रसिद्ध पुस्तके :

कादंबऱ्या : पाषाणपुरुष, होरपळ, स्पर्श, जस्मीन

कथासंग्रह : मनस्वी

कवितासंग्रह : १. स्त्रीसूक्त (हिंदी, गुजराथी व आसामी भाषेत अनुवाद, इंग्रजी पुस्तकात कवितांचा समावेश) २.अन्वय ३.अपौरूषेय

ललितलेख संग्रह : वर्तमान, जगणे व्हावे सुंदर म्हणूनी

प्रवासवर्णन : देशांतर, मध्यरात्रीच्या सूर्याचा देश

बालकुमार साहित्य : झुकझुक पॉंग पॉंग, जादूचा कंठा, एक होते झाड, दुसऱ्यासाठी जगलास तर, बिलंदर बारीकराव, अल्बर्ट आइन्स्टाइन, यशच्या कल्पक कथा व अन्य १५ पुस्तके

एकांकिका : ये रे घना, अनुत्तरित, मी न माझा आरसा

सामाजिक : बाळंतपण बोल अनुभवाचे, आमचा लढा आमचा संघर्ष

चरित्र : मार्टिन ल्युथरकिंग

पारितोषिके व सन्मान :

१. महाराष्ट्र शासन : मराठीतील वाङ्मय निर्मितीला राज्यपुरस्कार उत्कृष्ट कवितासंग्रहासाठी, कवी केशवसूत पारितोषिक : स्त्रीसूक्त १९८८-८९
२. महाराष्ट्र साहित्य परिषद श्रेष्ठता पारितोषिक : कविवर्य कुसुमाग्रज पुरस्कार : स्त्रीसूक्त १९८८
३. महाराष्ट्र कामगार साहित्य परिषद, पुणे : 'गदिमा' साहित्य पुरस्कार : अपौरूषेय १९९९.
४. श्री यशवंतराव चव्हाण मित्रमंडळ : कवितासंग्रहासाठी पुरस्कार : स्त्रीसूक्त १९८९
५. उत्कृष्ट समीक्षेसाठी महाबँक पुरस्कार - मराठी भाषा आणि शैली १९८८
६. मराठी बालकुमार साहित्य संमेलन : आजचे बालसाहित्य : प्रथम पुरस्कार
७. लोकहितवादी मंडळ, नाशिक : सर्वोत्कृष्ट एकांकिका : ये रे घना
८. सर्वोत्कृष्ट एकांकिका : युगवाणी नागपूर : अनुत्तरित
९. बंधुता प्रतिष्ठान : प्रेरणा पुरस्कार १९९९
१०. डॉ. हेमंत इनामदार आदर्श शिक्षक पारितोषिक
११. भगिनी निवेदिता प्रतिष्ठान : शारदा पुरस्कार : देशांतरासाठी
१२. दयार्णव कोपर्डेकर पुरस्कार : यशच्या कल्पक कथा : मराठी बालकुमार साहित्य संमेलन २००३
१३. यशवंतराव चव्हाण प्रतिष्ठान : यशवंतराव चव्हाण साहित्य पुरस्कार मार्च २००४
१४. लोकहितवादी गोपाळ हरी देशमुख पुरस्कार : साहित्य परिषद : संदर्भ स्त्री पुरुष